எண்ணெய் மற
மண்ணை நினை

எண்ணெய் மற மண்ணை நினை

(Soil not Oil)

பருவப் பிறழ்வு, பெட்ரோல் தாகம்,
உணவுப்பற்றாக்குறை.

வந்தனா சிவா

தமிழில்:
போப்பு

எதிர் வெளியீடு

பூவுலகின் நண்பர்கள்
Poovulagin Nanbargal

எண்ணெய் மற, மண்ணை நினை
வந்தனா சிவா
தமிழில்: போப்பு

முதல் பதிப்பு: டிசம்பர் 2012
இரண்டாம் பதிப்பு: ஆகஸ்ட் 2017

பூவுலகின் நண்பர்கள்
எதிர் வெளியீடு
96, நியூ ஸ்கீம் ரோடு, பொள்ளாச்சி - 642 002.

விலை: ₹ 180

Ennai Mara, Mannai Ninai
Soil not Oil
Vandana Shiva
Copyright © Vandana Shiva

First Edition: December 2012
Second Edition : August 2017

Published by
Ethir Veliyedu, 96, New Scheme Road. Pollachi - 642 002.
Phone: 04259 - 226012, 99425 11302.
Email: ethirveliyedu@gmail.com
www.ethirveliyedu.in

Price: ₹ 180

ISBN: 978-81-933955-4-7

Layout : Space Designs
Printed by: Jothy Enterprises, Chennai.

All rights reserved. No part of this book may be reprinted or reproduced or utilised in any form or by any electronic, mechanical or other means, now known or hereafter invented, including photocoping and recording, or in any information storage or retrieval system, without permission in writing from the Publisher.

வந்தனா சிவா

வந்தனா சிவா உலகறிந்த சுற்றுச்சூழல் சிந்தனையாளர், செயற்பாட்டாளர். இண்டர்நேஷனல் ஃபோரம் ஆன் குளோபலைசேசன் அமைப்புடன் நிதான உணவு இயக்கத்திலும் ரால்ப்நாடெர், ஜெர்மி ரிப்கினுடன் கூட்டுத் தலைமை வகிக்கிறார். சிவா மாற்று நோபல் பரிசினை (வாழ்வுரிமை விருது) 1993இல் வென்றார்.

நவ்தான்யா அண்டு த ரிசர்ச் பவுண்டேசன் பார் சயின்ஸ், டெக்னாலஜி அண்டு நேச்சுரல் ரிசோர்ஸ் பாலிசி இன் இயக்குனராக இருக்கிறார். மேனிபஸ்டஸ் ஆன் த பியூச்சர் ஆப் புட் அண்டு சீட், வாட்டர் வார்ஸ்; பிரைவேட்சேசன், ஸ்டோலன் ஹார்வஸ்ட் உள்ளிட்ட பல நூல்களின் ஆசிரியராகவும், பத்திரிகைகள் பலவற்றிற்கு நெறியாளராகவும் இருக்கிறார். சிவா சூழலியல் செயல்பாட்டாளராக ஆவதற்கு முன்னர் இந்தியாவின் முன்னணி அறிவியலாளராக இருந்தார்.

பதிப்புரை

'பசுமைப்புரட்சியின் வன்முறை', 'உயிரோடு உலாவ' ஆகிய நூல்களுக்குப் பிறகு பூவுலகின் நண்பர்கள் வெளியிடும் வந்தனா சிவாவின் மூன்றாவது புத்தகம் இது.

கடல் என்பது ஒற்றை உயிர் என்றார் கவிஞர் பாப்லோ நெரூதா. இவ்வுலகமே ஒற்றை உயிர் என்கிறார்கள் அறிஞர்கள். நம்முடைய உடலைப்போல இவ்வுலகம் ஒற்றையாக ஒன்றிணைந்து முழுமையாக ஒருயிராக இணைந்துள்ளது. நமக்கு வேண்டாத, அந்நியமான, தீண்டத்தகாத பகுதி என்பது இவ்வுலகில் இல்லை. இதை நாம் உணர மறுக்கிறோம். இவ்வுலகில் மிகவும் பலவீனமான மனிதனை பருவப்பிறழ்வு எப்படி நேரடியாக பாதிக்கிறது என்பதை விளக்குகிறார் வந்தனா சிவா.

பருவப் பிறழ்வு, பெட்ரோல் தாகம், உணவு நெருக்கடி இம்மூன்றையும் இணைத்து, படிமமான பெட்ரோல், உலகமயமாக்கல் ஆகியவற்றின் துணையில்லாமல் நாம் எப்படி இயங்கமுடியும் என்பதையும் விளக்குகிறார் வந்தனா சிவா. இம்மூன்று பிரச்சனைகளும் எப்படி ஒன்றையொன்று சார்ந்துள்ளது, ஒன்றைத் தீர்க்காமல் மற்றவைகளையும் தீர்க்க முடியாது என்றும் குறிப்பிடுகிறார்.

விவசாயப் பண்பாடு (agriculture) என்பது விவசாயத் தொழிற்சாலை (Industrial agriculture) சார்ந்த பிரமாண்டமான தொழிற்சாலைப் பண்பாடு என்று மாறும்போது அனைத்துப் பிரச்சனைகளும் துவங்குவதாக வாதிடுகிறார். எளிமையான, சிறிய, தனிப்பட்ட பண்ணை சார்ந்த சுயசார்பு பொருளாதாரமே விடுதலைக்கான வழி என்கிறார் வந்தனா.

படிமப் பெட்ரோல் தாகத்தை நம்பாத எளிமையான சந்தை, விளிம்புநிலை மக்களின், ஏழைமக்களின் பசியைப் போக்கக்கூடிய, நிலைத்து நிற்கக்கூடிய தீர்வுகள் நிறைந்த உலகம் இன்னும் நம்மிடையே உள்ளதாகக் கூறுகிறார் வந்தனா சிவா. எப்படி என்று நீங்களே படித்துப் பாருங்கள்.

ஆகஸ்ட், 6, ஹிரோசிமா தினம்.

பூவுலகின் நண்பர்கள்
சென்னை

உள்ளே

அறிமுகம்
- மூன்று நெருக்கடிகளும், மூன்று வாய்ப்புகளும்..................11

அத்தியாயம் 1
- பருவநிலைப் பிறழ்வின் அரசியல் சூழலியல் ஏகாதிபத்தியமும், புவி ஜனநாயகமும்..................22

அத்தியாயம் 2
- புனித மாடு அல்லது புனிதக் கார்..................76

அத்தியாயம் 3
- உணவு கார்களுக்கா? மக்களுக்கா?..................111

அத்தியாயம் 4
- எண்ணெய் வேண்டாம் மண் வேண்டும்..................135

முடிவுரை
- மாற்றத்திற்கான நமது வலிமை..................183

அறிமுகம்

மூன்று நெருக்கடிகளும், மூன்று வாய்ப்புகளும்

இரண்டு நூற்றாண்டு புதைஎரி எண்ணெய்ப் பயன்பாடில் வெளியான கார்பன் கழிவினால் பசுமைக்குடில் விளைவை உருவாக்கியது பருவப் பிறழ்வு நெருக்கடிக்கு இட்டுச் சென்றுள்ளது. இவை அனைத்தும் புவி வெப்பநிலையை 3 இலிருந்து 5 டிகிரி செல்சியஸுக்கு உயர்த்தியுள்ளது. விளைவு துருவப் பனிமுகடுகளும், பனிப்படலங்களும் உருகி ஓடுகின்றன. அது எல்நினோ நீரோட்டத்தில் குளறுபடிகளை உண்டாக்கி வறட்சி, வெள்ள, புயல் அபாயங்களைக் கொண்டுவரும். இவ்விளைவுகளை இப்போதே கொஞ்சம் உணரத்தொடங்கிவிட்டோம். வெப்பநிலை உயர்வை நாம் தடுத்து நிறுத்தவில்லையானால் அது பருவப்பிறழ்வு நெருக்கடிகளினால் நமது அன்றாட வாழ்வைப் புரட்டிப்போட்டுவிடும்.

நாம் வாழ்வதா செத்து மடிவதா என்ற தீர்மானத்திற்கு வரவேண்டியதுதான்.

பருவப்பேரழிவு சிக்கலைப் பரிசாக அளித்து விட்டு, பெட்ரோல் யுகமும் முடிவிற்கு வந்து விட்டது. 1956இல் பெட்ரோல் உற்பத்தியில் அதிகபட்ச

சாத்தியங்களை உலகம் எட்டியபோது பெட்ரோல் முடிவு எனும் கருத்தாக்கத்தை எம்.கிங்ஹுபர்ட் சுட்டிக்காட்டினார். அதன் பின்னரே உற்பத்தியைக் குறைக்கவேண்டிய கட்டாயம் வந்தது. பெட்ரோல் உற்பத்திக்குறைப்பு விலைஉயர்வாக மாறியது. 2008இல் எப்போதும் இல்லாத விலைஉயர்வு பெட்ரோலின் பற்றாக்குறையைக் காட்டுகிறது. இத்துறை நிபுணர்களாகிய ஜெர்மி லெக்கட், டாக்டர் காலின் கம்பெல் போன்றவர்கள் இடம்பெற்றுள்ள அமைப்பு மேற்கொண்ட ஆய்வு கூறுவது: பெட்ரோல் இருப்பு முடிவிற்கு வந்துவிட்டது. முற்றாக வறண்டுபோக சில ஆண்டுகள் ஆகலாம். ஹெய்ன்பெர்க் வார்த்தையில் சொன்னால் "விருந்து முடிந்தது."

பெட்ரோல் இருப்பு விளிம்பை எட்டுவதும், மலிவுவிலையில் எண்ணெய் கிடைக்காத ஏற்ற இறக்கமும் நமது வாழ்க்கைப்பாதையை மாற்றியுள்ளது. விவசாயத்தை (கலாசாரத்தில் இருந்து மொ-ர்)) தொழில்மயப்படுத்திய, உலகமயப்படுத்தியதன் விளைவு இப்போது உணவு பற்றாக்குறையும் சேர்ந்து கொண்டது. பல சக்திகளும் ஒன்றாகத் திரண்டதில் எளிய விலையில் கிடைத்துவந்த உணவை மக்களிடம் இருந்து பறித்துவிட்டன. உலகம் முழுதும் உணவின் விலைகள் உயர்ந்து விட்டன. முப்பத்தி மூன்று நாடுகளுக்கும் மேலானவற்றில் உணவிற்காக கலவரம் நடந்துகொண்டிருப்பதே இதற்கு ஆதாரம்.

பருவப்பிறழ்வு, உணவு நெருக்கடி குறித்து அறிவிக்கை வெளியிடுவதற்காக 2008 ஜூனில் ஐ.நா. சபை அவசரமாகக் கூட்டப்பட்டது. எதிர்பார்த்தது போலவே பெருநிறுவனங்களின் விருப்பத்தின்படி மேற்படி இரண்டு நெருக்கடிகளையும் தீர்க்கப்பட வேண்டிய வியாதிகளாக உருவாக்க முயற்சித்தன. கூடுதல் புதைஎரி எண்ணெய் வேதிஉரங்களை அடிப்படையாகக் கொண்டவை. மாற்று எரிஎண்ணெய் தயாரிக்க மரபீனி எண்ணெய் வித்துக்கள் உற்பத்தி செய்வதற்கு அதிக வேதிஉரங்கள் தேவை ஏற்படும். ஆக மீண்டும் எண்ணெய்க்காவும், உணவிற்காகவும் பன்னாட்டு நிறுவனங்களைச் சார்ந்திருக்க வேண்டிவரும். வர்த்தகம் முன்னிலும் அதிகமாக உலகமயப்படும்.

உணவு நெருக்கடி உலக நெருக்கடியாகப் பிரதிபலித்து, பெரும்பகுதி மக்களைப் புறக்கணிக்கும் . மக்கள் புறக்கணிப்பு வன்முறைக்கு வித்திடும். வன்முறை சமூக அரசியலில் நிலையின்மையை உருவாக்கும்.

மில்லியன்கணக்கான மக்களுக்கு உணவைப் மறுக்கப்படுவதாலும், மனித ஆற்றலுக்குப் பதிலாக எரிஎண்ணெய்ப் பயன்பாட்டில் இயங்கும் எந்திரங்களால் கிராமப்புற வாழ்வு சிதைக்கப்படுவதாலும் மக்கள் அகற்றப்படுகிறார்கள். உற்பத்தித்திறன் என்றால் தொழிற்துறையில்

தொழிலாளர்களின் உற்பத்தித் திறனைத்தான் குறிக்கிறது. உதாரணத்திற்குச் சிலதொழிலாளர்களையே உற்பத்தியில் ஈடுபடுத்தும் இடத்தில் அதிகமான ஆற்றலும், அதிகமான மூல வளங்களும் உள்ளிடப்பட்டாலும் உற்பத்தி அலகு குறைவாகத்தான் இருக்கும். அந்த இடத்தில் செய்யப்படும் பண்டம் விலைகூடுதலாக வைக்கப்பட வேண்டிவரும். ஆக தொழிலாளர் பயன்பாடு அதிகம் இல்லாத இடத்தில் ஆதார வளங்கள் விரயமாகும்.

பெரும் போர்களும், காலனிய விரிவாக்கமும், அடிமை முறையும் இதுபோன்ற பிற பிறவும் நெடிய விளைவாக பேரழிவையும், பெருஞ் சிதைவையும்தான் அளித்துள்ளது. ஒருபகுதி மக்களின் இவ்வகை இருப்பு மொத்த மனிதகுலத்தையும் அச்சுறுத்திக்கொண்டு இருந்தது. அதுபோலவே இப்போது மூன்றுவிதமான நெருக்கடிகள் ஒரேநேரத்தில் தோன்றி உலகில் உள்ள நம் ஒவ்வொருவரின் உயிர்வாழ்வையும் அச்சுறுத்திக் கொண்டிருக்கிறது.

பருவநிலை: மனிதன் ஒரு உயிர்ப்பிராணி என்ற வகையில் புவிவெப்பம் அவன் வாழ்வை மிரட்டிக் கொண்டிருக்கிறது.

ஆற்றல்: தொழில்சார்ந்த உற்பத்தி முறையும் அதன் தொடர்விளைவான உலகளாவிய நுகர்வியமும் பெட்ரோலின் அதீத பயன்பாட்டைத் தூண்டி மலிவு விலை பெட்ரோலை முடிவிற்குக் கொண்டுவந்து விட்டது.

உணவு: பருவநிலைப் பிறழ்வு, அதீத பெட்ரோல் பயன்பாடு, உலகமயத்தாக்கத்தினால் மோசமாகப் பாதிக்கப்பட்ட ஏழைகளின் வாழ்வுரிமை மற்றும், உணவு உரிமை, இவை அனைத்தும் ஒன்று சேர்ந்து மிகப்பெரிய உணவு நெருக்கடியை உருவாக்கி வருகிறது.

இம்மூன்று நெருக்கடிகளிலும் உணவு நெருக்கடியானது ஏழை எளிய மக்களின் உயிர்வாழ்வாதாரத்தை அச்சுறுத்தும் உடனடியான மிரட்டலாக இருக்கிறது. உணவு நெருக்கடி இரண்டு வரலாற்று நடவடிக்கைகளின் தொடர்விளைவாகும்.

ஒன்று நீண்டகால விளைவு: விவசாயத்தைத் தொழில்மயமாக்கி, விவசாயிகளையும், அவர்களது குடும்பங்களையும் விவசாய நிலங்களில் இருந்து அப்புறப்படுத்தியது. மற்றொன்று உலகமயமாக்கம், விவசாயத்தின் மீதான தாராள வர்த்தகமயமாக்கம் ஆகியவை உணவு உத்திரவாதம், உணவு இறையான்மையின் மீது ஏற்படுத்திய சமீபத்திய தீர்க்கமான விளைவுகள். பருவப்பிறழ்வு உணவு உற்பத்தியில் ஏற்படுத்திய தாக்கமும், அதையொட்டி தவறான தீர்வாக, தொழிற்சாலை எரிபொருளாக தாவர எண்ணெய்க்குத் தாண்டிச் சென்றதும், பணக்காரர்களுக்குத் தேவைப்பட்ட,

தொடர்ந்து தக்க வைக்கமுடியாத ஆற்றலுக்காக, உணவையும், நிலத்தையும் ஏழை மக்களிடமிருந்து பறித்தது. இதன் காரணமாய் உணவு நெருக்கடி மேலும் விரிவடைகிறது.

இம்மூன்று நெருக்கடிகளையும் படைப்பூக்கத்துடன் நாம் எதிர்கொள்ள வேண்டும். அது முடியும். அதேநேரத்தில் மனிதாபிமானமின்மையையும், பொருளாதார ஏற்றத்தாழ்வையும், சூழலியல் சமமின்மையையும் சமாளித்து வரவேண்டும்.

ஆற்றல் பற்றாக்குறையும், பருவப்பிறழ்வும் சமூகம் முழுமைக்குமான சூழலியல் சவாலாக முன்நிற்கிறது. முதலாவதாக உயிரி என்ற வகையில் உயிர் இருப்பையே அது அச்சுறுத்திக் கொண்டிருக்கிறது. இந்தச்சவாலை எதிர்கொள்ள பூமியைத்தவிர வேறுஆதாரம் நமக்கு இல்லை. இதற்கு பயந்துபோய் வேறெங்கும் நாம் ஒளிந்து கொண்டுவிட முடியாது. மூன்றாவதாக மனித நடவடிக்கையில் எற்பட்ட மாற்றத்தின் விளைவே பருவப் பிறழ்வுக்கான காரணம் ஆகும். நாம் எப்படி பண்டங்கள் வாங்குகிறோம், எப்படி ஓரிடத்தில் இருந்து இன்னோர் இடத்திற்கு நகர்கிறோம், எதை உண்கிறோம் என்பதில் இருக்கிறது இப்பருவப்பிறழ்வு. தீர்வுகள் ஒன்றிரண்டு மாற்றங்களுக்குள் அடங்கி இருக்கவில்லை. அது நம் வாழ்வின் அனைத்து அம்சங்களையும் தொட்டுச் செல்கிறது. நம் வாழ்வின் ஊடாக பலஅம்சங்கள் தவிர்க்க வேண்டியதாகவும், சேர்த்துக்கொள்ளப் படவேண்டியதாகவும் இருக்கிறது. நான்காவதாக நாம் இந்த நிலத்திற்கு என்ன செய்ய இருக்கிறோம் என்பதில் பருவப்பிறழ்வு அடங்கி இருக்கிறது. நம் நடவடிக்கை இந்த நிலத்தில் என்ன தாக்கத்தை ஏற்படுத்த உள்ளது என்பதைப்பொறுத்து இருக்கிறது. காற்று, நீர், நிலம், உயிர்ப்பன்மம், ஆற்றல் அனைத்தும் பருவப் பிறழ்வுக்கான தீர்வுடன் தொடர்புடைய காரணிகளாக இருக்கின்றன. ஐந்தாவதாக மிகச்சிறிய பொறுப்பற்ற தன்மையும் மிக மோசமாகப் பருவநிலையைப் பாதிக்கிறது. விவசாயிகள், சாமான்ய மக்கள், நுட்பத்தொழில் புரிவோர் என தொழில்மயப்பட்ட உலக பொருளாதாரத்திற்கு அப்பால் இருப்போர் இந்தப்பூமிக்கோ பிறமக்களுக்கோ இடையூறுக் காரணிகளாக இருப்பதில்லை. ஆனால் பருவப்பிறழ்வால் கடுமையாக பாதிக்கப்படுபவர்கள் அவர்களாகத்தான் இருக்கின்றனர். சமீபத்திய ஆண்டுகளில் இயற்கைப் பேரழிவினால் ஏற்பட்ட மரணங்களில் 96 சதவீதம் வளரும் நாடுகளில் ஏற்பட்டவை. 2001ல் நடைபெற்ற பேரழிவால் பாதிக்கப்பட்டோர் 170 மில்லியன் மக்கள். அதில் 97 சதவீதம் சூழலியல் தொடர்பானவை. ஆறாவதாக உலகளாவியத் தொழில்மயத்தால் ஏற்படும் அளவில்லாத இயற்கைச் சீரழிவைத் தடுக்கும் நடவடிக்கைகளில் மிகக் குறைவாகவே பொறுப்பேற்கிறார்கள். ஆனால் சிறுகடைகள் வைத்திருப்போர், சாலைவியாபாரிகள்,

போன்றவர்கள்தான் எரிஎண்ணெயைக் குடிப்பவர்களுக்காகவும், மூல ஆதாரங்களை விழுங்குபவர்களுக்காகவும் வளர்ச்சியின் பெயரால் பலிபீடத்தில் நிறுத்தப்படுகிறார்கள். அவர்களின் வேர்களைப் பறித்து எதற்கும் பயன் அற்றவர்களாக ஒதுக்கப்படுகிறார்கள். பொதுப்புத்தியில் ஏறியுள்ள செல்வம், சக்தி, இயற்கை, நாகரீகம் என்ற அடைவுகளுக்காக புறக்கணிப்பிற்குள்ளான மக்களுக்கு துயரங்கள் வழங்கப்படுகின்றன.

பருவப் பிறழ்வு பெட்ரோல் பயன்பாட்டைக் குறைக்கவும், கார்பன் வெளியீட்டைக் குறைக்கவும் நம்மைக் கோருகிறது. மையப்படுத்தப்படாத ஆற்றல் செலவீட்டுக் குறைப்பை, நம்மிடம் கோருகிறது. பெட்ரோல் பயன்பாட்டின் உச்சமும், பெட்ரோல் மலிவு விலையில் கிடைத்து வந்தது முடிவிற்கு வந்ததும், மனித குல வளர்ச்சி என்ற கருதுகோள் குறித்த இலக்கணத்தை மாற்றி அமைக்க நெருக்குகிறது. பெட்ரோல் பயன்பாடற்ற அற்புதமான வாழ்க்கையை கற்பனை செய்யுமாறு நிர்பந்திக்கப்படுகிறோம். ஒரு பில்லியன் மக்கள் உணவுரிமை மறுக்கப்பட்டு பசியாலும், சத்தின்மையிலும் தள்ளப்பட்டிருக்கிறார்கள். அவர்களுடன் இன்றைய உணவு நெருக்கடியால் மேலும் ஒரு பில்லியன் மக்கள் சேர்க்கப்பட உள்ளனர். மனிதாபிமானமின்மையிலும், புறக்கணிப்பிலும் ஏழ்மையில் தள்ளப்பட்டோருக்காக குறைந்தபட்ச கவனம் செலுத்துமாறு கோரப்படுகிறோம். அவர்களுக்கு கௌரவமான, சூழலியல் தொடர்புடைய வேலையை உருவாக்குவதற்கான கவனத்தைச் செலுத்த வேண்டியுள்ளது. ஆதிக்கத் தன்மையுள்ள வளர்ச்சியும், உலகமயமும் இரக்கமற்ற வன்முறையாக இருக்கிறது. காரணம் அது சாமான்ய மக்களின் அடிப்படை உரிமையான உணவு, நிலம், வாழ்வாதாரம் ஆகியவற்றை மறுக்கிறது. மனித ஆற்றலையும் உயிர்ப்பு ஆற்றலையும் அடிப்படையாகக் கொண்ட கௌரவமான வேலையை மீண்டும் அவர்களுக்கு அளிப்பதன் மூலம் பருவப்பிறழ்வை சீராக்க முடியும். பெட்ரோல் சார்ந்த சமூகத்தை அதிலிருந்து மீட்க முடியும். அதேசமயம் உணவுப் பாதுகாப்பையும், அனைவருக்கும் நல்ல உணவு வழங்கலையும் உறுதிப்படுத்த முடியும்.

ஆகையால் நாம் கண்டிப்பாகப் பின்பற்ற வேண்டியது:

- ⋆ மூலாதார நுகர்வையும், ஆற்றல் நுகர்வையும் கட்டுக்குள் வைத்திருக்க வேண்டும்.
- ⋆ மாற்றத்திற்கு அவசியமான மனித ஆற்றலையும், கூட்டு ஜனநாயக ஆற்றலையும் படைப்பூக்கத்துடன் உற்பத்தித்திறன் சக்தியை அதிகரிக்க வேண்டும்.

துரதிருஷ்டவசமாக பருவப்பிறழ்வு நெருக்கடிகளை சில சக்திகள் தமக்கு சாதகமாக பயன்படுத்திக்கொண்டு, சாமான்யர்களின் வாழ்க்கைக்கு எந்த உத்திரவாதமும் இல்லாமல் கடைசி அங்குல நிலத்தையும் பறித்து அசமத்துவத்தை மேலும் அதிகமாக்குகிறார்கள்.

நம்முன் இரண்டு வாய்ப்புகள் உள்ளன. நாம் இயற்கை சார்ந்து இயங்க முடியும், மக்களை பெட்ரோல் அற்ற எதிர்காலத்திற்கு தயார்படுத்த வேண்டும். அர்த்தமுள்ள வேலைகள் அளித்து கௌரவமும், நாகரீகமுமான வாழ்க்கையை சாத்தியப்படுத்தலாம். அல்லது சந்தையை மையமாகக் கொண்ட இன்றைய போக்கிலேயே போவது. அது இப்போதுள்ள நெருக்கடிகளை மேலும் அதிகமாக்கும். ஏழைகளுக்கு குறைந்த பட்ச சலுகைகளை அளித்துவிட்டு தற்காலிகமாக அனைத்திலிருந்தும் தப்பிக்கலாம். இந்த நூலின் முதல் பாகம் போலித்தனமாக தீர்வுகள் குறித்து விவாதிக்கிறது. இரண்டாவது பாகம் அனைவருக்கும் சமமான எப்போதைக்குமான, பூமியின் தெற்குப்பகுதி மக்கள் கண்ணோட்டத் தீர்வுகளை முன்வைக்கிறது.

பருவப்பிறழ்வு குறித்துப் பேசப்படுகிறவற்றில், விவாதிக்கப்படுகிறவற்றில் பெரும்பாலானவை வணிக எல்லைக்குள் நிற்கின்றன. நுகர்வியம் சார்ந்த ஆற்றல் கோட்பாடுகள் செலவீனங்கள் குறைப்பிலும், இயந்திரவியல் உலகக் கண்ணோட்டத்திலும் வேர்விட்டு நிற்கின்றன. இந்தக் கோட்பாட்டினுள்ளும் இரண்டு முக்கியமான அணுகுமுறைகள் உள்ளன. பெட்ரோல் பொருளாதாரத்தை வளர்க்கும் பெருநிறுவனங்களின் உலகவணிகத்தை மையமாகக் கொண்ட போக்கு. மற்றொரு போக்கு நுகர்விய சமூகத்தின் நெருக்கடிக்கு ஆதரவாக புதுப்பிக்கத்தகுந்த மாற்று ஆற்றலை வேண்டுவது.

தொழில் வள நாடுகளில் இரண்டு நூற்றாண்டுகளுக்கு முன்னரே இக்கோட்பாடுகள் துவக்கம் பெற்றுவிட்டன. ஆனால் அது இந்தியா போன்ற நாடுகளில் உலகமயத்தின் மூலமாகப் பரவி, நமக்கு எதுவுமற்ற மக்கள் திரளையும், பசியையும், வறுமையையும், நிலையின்மையையும், இயற்கை இடர்களையும் அளித்திருக்கின்றன.

பெட்ரோல்மய வியாபாரத்திற்கும், தங்கள் அதிகபட்ச லாபத்திற்காக நடத்தப்படும் தொழில்களுக்கும் பருவப்பிறழ்விற்கும் எந்த சம்பந்தமும் இல்லை என்று மறுக்கவே முதலில் முயற்சித்தனர். இக்கண்மூடித்தனமான மறுப்பை அறிவியல் ரீதியாக நிரூபித்த பின்னர், மக்கள் அனுபவரீதியாக உணர்ந்த பின்னர் இப்போது மனிதாபிமான அடிப்படையில் தீர்வு என்று இறங்கி விட்டார்கள். ஆனால் அவர்கள் காணமுயற்சிக்கும்

போலித்தனமான தீர்வு நிலைமைகளை மேலும் சிக்கலாக்கவே செய்யும். அவர்கள் சொல்லும் தீர்வு மீண்டும் தக்கவைத்துக்கொள்ள முடியாத ஆற்றலாக, உதாரணமாக அணு ஆற்றல், தொழில்மய தாவர எரிஎண்ணெய், கார்பன் வெளியீட்டுத்தடுப்பு போன்றவையாக இருக்கின்றன. இத் தீர்வுகள் மூலமாகவும் சந்தை வர்த்தக வாய்ப்பையும், தமக்குச் சாதகமான தொழில்நுட்ப வாய்ப்புகளையும் முன்மொழிகிறார்கள். உதாரணமாக, சூரியனின் புற ஊதாக்கதிர்களை பூமிக்குள் வரவிடாமல் செய்வதற்காக வானமண்டலத்தில், கடல் பரப்பில் உலோகத்தகடுகளை விரித்து தடுப்பரண்கள் அமைப்பது, என்று இறங்கி விட்டார்கள். இது மேலும் சூழலியல் சுழற்சியில் இடையூறு செய்யும் கார்பன் வெளியீட்டு வேலையாகவே அமையும்.

அத்தீர்வுகள் மேலும் அதிக ஆற்றலைச் செலுத்தி தீர்வு முயற்சிகளை பணக்காரத் தொழில்வளநாடுகள் பராமரிக்கும் விதத்தில் வடிவமைப்பு செய்யப்பட வேண்டியதாக இருக்கும். அதுவும் அவர்கள் முன்வைக்கும் தீர்வுகள் ஆற்றல்மாற்றத்தை குறிப்பிட்ட வரையறைக்குள் பெருவதாக மட்டுமே அமையும். தீர்வுகளுக்கான வேலைகளை பணக்கார நாடுகளில் செய்து பராமரிப்பதால் இப்பராமரிப்பு முறைக்காக அதிகமான, மீட்க முடியாத, ஏற்றத்தாழ்வை அதிகரிக்கும் ஆற்றலைச் செலுத்த வேண்டி இருக்கும். இதற்காக ஏழைகள் தலைமீதும், இந்தப் புவிக்கோளத்தின் மீதும்தான் அதிகமான சுமையை இறக்கும். தவறான தீர்வின் உதாரணமாக தாவர எரி எண்ணெயை எடுத்துக் கொள்வோம். எண்ணெய் உற்பத்தியை தொழிற்சாலைகளில் மேற்கொள்ளும்போது உணவு நெருக்கடி மோசமாகும். உணவுப்பயிர்கள் விவசாயத்தை நிறுத்தி தாவர வித்துக்களை விளைவிக்க வேண்டும். இப்போது சமூகத்தில் நிலவும் எரிஎண்ணெய்த் தாகத்தைத் தீர்ப்பதற்கு இறங்கினால் அதன் நுகர்வை ஈடுசெய்யவேண்டிய உற்பத்திக்கு அளவே இல்லை. எனவே நம்மிடம் கோட்பாட்டு ரீதியிலான மாற்றம் அவசியமாக இருக்கிறது. நுகர்விய ஆற்றலில் இருந்து, மீட்க முடியாத ஆற்றலில் இருந்து மீட்பு ஆற்றல் பயன்பாட்டிற்குள் போகவேண்டி உள்ளது. அதிக முதலீடு தேவைப்படும் ஆற்றல் உற்பத்தியில் இருந்து குறைவான செலவீடு கொண்ட ஆற்றல் உற்பத்தியின் பக்கம் நமது கவனத்தைச் செலுத்த வேண்டி உள்ளது. உழைப்பு மறுக்கும் ஆற்றல் உற்பத்தியில் இருந்து வாழ்வாதாரத்தை உருவாக்கும் ஆற்றல் உற்பத்திக்குள் இறங்க வேண்டி உள்ளது. வேறு வார்த்தைகளில் சொல்வதானால் ஆற்றல் மாற்றம் என்பது அதன் உற்பத்தி ஏழைகளைச் சார்ந்து அவர்களுக்கு அர்த்தமுள்ள வேலைவாய்ப்பை அளிக்கக் கூடியக் கண்ணோட்டத்திலும், பெட்ரோல் செலவீனம் சாராததாகவும் இருக்க வேண்டும். இந்த மாற்றம் மக்களை பொருளாதார நிலைத்தன்மைக்குள் கொண்டு வரக்கூடியதாக

இருக்க வேண்டும். ஏழைமக்களின் வாழ்வாதாரத்தையும் அவர்களது மூல வளத்தையும் பெருக்கக் கூடியதாக இருக்க வேண்டும். இந்தப் புவிக்கோளத்தில் கார்பன்கழிவு வெளியீட்டைக் குறைப்பதாக இருக்க வேண்டும்.

இயந்திரவியல் கண்ணோட்டத்தில் ஆற்றல் உற்பத்தியில் இயற்கையை உயிராற்றலாகப் பார்ப்பதில்லை. அது நம்முடன் இணைந்து வினையாற்றும் என்பதை இயந்திரவியல் கண்ணோட்டம் உணர்வதில்லை. (உதாரணமாக ஒரு காட்டைப் பார்க்கும் இயந்திரவியல் கண்ணோட்டம் காட்டில் உள்ள மரம், அதில் இருக்கும் குப்பை, அது அடைத்துக்கொண்டிருக்கும் நிலப்பரப்பு என்றுதான் பார்க்கும். ஆனால் அதை ஒரு உயிரியாகப் பார்த்தால் அது வெளியிடும் ஆக்சிஜன், எந்த முயற்சியும் மேற்கொள்ளாமல் அது தன்னைத்தானே வளர்த்துக் கொள்ளுதல், அதன் கழிவின் மூலமாக கிடைக்கும் எரிசக்தி, மேகத்தை கவர்ந்து மழைப்பொழிவின் மூலமாக அளிக்கும் நீர் இப்படி அடுக்கிக்கொண்டே போகலாம் மொ-ர்) ஆற்றல் அதிகரிப்பு என்றால் மனித உழைப்பின் மூலமாக பெறப்படும் ஆற்றலைக் கணக்கில் கொள்ளாமல் மனிதனை பிரச்சனைக்கு உரிய சக்தியாகவே பார்க்கிறது இயந்திரவியல் கண்ணோட்டம். இயந்திரவியல் கண்ணோட்டத்தினால், பெட்ரோல் சார்ந்து இயங்கும் தொழில்முறையினால் ஏழைமக்கள் மூன்று விதங்களில் பாதிக்கப்படுகிறார்கள். முதலாவதாக வேலையில் இருந்து அகற்றப்படுகிறார்கள். அடுத்து புயல், வெள்ளம், வறட்சி போன்ற இயற்கைப் பேரிடர்களில் அதிகமான பாதிப்பிற்குள்ளாவது ஏழைமக்கள்தாம். இறுதியாக இன்றைய சூழலியல் சிக்கலுக்குக் காணப்பட உள்ள போலியான தீர்வின் மூலமாக உதாரணமாக தாவர எண்ணெய் உற்பத்திக்காக, கார் ஆலைகளுக்காக, பெருஞ்சாலைகளுக்காக மக்கள் ஆண்டாண்டுகால வாழ்வாதாரமான நிலத்தில் இருந்து அகற்றபடுகிறார்கள். அதன் மூலமாக இதுவரை அவர்கள் சமூகத்திற்கு அளித்து வந்த உணவு விளைபொருட்கள் உற்பத்தி முடங்குகிறது. அவர்களுக்கும் உணவு மறுக்கப்படுகிறது. நாளுக்கு நாள் அவர்களது வாழ்வுரிமை மறுப்பு அதிகரித்துக்கொண்டே இருக்கிறது.

ஏழைமக்களுக்கான வாழ்வாதார உரிமை, நில உரிமை அளிக்கும் திட்டம் தயாரிக்கப்படுமானால் அது பெட்ரோல் சார்பைக்குறைக்கும் தொலைநோக்குத் திட்டமாகவும் இருக்கும். பருவப்பிறழ்வைத் தடுக்க உதவுவது, இயற்கைப் பேரிடர் நிகழாமல் தடுக்கவும் உதவும். ஏழ்மை, சமவாழ்வு, சிறிய நுட்ப மட்டம் வரையிலும் செல்லும் நீதி ஆகியவற்றில் காட்டப்படும் அக்கறை பெட்ரோலற்ற காலம் குறித்தும், பருவநிலை தடுமாற்றம் குறித்தும் காட்டப்படும் அக்கறையாக இருக்கும்.

இந்த மண்ணுடன் இயங்கும் போது நாம் இயற்கையின் ஓர் அங்கம் என்ற எண்ணத்துடன் மனிதர்கள் படைப்பூக்கத்துடன் இயங்க வேண்டி உள்ளது. மனித ஆற்றலும் அறிவும் மண்ணைப் பாதுக்காக்கும் அக்கறை கொண்டதாக, அது பாலையாக மாறிவிடக்கூடாது என்பதை அடிப்படையாகக் கொண்டிருக்க வேண்டும். மனிதன் நாகரீகம் பெற்ற பல காலகட்டங்களில் இந்த எண்ணத்தின் வேர்களை இழந்து கொண்டு வந்துள்ளான். மண்ணின் வளத்தை மீட்டுருவாக்கம் செய்வது உணவு உற்பத்திக்கும், உணவுப் பாதுகாப்பிற்கும் அதி அடிப்படையான ஒன்று. மனிதன் உட்பட அனைத்து உயிரிகளின் நிலைத்த வாழ்விற்கும் நிலத்தின் வளமையைத் தவிரவேறு மாற்று இல்லை. அத்துடன் இந்தப் புத்தகத்தில் நான் காட்டுவது நாம் இந்த மண்ணில் வாழ்வதுடன் பருவநிலை, ஆற்றல், உணவு என்ற மூன்று நெருக்கடிகளுக்கும் நிரந்தரத்தீர்வு காண உழைக்க வேண்டும். நம்முடைய ஐ பாடில் எத்தனை பாடல்கள் இருக்கின்றன, நம் தாழ்வாரத்தில் எத்தனை கார்கள் நிற்கின்றன அல்லது நம் அலமாரிகளில் எத்தனை புத்தகங்கள் இருக்கின்றன என்பதெல்லாம் ஒரு விசயமேஇல்லை. சூரிய ஆற்றலை ஏற்கும் எத்தனை தாவரங்களை நட்டிருக்கிறோம் என்பதில் இருந்து தான் எல்லாமே வேர்விட்டிருக்கும். மண்ணில் வளம் இல்லை என்றால் என்ன வாழ்க்கை இது?

உலகின் வாழ்க்கை பெட்ரோல் சார்பிலிருந்து மண்சார்ந்ததாக மாறும் என்றால் அது பொருளாதாரம், அரசியல், கலாசாரம் என பன்முகத்திலும் பரிமாணம் அடையும்.

முதலாவதாக பெட்ரோல் சார்ந்து இயங்கும் உலகப் பொருளாதாரம் பெருநிறுவனங்களுக்கு மானியவிலையில் எண்ணெயையும், உதிரிலாபத்தையும் அளிக்கிறது. அதை மாற்றத்தகுந்த ஆற்றல் வலைப்பின்னலுக்குள் இயங்கச்செய்தால் பருவநிலை மாற்றங்கள் சீராகும். பொருளாதாரம் உள்ளூர் சார்ந்ததாக மாறும். உள்ளூர் சார்ந்த துடிப்புமிகுந்த பொருளாதாரம் நிஜத்திலும், படிமமாகவும் மண்ணில் வேர்பற்றி நிற்கும். உள்ளூர் மயப்பட்ட பொருளாதாரம் நம்அனைவருக்குமான வாழ்க்கைச் சூழலை நலமாக்குவதுடன் சூழலியல் கேடுகளையும் குறைக்கும். மண்ணில் வேர்பற்றிய பொருளாதாரம் மக்களின் வாழ்வை இன்றைக்கும் இனி என்றைக்கும் இயற்கை சார்ந்து இயங்கும் சக்தியாக மாற்றும். மக்களின் செல்வாதாரம் பணமாக இருக்காது ஆனால் வாழ்வே செழிப்பான ஒன்றாக இருக்கும்.

இரண்டாவதாக வாழ்க்கை பெட்ரோல் சார்பிலிருந்து மண் சார்ந்ததாக மாறும்போது அதன் அரசியல் தன்மையும் மாறும். அது ஜனநாயகப் பூர்வமற்ற இன்றை அரசியல் கட்டுமானத்தை உடைக்கும். ஜனநாயகப்பூர்வமானதாக

மாற்றும். உலகமயப் பொருளாதாரம் சமூகத்தின் மீது திணித்துள்ள பெட்ரோல் சார்ந்த உள்கட்டுமானம் விவசாயத்தை தம் வாழ்க்கையாகக் கொண்டிருந்த மக்களை, காலங்காலமாக மண்ணில் வேர் பதித்து வாழும் மக்களை மிகப்பரந்த அளவில் நிலத்தில் இருந்து பெயர்த்துப் போடுவதைத் தனது அடிப்படைப் பண்பாகக் கொண்டுள்ளது. மையம் சிதைக்கப்பட்ட ஜனநாயகம் உள்ளூர்ச் சமூகத்திற்கு அதிகாரத்தைப் பரவலாக்கி உருவகமாகக் கூறுவதானால் அது தன் வேர்களை மண்ணில் ஆழமாகப் பாய்ச்சி நிற்கும். டேவிட் போஸஸர் எழுதுகிறார் - நுகர்வுமய ஜனநாயகம் உலகமய வர்த்தகம் எனும் புல்டோசருக்கு வழிகாட்டியாக இருக்கிறது. நுகர்விய ஜனநாயகம் பொருளாதார வல்லாண்மையுடன் கைகோர்த்த போலி ஜனநாயகம். அது உண்மையான ஜனநாயகம் என்னும் மண்ணை மலடு ஆக்குகிறது. மெய்யான ஜனநாயகம் தாவரங்களைப்போல மண்ணில் வேரூன்றி வளர வேண்டும். அது மக்கள் பங்கேற்பு எனும் உரத்தைச் செரித்து வளர வேண்டும்.

மூன்றாவதாக எண்ணெய்ச் சார்பில் இருந்து மண்சார்பிற்கு மாறுவது என்பது ஒரு கலாசார மாற்றம். உறைந்து போன நுகர்வியத்தில் இருந்து துடிப்பு மிகுந்த சீரமைப்பிற்கு நம்மை தயார்படுத்திக் கொள்வதாகும். பொருத்தமான இடத்தில் இருந்து கொண்டு இயற்கையுடன் இணைந்த சகபடைப்பாக, சகதயாரிப்பாக இருத்தல் ஆகும். பெரும் ஷாப்பிங் மால்களும், சூப்பர் மார்க்கெட்டுகளும் நுகர்வியத்தின் பன்னாட்டு நிறுவனங்களால் நமக்குக் கோவில்களாக மாற்றப்பட்டு அவை நமது இயங்கு சக்தியை நாமே அழித்துக் கொள்ளும் போதைக்குள் நம்மை ஆழ்த்துகின்றன. நமது சூழலியல் உரிமைகளைப் பறிக்கின்றன. நான் இந்தப் பெருநிலத்தின் குடி என்ற பெருமிதத்தையும் இம்மண்ணைக்காப்பது என்கடமை என்ற பொறுப்புணர்வையும் நம்மிடமிருந்து பறித்து வருகின்றன. இந்த மண்ணைக் கேளுங்கள் நமக்கு மெய்யாகவே என்ன தேவை என்பதைச்சொல்லும், அது தரும். இந்த மண்ணைக் கேளுங்கள் அது தனக்கு என்ன வேண்டும் என்பதைச்சொல்லும், உங்களிடமிருந்து ஒரு தாயைப்போல நயமாகப் பெற்றுக்கொள்ளும். இன்றும் உலக மனித குலத்தில் பாதிப்பேர் இந்த மண்ணில் தான் விவசாயிகளாக வாழ்கின்றனர். மண் அவர்களுக்கு பாதுகாவலனாக இருக்கிறது. ஆனால் உலகமயப்பொருளாதாரத்தால் மனிதன் மண்ணில் இருந்து வன்மமாக அகற்றப்படுகிறான். மண் என்பது இன்னொரு கலாசாரத்தின் குறியீடு. அது துன்புறுத்தாமையைத் தனது பண்பாகக் கொண்டுள்ளது. அது நிலைத்த வாழ்வளிப்பதைப் பண்பாகக் கொண்டுள்ளது. அதன் பண்பு கண்ணியமான உழைப்பை நம்மில் இருந்து எடுப்பது. மண்ணின் உயிர்ப்பான கலாசாரமானது நாளும் நமக்குப் புத்துயிர் தந்து பாதுகாத்துப்பேணுவது.

மூன்று நெருக்கடிகளும் திரண்டு மூன்று சாத்தியங்களின் கூறுகளை நமக்கு வழங்குகின்றன - உயிர்ப்பான பொருளாதாரம், யாருக்கும் கிடைக்கும் ஜனநாயக அதிகாரம், வாழ்வியல் கலாசாரம். மண்ணின் ஜனநாயகம் என்பது வளமான மண்ணே மனிதனின் கற்பனையை, மனித செயல்பாடுகளை வடிவமைத்து வளர்த்தெடுப்பது.

பெட்ரோல் யுகம் என்பது மூலதனக்குவிப்பின் குறியீடு. சூழலியற்கேடுகளால், மீட்கமுடியாத வளங்களின் அழிமானத்தால், ஏற்றத்தாழ்வுகளால், நீதிக்குப்புறம்பாக வன்முறையாலும், போர்களாலும் மையப்படுத்தபட்ட அதிகாரம் கொண்ட அரசாங்கத்தைக் கொண்டது. மண் யுகம் என்பது கயாவின் குறியீடு. பன்மையை, விரிந்த ஜனநாயகத்தை, நீதியை, நிலைத்தன்மையை, அமைதியை அனைவருக்குமாக மலரச்செய்வதன் குறியீடு.

நாம் பெட்ரோல் சார்பில் இருந்து விடுபட்டு மண்சார்ந்த ஜனநாயகப்பாதையில் போக இருக்கிறோமா அல்லது அழிவுப் பாதையைத் தேர்வு செய்யப் போகிறோமா? ஏழைமக்கள், சாமானியர், புறக்கணிக்கப்பட்டவர்கள், ஒதுக்கப்பட்டவர்கள், விளிம்பு நிலை மக்கள், பெரும்பகுதி மக்களின் வாழ்வு இன்று அச்சுறுத்தலுக்கு உள்ளாகி இருக்கிறது. நுகர்வியம் வழங்கியுள்ள சாத்தியங்களைப் பயன்படுத்தி பெரும்பகுதி மக்களை மேலும் புறந்தள்ளி, குறுகிய காலத்தில் சுயலாபங்களைப் பெருக்கிக் கொள்ளப் போகிறோமா? ஆனால் புறக்கணிக்கப்பட்ட மக்களின், கயாவின் பழி வாங்கலின் எதிரில் எத்தனை சக்தி படைத்தவர்களும், எவ்வளவு பெரிய பணக்காரர்களும் தாக்குப்பிடிக்கும் வலிமை கொண்டவர்கள் அல்லர். நாம் நீதியின் பக்கம், உலகைப்பாதுகாப்பதன் பக்கம், அமைதியின் பக்கம் கைகோர்த்து நிற்கப்போகிறோமா? அல்லது அதற்கு எதிராக சூழலியல்கேட்டினை உருவாக்குபவர்கள், சமூகக் கொந்தளிப்பை, முரண்பாடுகளை உருவாக்குபவர்கள் பக்கம் நிற்கப்போகிறோமா? "எண்ணெய் மற மண்ணை நினை" சூழலியல் கேட்டிற்கு, மனிதக் கொடுமைகளுக்கு எதிரான செயல் திட்டத்தை இங்கே முன்வைக்கிறது. நாம் இந்த உலகை, மனித குலத்தை அதன் எதிர்காலத்தை மீட்டெடுக்க வேண்டிய கட்டாயத்தில் இருக்கிறோம்.

அத்தியாயம் 1

பருவநிலைப் பிறழ்வின் அரசியல் சூழலியல் ஏகாதிபத்தியமும், புவி ஜனநாயகமும்

பருவப் பிறழ்வு நிகழ்ந்துகொண்டிருக்கிறது. மனிதச் செயல்பாடுகளின் விளைவாக 1750இல் இருந்து பூமியின் வெப்பம் உயர்ந்து கொண்டே வந்துள்ளது என்று உலகளாவிய அரசாங்கப் பிரதிநிதிகள் கொண்ட அணி ஒன்று ஏற்றுக்கொண்டுள்ளது. மானுடப் பாரம்பரியப் பின்னணியில் பருவநிலையில் மாற்றம் 66 சதவீதத்தில் இருந்து 90 சதவீதத்திற்கு உயர்ந்து விட்டது. 130 நாடுகளில் இருந்து பங்கேற்ற 2500 விஞ்ஞானிகளும் அரசாங்கப் பிரதிநிதிகளும் விடுத்த 2007அறிக்கையில் மனிதனால் உருவாக்கப்பட்ட பருவநிலை மாற்றத்தால் பூமியில் உயிர்களின் வாழ்க்கை அச்சுறுத்தலுக்கு உள்ளாகி இருக்கிறது என்று கூறப்பட்டுள்ளது. மேற்படி அறிக்கை பருவமுறையில் ஏற்பட்டுள்ள வெப்பம் அசாதாரணமானது. சமீபத்திய ஆதாரங்களை வைத்துப் பார்க்கும்போது, புவிக் கோளத்தின் காற்று மண்டலத்திலும், கடல் மேற்பரப்பிலும் உயர்ந்துள்ள வெப்பத்தால் பனிப்பொழிவும், பனிக்கட்டிகளும் உருகி கடல் மட்டம் உயர்ந்து வருகிறது.

பசுமைக்குடில் வாயுக்கள் மூலமாக காற்று மாசுபட்டு அதன் விளைவால் பருவமுறை சுழற்சியில் பிறழ்வு

ஏற்பட்டுள்ளது. வரலாற்றிற்கு முந்தைய காலம்தொட்டே புவிக்கோளத்தில் கழிவின் அளவு அதிகரித்துக் கொண்டே இருக்கிறது. அதன் சராசரியில் 1970இல் இருந்து 2004க்குள்ளாக திடீரென 70 சதவீதம் உயர்ந்துள்ளது. உயிரிக்கூறான பசுமைக்குடில் வாயுவில் முக்கியமானது கரியமில வாயு. அதன் ஆண்டுக்கழிவு கிட்டத்தட்ட இரண்டு மடங்கு கடந்த கால் நூற்றாண்டில் உயர்ந்துள்ளது. இந்த அதிகரிப்பில் பெரும்பங்கு மின்சாரம் போன்ற ஆற்றல் தயாரிப்பு மூலமாகவும், போக்குவரத்து மூலமாகவும், தொழிற்சாலைகளில் இருந்தும் வெளியிடப்படுவதாகும். பசுமைக்குடில் வாயுவில் முக்கியமான மற்ற சிலவற்றில் குறிப்பிடத்தகுந்தது மீத்தேன், நைட்ரிக் ஆக்ஸைடு.

ஆயிரக்கணக்கான ஆண்டு பனிப்பாறைகளைக் கணக்கிட்டு விஞ்ஞானிகள் வரலாற்றுகால மாசுபாட்டு அளவினை தீர்மானித்துள்ளனர். தொழிற்சாலைகள் தோன்றுவதற்கு முந்தைய காலத்திற்கும் இப்போது 2005க்கும் இடைப்பட்ட வளிமண்டல அடர்த்தி சுமார் இரண்டு மடங்கு உயர்ந்துள்ளது. இதே காலகட்டத்தில் மீத்தேன் அடர்த்தியும் மூன்று மடங்கிற்கு மேலாக உயர்ந்துள்ளது. விவசாயத்திற்குப் பயன்படுத்தும் வேதி உரங்களில் இருந்து வெளியாகும் நைட்ரிக் ஆக்ஸைடு அளவும் உயர்ந்து வருகிறது.

வளிமண்டல மாசுபாட்டின் விளைவுகளை இப்போதே உணரமுடிகிறது. 1850இல் தொடங்கி தசாப்த சராசரிக் கணக்கில் உலகின் உயர்வெப்ப அளவைத்தொட்ட மொத்தப் பதினோரு ஆண்டு உயர் அளவையும் கடந்த 13 ஆண்டுகள் கடந்து விட்டது. சராசரி வெப்ப உயர்வால் உருகும் பனிஅளவும் உயர்ந்து கடல்மட்ட உயர்விற்கு இட்டுச்சென்றுள்ளது. சராசரி கடல்மட்ட உயர்வு கடந்த அரை நூற்றாண்டில் ஒன்றரை மடங்கு அதிகரித்துள்ளது.

துணைக்கோள்கள் அளிக்கும் புள்ளி விபரங்களின்படி 1978 தொடங்கி ஒவ்வொரு பத்தாண்டுகளும் 2.7 சதவீதம் ஆர்டிக் பனிப்பிரதேசம் சுருங்கி வருகிறது. உலக அளவில் பனிப்பொழிவும் பனிபடிதலும் குறைந்து பனி உருகுதல் அதிகரித்து வருகிறது. இரண்டு கிலோமீட்டர் உயரத்தில் 1.3 மில்லியன் சதுர கிலோமீட்டர் பரவியுள்ள பனித்தகடு உலகின் சராசரி வெப்பநிலை 1.9இலிருந்து 4.6 டிகிரி உயர்ந்தால் கடல் மட்டம் 7 மீட்டர் உயரும். அதன் விளைவால் கடற்கரைப் பிரதேசங்களில் வசிக்கும் மக்களும் தீவுகளில் வசிப்போரும் இடம்பெயர்ந்து கற்பனைக்கு எட்டாத துயரங்களை மனிதர்கள் அனுபவிக்க நேரும்.

இப்போது பனிப்படலங்கள்தாம் உலகின் அனேக ஆறுகளுக்கு நீர்

ஆதாரமாக இருக்கின்றன. நாளை அவை முற்றாக மறைந்து விடுமானால் ஆறுகளும் வறண்டுவிடும்.

பருவநிலை மாற்றத்தின் விளைவுகள்

பருவநிலை பிறழ்ச்சி எதிர்காலத்திற்கான பிரச்சனை மட்டுமல்ல. அதன் விளைவுகளை எங்கும், ஒவ்வொரு நாளும சந்தித்துக்கொண்டிருக்கிறோம். அதன் விளைவால் பெருவெள்ளம், மிகு வறட்சி, வெப்பப்புயல் போன்ற அனைத்தும் நாம் இதுவரை காணாத உச்சஅளவில நிகழும். இந்த உயர்வின் விளைவுகள் இப்போதே தொடங்கிவிட்டன. அதன் அழுத்தத்தில்தான் அடிக்கடி சூறாவளிகளும் பெரும் புயல்களும் வீசிக்கொண்டிருக்கின்றன. ஒரிசா சூப்பர் சைக்ளோனால் 1998இல் ஆசியா தாக்கப்பட்டது. அதில் 30,000 பேர் உயிரிழந்தனர். 2007இல் சிதர் புயல் பங்களாதேசைத் தாக்கியபோது மணிக்கு 260 கிலோமீட்டர் வேகத்தில் காற்று வீசியது. 4400 பேர் உயிரிழந்தனர். 4 மில்லியன் மக்கள் வீடிழந்தனர். 2008இல் மியன்மாரைத் தாக்கிய புயல் அந்நாட்டையே துடைத்து எறிந்து விட்டது. 84ஆயிரம் பேர் உயிரிழந்து, 54ஆயிரம் பேர் காணாமல்போயினர்.

பருவநிலை மாற்றத்தின் தொடர்வில்தான் 2005 ஆகஸ்டில் கல்ப்கோஸ்டில் ஹரிகேன் கேத்ரினா தாக்கியதில் அப்பகுதி நிர்மூலமானது. புயலின் வேகத்தில் அனைத்தையும் சிதைத்து விடுகிறது. புவிக்கோள அளவில் முந்தைய பதினைந்து ஆண்டுகளை விட கடந்த பதினைந்து ஆண்டுகளில் புயல் வீசும் காலகட்டமும், அதன் வேகமும் அதிகரித்துள்ளன. ஐரோப்பாவில் 2003இல் வீசிய வெப்ப அலையில், பிரான்ஸில் மட்டும் 13 பேர் உட்பட மொத்தம் 50 ஆயிரம் பேர் இறந்தார்கள். இங்கிலாந்தில் தொள்ளாயிரம், 1300பேர் போர்ச்சுகலில், 8600பேர் ஸ்பெயினில், 4600பேர் நெதர்லாண்டில், பல ஆயிரக்கணக்கில் ஜெர்மனியில், ஸ்விட்சர்லாண்டில் என மக்கள் மடிந்துபட்டனர்.

வழக்கத்திற்கு விரோதமாக யாரும் எதிர்பாராமல் 2008இல் சீனாவில் பனிப்புயல் வீசியது. 60 செமீ உயரத்திற்கு பனிப்படிவம் சின்ஜியாங் பகுதியில் படிந்தது. பனியில் வீடுகள் சிதைந்து போனதால் ஒரு லட்சம் மக்கள் இடம்பெயர வேண்டியதாயிற்று. இப்பகுதியில் நிலவிக் கொண்டிருந்த வெப்பநிலை மைனஸ் டிகிரிக்கும், 43 டிகிரிக்கும் ஏற்ற இறக்கமாக இருந்ததால், இருபத்தியோரு பேர் உயிரிழந்து பல்லாயிரக்கணக்கான மக்களுக்கு பனி வெடிப்பு ஏற்பட்டது.

அதிகபட்சமான வறட்சியும், அதிகபட்சமான வெள்ளமும் அடிக்கடி நடக்கும் புயல்வீச்சும் பசுமைக்குடில் வாயுக்கள் உயர்ந்ததின் விளைவேயாகும்.

புவிக்கோள வெப்ப உயர்வினால் இமயமலைப் பனிமுகடுகள் ஏற்கனவே உருகத்தொடங்கி விட்டன. பின்டாரி பனிப்படலம் ஆண்டிற்கு பதின்மூன்று மீட்டர் உருகி ஓடுகின்றது. கங்கை ஆற்றின் நீராதாரமான கங்கோப் பனிமுகடும் ஆண்டிற்கு 30 மீட்டர் வேகத்தில் உருகி ஓடுகின்றது. பதின்மூன்று ஆண்டுகளில் ஒருகிலோமீட்டரில் மூன்றில் ஒருபங்கு காணாமற் போய்விட்டது. அடுத்த சில தசாப்தங்களில் இமாலயத்தின் மொத்தப் பனிமலைகளும் உருகி அங்கே பனிப்படலங்களே இல்லை என்றநிலை வந்துவிடும். கோடையில் வற்றாத ஆறுகளும் வற்றி வறட்சியும், வெப்பமும் மேலும் அதிகரிக்கும்.

அடுத்த ஐம்பது ஆண்டுகளில் மத்திய இந்தியாவில் பெய்யும் உயர்மழையின் அளவும், காலநெருக்கமும் அதிகரிக்கும். கடந்த அரை நூற்றாண்டில் பருவமழைக் காலத்தில் பெய்த மழையின் அளவு மத்திய இந்தியாவில் மிகவும் அதிகரித்துள்ளது. ஒரே நாளில் பத்து செண்டிமீட்டர் அல்லது அதற்கு அதிகமான அளவு கூடப்பெய்துள்ளது. ஒவ்வொரு பத்தாண்டுகளுக்கும் இந்த அளவு கூடிக்கொண்டே போய், கடந்த அரை நூற்றாண்டில் ஒரு நாளில் பெய்யும் மழையின் அளவு கிட்டத்தட்ட இரண்டு மடங்காகி உள்ளது. இந்தப் பெரும்போக்கின் ஆய்வுகளை புனேயில் உள்ள இன்ஸ்டிடியூட் ஆப் டிராபிக்கல் மெட்ரோலாஜி ஆய்வு நிறுவனம் பருவநிலைப்பிறழ்வு வெளிப்பாட்டுடன் பொருத்தி ஆய்வு செய்கின்றனர்.

மழைப்பொழிவு அதிகரித்து வரும் அதே சூழலில் வறட்சியும் கடுமையாகி உள்ளது. மத்திய இந்தியாவில் உத்திரப் பிரதேசத்திற்கும் மத்தியப் பிரதேசத்திற்கும் இடைப்பட்ட பண்டல்கண்ட் பகுதியில் கடந்த ஐந்து ஆண்டுகளாக ஆண்டுப்பொழிவு 1000 மி.மீ என்பது குறைந்து, வெறும் 350 மி.மீ இலிருந்து 500 மி.மீ மழை மட்டுமே பெய்துவருகிறது. இந்த அளவும் ஆண்டு முழுதும் பரவலாகப் பெய்யாமல் சிலநாட்களிலேயே பெய்து முடிந்து விடுகிறது. மழையின் தீவிரம் வெள்ளமாக மாறி, பயிர்களுக்கு உதவும் தன்மையாக இல்லாமல், உயிர் ஆதாரமாக இல்லாமல் வெறுமேன கொட்டிவிட்டுப்போகும் துயரமான ஒன்றாகி விட்டது.

இப்போது இப்பகுதியில் நிலவும் வறட்சிப்பருவம் நீடிப்பது வரலாற்றுப் பதிவான கொடுமையாக இருக்கிறது. பண்டல்கண்ட் பகுதி கடந்த இரண்டு நூற்றாண்டுகளில் 12 ஆண்டுகள் மட்டுமே வறட்சி கண்டது.

ஆனால் இப்போது ஐந்து ஆண்டுகளும் தொடர் வறட்சி நீடிக்கிறது.

பண்டல்கண்ட் பகுதியில் 75சதவீத மக்கள் விவசாயம் சார்ந்தவர்கள். அதிலும் 80சதவீதமானோர் சிறு குறு விவசாயிகள். அடுத்தடுத்த கடும் வறட்சியினால் கிட்டத்தட்ட விவசாயம் முற்றிலும் நிறுத்தப்பட்டு விட்டது. பூட்டபட்ட வீடுகள் சாதாரணமாகக் காணக்கிடைக்கும். உ.பியின் ஏழுமாவட்டங்கள் உள்ளடங்கிய பண்டல்கண்ட் பகுதியில் கடந்த ஐந்து ஆண்டுகளில் சாகுபடி பொய்த்துப்போனதால் கடன் தொல்லையால் 400க்கும் மேற்பட்ட விவசாயிகள் தற்கொலைசெய்து கொண்டனர். பட்டினிச்சாவுகளும் பதிவாகி உள்ளன.

பண்டல்கண்ட் வாசியான எண்பத்தைந்து வயது முதியவர் ராம்கில்வான் “நான் இதுபோன்ற வறட்சியை என் வாழ்நாளில் பார்த்ததில்லை” என்று கூறுகிறார். அவருக்கு ஒரு ஏக்கர் நிலம் இருக்கிறது. அதில் உற்பத்தியாகும் 75,000 மதிப்புள்ள வருமானம் அவருடைய குடும்பம் முழுமைக்கும் போதுமானதாக இருந்தது. ஐந்தாண்டுகாலப் பஞ்சம் அவருடைய வாழ்வாதாரத்தையும், அவருடைய குடும்பத்தையும் அவரிடம் இருந்து பறித்து விட்டது.

ஐந்தாண்டு வறட்சி என்றால் சாகுபடி இல்லை. உணவு இல்லை. உணவு இல்லை என்றால் உடலுக்குச்சத்து இல்லை. பட்டினி. மக்கள் வெறும் உப்பு ரொட்டியும் வெங்காயமும் வைத்து உண்கின்றனர். பருப்பு, பால், காய்கறி வகைகள் உண்பதற்கு நினைத்துப்பார்க்க முடியாத ஒன்று. வறட்சிக்கு முன்னர் அவர்கள் உணவில் சக்ச் எனப்படும் மோர் அபரிமிதமான பங்கு வகிக்கும். வறட்சியால் கால்நடைகளுக்கு தீவனம் இல்லை. மக்கள் உணவில் பால் பொருட்கள் இல்லை. நவதான்யா எனும் தொண்டு நிறுவனத்தின் கள ஆய்வில் பண்டல்கண்ட் பகுதியில் 95% மக்களுக்கு உண்பதற்குப் போதிய உணவு இல்லை என்பது தெரியவந்துள்ளது.

- ⋆ தெற்கு ஆசியாவில் 2007இல் கடந்த முப்பது ஆண்டுகள் இல்லாத மழைப்பொழிவின் வெள்ளத்தால் 1900 மக்கள் இறந்து போனார்கள். இந்தியாவில் பிகாரில் 12 மில்லியன் மக்கள் வீடிழந்தார்கள். இந்தியா முழுதும் 20 மாநிலங்களில் 30 மில்லியன் மக்கள் வீடிழந்தார்கள். அந்த ஜூன் ஆகஸ்ட் மாதங்களில் இறந்தோரின் எண்ணிக்கை 1500. கால்நடைகளின் இழப்பு 65000, மொத்த இழப்பீட்டு மதிப்பு 12 பில்லியன்.

- ⋆ 2005 ஜூலை 26 அன்று மும்பையில ஒருநாள் மட்டும் பெய்த மழையின் அளவு 24 செமீ. இருபத்தைந்து பேர் காரோடு இழுத்துச்

செல்லப்பட்டனர். வெள்ளத்தால் 100 பேர் கொல்லப்பட்டனர். பொதுப்போக்குவரத்து சிதைந்து போனது. 5000 ராணுவத்துருப்புகள் நிவாரணப்பணிகளில் ஈடுபட்டன. பொருளாதார இழப்பு மதிப்பு ஒரே நாளில் 17 பில்லியன்.

★ ராஜஸ்தானின் தார்ப்பாலை நகரமான ஜெய்சால்மரில் ஆண்டு மழைப்பொழிவு 165 மி.மீ. அது 2005இல் 148 ஆக இருந்தது. அரசாங்கம் வறட்சிப்பகுதியாக அறிவிக்க வேண்டி வந்தது. ஆனால் அடுத்த ஆண்டில் ஆகஸ்டு மாதம் அதே ஜெய்சால்மரில் 411மி.மீ மழைபொழிந்தது. அதில் 207 மி.மீ மழை மூன்றே மணிநேரத்தில் கொட்டித்தீர்த்தது. பார்மர்ப் பகுதி ஆண்டிற்கு 277 மி.மீ மழைபெறும். ஆனால் அந்த ஆண்டு 36 மணி நேரத்தில் 700 மி.மீ மழைபெய்தது. அது 800 கிராமங்களை நாசமாக்கி 20 இலட்சம் மக்களுக்கு பாதிப்பு ஏற்படுத்தியது. பாலைநிலம் வெள்ளத்தில் உருண்டோட உலகத்தில் மழைக்குப் பெயர்பெற்ற சிரபுஞ்சி வறட்சியில் தாக்குண்டு கிடந்தது.

பருவநிலை மாற்றத்திற்கும் சிரபுஞ்சி, இராஜஸ்தான் மக்களுக்கும் எந்தத்தொடர்பும் இல்லை. ஆனால் அதன் கொடுமைகளை ஒருபாவமும் அறியாமல் அனுபவிக்கின்றனர். பருவநிலை மாற்றத்தின் தாக்கம் எதிர்காலத்தில் வெகுதொலைவில் இல்லை. அது இப்போதே துவங்கி விட்டது.

சூழலிய - பேரதிகாரமும்
பருவநிலைப் பெயர்விற்கு தவறான, தற்காலிகத் தீர்வுகளும்

கடந்த இரண்டு நூற்றாண்டுகளாக தொழில்மய நாடுகள் பெட்ரோல் ஆற்றலைச் சார்ந்திருந்ததன் விளைவாக பருவநிலை நெருக்கடி ஏற்பட்டுள்ளது. தொழில்மயம், பெட்ரோல் பொருளாதாரத்திற்கு மாறியிருப்பது உண்மையே. துரதிருஷ்டவசமாக தொழில்மயம் தான் வளர்ச்சி என்று நம்மால் புரிந்து கொள்ளப்பட்டிருக்கிறது.

உயிரியல் ரீதியாக வளர்ச்சி என்றால் சுயசிந்தனை, சுய முறைமை, சுயஒருங்கமைவு என எல்லாம் தனக்குள் பரிணாமம் பெறுவது. சிலிநாட்டு அறிவியலாளர் உம்பர்டோ மாட்சுரானா, பிரன்சிஸ்கோ வெர்லா முன் வைக்கும் அர்த்தத்தில் ஒரு அமைப்பு தன்னெழுச்சி அமைப்பாக சுய ஒருங்கமைவும், சுயமாக புத்தாக்கம் செய்து கொள்வதுமே வளர்ச்சி எனப்பொருள்படும். தன்னெழுச்சி என்பது உயிர் ஆற்றலை அல்லது முடிவில்லாத ஆற்றலை அடிப்படையாகக் கொண்டதாகும். அதே

கருத்தோட்டத்தை பொருளாதாரத்துறைக்குப் பொருத்தினால், அது உயிரிப்பன்மைக்கும், கலாசாரப்பன்மைக்கும் இட்டுச்செல்லும். வளர்ச்சியானது மனிதகுல நல்இருப்பையும், நலவாழ்வையும் மேம்படுத்துவதுடன் ஆற்றலைகளையும் மூல ஆதாரங்களையும் பாதுப்பதாக இருக்கும்.

ஆனால் துரதிருஷ்டவசமாக பொருளாதாரத்தில் இதற்கு எதிரான பொருள் கொள்ளப்படுகிறது. இப்போதைய பொருளாதாரம் வெளித்தூண்டல் மூலமாகத்தான் வளர்ச்சி காணமுடியும். சுய ஒருங்கிணைப்பையும், சுய முறைப்பாடுகளையும் அது தேக்கம் என்றே கருதுகிறது. வெளி உள்ளீடுகளையும், வெளி ஆதாரத்தையும், பணத்தையும் பொருளாதாரத்திற்குள் இட்டு நிரப்புமாறு வலியுறுத்துகிறது. இயற்கையான வாழ்க்கை முறைகளையும், உயிர்ப்பான சமூகத்தையும், உயிர்ப்பான கலாசாரத்தையும் இயந்திரப்படுத்துமாறு நெருக்குகிறது. அல்லது மாட்சுரனா மற்றும் வரேலாவின் தத்துவப்படி வெளிஆற்றல்களைக் கொண்டு எதிர் எழுச்சி (அல்லது உட்புழுங்குதல்) செய்யுமாறு தூண்டுகிறது. ஆற்றல்ரீதியாகப் பார்த்தால் புற ஆற்றலை அடிப்படையாகக் கொள்ளச் செய்கிறது. தன்னெழுச்சி அல்லது முடிவுறாத இயக்கத்திற்கு வெளி ஆற்றலை உள்ளீடாகத் தரவேண்டிய அவசியம் இல்லை. அவை சுய திரட்சியையும், சுய இயக்கத்தையும் தன்னகத்தே கொண்டுள்ளது. அவையே பெட்ரோல் தீர்ந்துபோய்விடுகிற எதிர்காலத்திற்கான ஆற்றல் வடிவமாக நிலைபெற இருக்கிறது.

சுயசார்புச் சமூகங்கள் பொதுவர்த்தத்தில் கூறப்படும் வளர்ச்சி என்று கூறப்படுகிறவற்றின் மீது எச்சரிக்கை உணர்வுடன் இருக்கிறது. பெருமளவில் பழங்குடியினர் வசிக்கும் ஜார்கண்ட் மாநிலத்தில் சுவர்சரேகா ஆற்றின் குறுக்கே அணைகட்டும் திட்டத்திற்காக மக்களை இடம்பெயரச் செய்யப்படுபவர்கள் மத்தியில் சில ஆண்டுகளுக்கு முன்னர் வேலைகளில் ஈடுபட்டிருந்தேன். அணைகட்டுவதை வளர்ச்சி என்று கூறும்போது நிடிமாய் என்ற பழங்குடிப் பெண்மணி கூறியது: *மக்கள் தங்கள் உரிமைகளை அனுபவிப்பதே உண்மையான வளர்ச்சி பிறர் ஏதோ சில பலன்களைப் பெறுகிறார்கள் என்பதற்காக எங்கள் உரிமையை நாங்கள் விட்டுத்தருவதற்கு இல்லை. நாங்கள் விரும்புவது வளர்ச்சியை, அழிமானங்களை அல்ல.*

வளர்ச்சி என்றால் என்ன என்பதற்கு வெளியாட்கள் கூறும் பொருளை ஏற்றுக்கொள்ள முடியாது. தன்எழுச்சிக்கு எதிரானவைகளை சமூகங்கள் தானே தன்பலன்களை தனது சக்தியை இழந்து தன்முடிவை எட்டுவதற்கானவற்றை காலனியவாதிகள் திணிப்பதை வளர்ச்சி என்று கருத முடியாது. தம்மைப் பொருத்தமட்டில் எது வளர்ச்சி என்பதை

உள்ளூர் சமூகம் தான் தீர்மானிக்க வேண்டும், முடியும். சில்லறை விற்பனை உயர்வதைத்தான் சாலை வியாபாரிகள் வளர்ச்சி என்று கருதுவர். வால்மார்ட் விற்பனையை வளர்ச்சி என்று கருத முடியாதது மட்டுமல்ல அதை எதிர்ப்பது தான் அவரது வாழ்வுரிமை. விவசாயிகள் சிறப்புப்பொருளாதார மண்டலங்களை எதிர்ப்பதும், பழங்குடி மக்கள் சுரங்கங்களை எதிர்ப்பதும் தான் அவர்களைப் பொருத்தமட்டில் மெய்யான வளர்ச்சி. வாகன விற்பனை அதிகரிப்பும், விவசாய நிலங்களை மனைகளாக்கி விற்பதும், சுரங்கங்கள் தோண்டுவதும் நீதிக்குப் புறம்பானவை. உள்ளூர்ச்சமூகத்தின் வாழ்வாதாரத்தைப் பறிப்பவை. இப்போது சுற்றுச்சூழலுக்கும் எதிரானதாக இருக்கிறது.

பெட்ரோல் வறண்டு, பருவநிலை மாறும் இன்றைய காலகட்டத்தில் வளர்ச்சி என்பதை தொழில்மயத்தில் இருந்து துண்டிக்க வேண்டிய கட்டாயத்தில் நாம் இருகிறோம். பெட்ரோல் பயன்பாட்டில் இருந்து வளர்ச்சியைத் தனித்துப் பார்க்கவேண்டி உள்ளது. உயிர் ஆற்றலுடன் இணைந்த உயிர்ப்பைப் பராமரிக்கும் முறையுடன் பொருத்திப் பார்க்க வேண்டியதாக இருக்கிறது. வளர்ச்சியை மண்ணுடன் இணைந்த ஒன்றாக பார்க்கவேண்டி இருக்கிறது. பருவநிலை மாற்றத்தைப் புறக்கணித்து விட்டு வளர்ச்சி குறித்து சிந்திக்க முடியாது. நாம் நம்மை இயற்கையுடன் இயைபு படுத்திக்கொள்ள வேண்டியுள்ளது. நாம் புதிய சமூக, சூழலியல் நீதியை நிறுவ வேண்டியுள்ளது.

சுயஒருங்கிணைப்பு, சுயஒழுங்குடன் கூடிய தன்னெழுச்சி முறையானது பன்முனைகளை உடையது. பலபரிமாணங்களைக் கொண்டது. அது பருவநிலைகளுடன் தம்மைப் பொருத்திக் கொள்ளக் கூடியது. சீர்கெட்ட பருவ நிலையையும் மேம்படுத்தக் கூடியது. இயந்திரங்களால் ஒருங்கிணைக்கப்பட்ட தொழில்முறையானது புறவயமாக வடிமைக்கப்பட்டது. அது ஒரே சீரான கட்டமைப்பு உடையது. ஒற்றைத்தன்மை உடையது. இயந்திரமயப்பட்ட முறை மற்றவைகளுடன் தன்னை இயைபு படுத்திக்கொள்ளாது. விடைப்பில் முறுக்கி ஒரு கட்டத்தில் நொறுங்கி விடக்கூடியது. ஒரு மரத்தின் கிளை உடைந்தால் தனக்குத்தானே சரிசெய்து கொண்டு மறுவளர்ச்சி பெறும். ஒருகாரின் பாகம் உடைந்தால் அது தனக்குத்தானே சரிசெய்து கொள்ள முடியாது. அதை மெக்கானிக்கிடம் எடுத்துச் சென்றால்தான் சீர்செய்ய முடியும்.

இயந்திரவியல் தொழில் முறையானது, வளிமண்டலத்தில் பசுமைக்குடில் வாயுக்களை அதிகரிக்கச் செய்கிறது. சமூகத்தின் இயற்கைச் சார்பைக் குறைத்து பருவநிலை மாற்றங்களுக்கான காரணியாக இருக்கிறது.

வளர்ச்சிக்கு உதவுவதாகக்கூறி உலகவங்கி தெற்கு உலகின் உணவு உற்பத்தியிலும், அதன் விநியோக முறையிலும், துணி உற்பத்தி முறையிலும் இன்னும் இதுபோன்ற அடிப்படைத் தேவைகளிலும் இயந்திரவியல் சூத்திரத்தை அமுல்படுத்துமாறு வற்புறுத்தியது. இப்போது அவை கட்டுமானத் திட்டங்களையும் அவர்களது விருப்பத்திற்கு ஏற்றவாறு திருத்தி அமைக்க நிர்பந்திக்கிறார்கள். சுதந்திர வர்த்தகம் என்ற பெயரில் உலக வர்த்தக நிறுவனம் தங்களது கட்டளைகளைப் பின்பற்றுமாறு பணிக்கிறார்கள். சுதந்திர வர்த்தகம் என்பது மூல ஆதாரங்களைச் சிதைப்பதற்கான சுதந்திரமாக, ஆற்றல்களை அழிப்பதற்கான சுதந்திரமாக சூழலை மாசுபடுத்தும் சுதந்திரமாகத் தான் இருக்கிறது.

உலகமயத்தின் விளைவால் ஆற்றல் நெருக்கடி, மூல ஆதார விரயம், உற்பத்தித்துறையில் பெட்ரோல் பயன்பாட்டில் இயங்கும் ஆலைகள், நுகர்வியம் அனைத்தும் இப்போது உலகமயப்பட்டிருக்கிறது. உலகமயம் என்பது நிலைத்தன்மை இன்மையை உலகமயமாக்கி இருக்கிறது. பன்னாட்டு நிறுவனங்களால் உற்பத்தி செய்யப்படும் பொருட்களை உலகம் முழுதும் எடுத்துச் சென்று குறைந்த விலைப்பொருட்களை அதிக லாபத்திற்கு விற்பதை உலகமயம் ஆக்கி இருக்கின்றனர்.

பருவநிலை மாறிய சூழலிலும் தங்கள் வியாபாரம் மிக நன்றாகவே நடப்பதாக பன்னாட்டு நிறுவனங்கள் கூறுகின்றன. நிலத்தின் வளங்களான நீர், நிலம், காற்று அனைத்தையும் தம்முடைய கட்டுப்பாட்டிற்குள் கொண்டுவருவதை நாளுக்கு நாள் அதிகரித்துக்கொண்டே இருக்கின்றன. தொழில்மயப்பட்ட தமது வர்த்தகத்தை தொடர்ந்து நடத்துவதற்கு உத்திரவாதப்படுத்திக் கொள்கின்றன. இந்தப்பயணம் இன்னும் மிகச்சில பத்தாண்டுகளுக்கே நீடிக்க முடியும். அதுவும் அதிகமான சமூக, பொருளாதார, சூழலியல் விலை கொடுத்துதான் நீடிக்கச் செய்ய முடியும். சமூக விருப்பத்திற்கு எதிரான இதை நான் சூழலிய ஏகாபத்தியம் என்று அழைக்க விழைகிறேன்.

சூழலியல் ஏகாதிபத்தியம் சிக்கல் நிறைந்தது. உலகமய நிறுவனங்களின் கட்டுப்பாட்டில் உள்ள பொருளாதாரத்திற்கு உள்ளடங்கியது. அவற்றின் பொருளாதார நலனுக்காக பூமியின் வளங்களை, காற்றின் தூய்மையை பயன்படுத்திக் கொள்ளக்கூடியது. இன்று மத்திய ஆசியாவிலும், மத்திய கிழக்கிலும் எண்ணெய்ப் போர்கள் இந்த காரணங்களுக்காகத்தான் நடந்து கொண்டிருக்கிறது. தொழில்களுக்கான தாவர எண்ணெய் உற்பத்திக்காக புதிய நிலங்களுக்கான தேடலையும், உணவு நெருக்கடிகளையும் தூண்டி விட்டுக் கொண்டிருக்கிறது. அது இந்தியா போன்ற நாடுகளின் வெளியுறவுக் கொள்கைகளையும், பாதுகாப்புக் கொள்கைகளையும் தனக்கு

ஆதரவானதாக உருவாக்கும் குணப்பண்புகள் உடையதாக இருக்கின்றன. சமீபத்தில் ஏற்பட்ட இந்தியா - அமெரிக்கா அணுஒப்பந்ததில் அதன் கட்டுப்பாடு இருந்ததை நம்மால் உணர முடியும். பன்னாட்டு நிறுவனங்கள் இந்தப் புவிக்கோளத்தையே தமது விருப்பத்திற்கு ஏற்றவாறு சுழல வைக்க முயற்சிக்கின்றன.

சூழலிய ஏகாதிபத்தியம் தனது இயந்திரவியக் கோட்பாட்டின் அடிப்படையில் தொழில்நுட்பமும், வர்த்தகமும் எல்லையில்லாத வளர்ச்சி அடைய வேண்டும் என்று விரும்புகின்றன. இந்தப்பூமியின் மூல வளங்களை பணக்கார ஆதிக்க சக்திகள் பெருமளவில் பயன்படுத்த ஏழைமக்களும், உலகின் மற்ற உயிரனங்களும் தம் பங்கு ஆதாரங்களை அவர்களுக்காக இழக்குமாறு நிர்பந்திக்கப்படுகின்றனர். பெரும்பகுதி வளங்கள் பன்னாட்டு பெருநிறுவனங்களின் கட்டுப்பாட்டில் இருக்கின்றன. சூழலியல் ஏகாதிபத்தியத்தினால் பிறரது, பிற நாடுகளின், பிற சமூகங்களின் (சிற்றுயிர் உட்பட) சுதந்திரத்தையும் இறையாண்மையையும் ஏன் அவர்களது இருப்பையும் கூட ஒப்புக்கொள்ள முடியவில்லை. இந்த மனப்போக்கில் இருந்துதான் உலகமயமும், பெட்ரோல் முடிவும், பருவப் பிறழ்ச்சியும் உருவாகி இருக்கிறது. பருவப்பிறழ்ச்சியால் ஏற்படும் பேரிடர்களுக்கும் அதனை சீராக்கவும் பொறுப்பேற்க பணக்கார நாடுகளும் அவற்றின் பெரும் நிறுவனங்களும் தயாராக இல்லை. இந்நிலத்தின் வளத்தில் ஏழைமக்களுக்கும் பிற உயிரனங்களுக்கும் இருக்கும் உரிமையை விட்டுக்கொடுக்கத் தயாராக இல்லை.

கார்பன் வர்த்தகம் பொது வானவெளியை தனியார் மயப்படுத்தல், சூழலியற் கேடுகளை சூப்பர் மார்க்கெட்டாக மாற்றுதல்

வானவெளி இனி எல்லோருக்கும் பொதுவான ஒன்றாக நீடிக்கப் போவதில்லை. எல்லோருக்குமான இயற்கை ஆதாரமாக இருந்த வானவெளி எரிஎண்ணெய் மற்றும் நிலக்கரி நிறுவனங்களால், தானியங்கி வாகன தயாரிப்பு நிறுவனங்களால், மின்சாரம் போன்ற ஆற்றல் தயாரிப்பு நிறுவனங்களால் தனியார்மயப்படுத்தப்பட இருக்கிறது. அவர்கள் உருவாக்கும் கழிவுகளை மட்டுமே குவித்து வைக்கும் இடமாக வானவெளி மாற்றப்பட இருக்கிறது. அவர்கள் உருவாக்கும் கார்பன் டை ஆக்ஸைடு மூலமாக தூய காற்றுவெளி மாசுபடுத்தப்பட்டு மனித குலமும் பிற உயிரினங்களும் சுவாசிப்பதற்கான காற்று மறுக்கப்பட இருக்கிறது. மிகக்குறைவான அளவில் இந்தக்காற்று வெளியை மாசுபடுத்தும் ஏழைமக்கள், இயற்கைச் சுழற்சியின் மூலமாக புதுப்பித்துக்

கொள்ள முடியாத கார்பன் டை ஆக்ஸைடு வெளியிடாத சாமான்ய மக்கள் சுவாசிக்கும் காற்று அதிக விலை கொடுக்க வேண்டிய ஒன்றாக மாற இருக்கிறது.

வானமண்டலத்தை தனியார் மயப்படுத்தும் முதல் கொள்கை பற்றி இந்த உலகம் அறிந்து கொள்ளும் முன்னரே அதற்குத்தீர்வு காணும் ஏற்பாடுகளும் இரண்டாவதாக தனியார் மயப்படுவதைக் காண்கிறோம். இரண்டாவது தனியார் மயம் கியாட்டோ ஒப்பந்தம். ஸ்டெர்ன் அறிக்கையின் முக்கிய முன்வைப்பாக கார்பன் மற்றும் கழிவு வர்த்தகத் திட்டம் இருக்கிறது. புவி வெப்ப வர்த்தகக் கணிப்பு பற்றி மிக முக்கியமாக வாசிக்கவும் விவாதிக்கவும்படுகிற சர் நிக்கோலஸின் அறிக்கையில் (இவர் உலகவங்கியின் தலைமைப் பொருளியலாளராக இருந்தவர்) கூறி இருப்பது: சூழலியல் கழிவினை உருவாக்குபவர்களே அதனை வர்த்தம் செய்யும் உரிமை உடையவர்களாக ஏற்றுக் கொள்ளப்பட்டு, அந்த வர்த்தகத்தை அவர்களே மேற்கொள்ள அனுமதிக்கபட வேண்டும். *கார்பன் டிரேடிங்* என்ற நூலின் ஆசிரியர் லாரி லோக்மான் பருவநிலை மாற்றத்திற்கானத் தீர்வுகள் எப்படி சந்தைப்படுத்தப்பட்டுள்ளது என்பதை விரிவாக விளக்குகிறார். அமெரிக்க மாசு வர்த்தகத்திட்டத்தை உள்ளடக்கிய கியாட்டோ ஒப்பந்தமானாலும் அல்லது ஐரோப்பிய யூனியன் வர்த்தகத் திட்டமானாலும் அவை வரலாற்று ரீதியான மாசுபாட்டாளர்களான பணக்கார நாடுகளும் அவற்றின் நிறுவனங்களுமே வானமண்டலத்தை கட்டணமின்றி பயன்படுத்தும் சொத்துரிமை உடையவை என்று அறிவிக்கின்றன.

இண்டியானா சட்டப் பேராசிரியர் டேனியல் கோல் பொது பயன்பாட்டு உரிமையான வானவெளியை வரையறைக்கு உட்பட்ட தனியார்மய வடிவத்தில் அரசாங்கம் குறிப்பிட்ட அளவு சில தனியாருக்கு வழங்குவதற்கு மாசு சந்தைக்கு உரிய ஒதுக்கீடு அனுமதி உறுதி செய்கிறது என்று குறிப்பிடுகிறார். டெல்லியின் நீர் நிர்வாகத்தை உலக வங்கியுடன் இணைந்து தனியார் மயப்படுத்துவதற்கு சதிவேலைகள் செய்த பிரைஸ் வாட்டர் ஹவுஸ் கூப்பர்ஸ் (அதன் முயற்சி நீர் ஜனநாயக இயக்கம் பெருமளவு மக்களைத் திரட்டி மேற்கொண்ட போராட்டதால் முறியடிக்கப்பட்டது) கார்பன் வர்த்தகமும் தொழில் மற்றும் வர்த்தகத்தில் வழங்கப்படும் முத்திரை உரிமை, காப்புரிமைக்கு நிகரானது மாற்றத் தகுந்தது என அறிவிக்கிறது.

கியாட்டோ ஒப்பந்தம் (அனுபந்தம் 17) தொழில்வள நாடுகள் தமக்கான கார்பன் வெளியீட்டு அளவை தமக்குள் வர்த்தகம் செய்து கொள்ளலாம் எனும் உரிமையை வழங்குகிறது. அது மேலும் தொழில்

வள நாடுகளின் முதலீட்டாளர் (அரசு அல்லது ஆலை) கார்பன் கழிவை நீர்க்கச்செய்யும் திட்டங்களுக்கு முதலீடு செய்யவும், வளரும் நாடுகளில் சான்றிதழ் பெற்ற கார்பன் கழிவுக் குறைப்பு நிறுவனங்களை அமைத்துக் கொள்ளவும் அனுமதி அளிக்கிறது. தன் சொந்தநாட்டில் மாசுபடுத்திக் கொண்டு மாசுகட்டுப்பாட்டு பசுமை வெளியை நாட்டிற்கு வெளியில் அமைக்கவும் அனுமதிக்கப்படுகிறது. இது தூய்மை வளர்ச்சிச் செயலாக்கம் என்ற வகைப்பாட்டில் கியோட்டோ ஒப்பந்தம் அனுபந்தம் 12 அனுமதிக்கிறது. வரலாறு நெடுக மோசமான மாசுகளை ஏற்படுத்திய 38 தொழில்வள நாடுகளுக்கு கியாட்டோ ஒப்பந்தம் கழிவு வெளியேற்ற உரிமையை வழங்குகிறது. அதேபோல் ஐரோப்பிய யூனியன் கழிவு வர்த்தகத்திட்டம் 11,428 தொழிற்சாலைகளுக்கு கார்பன் வெளியேற்றும் உரிமையுடன் வெகுமதியும் வழங்கி இருக்கின்றன. இந்தப்பூமியில் கார்பனை மறுசுழற்சியின் மூலமாக சுத்திகரிக்கும் திறன் அதிக அதிகாரம் படைத்தவர்கள், அதிக பொருளாதார வளமை உடையவர்கள் வழியாக மட்டுமே வழங்கப்படுவதாக லாரி லோக்மன் அவதானிப்பில் தெரிகிறது. இந்தத் திட்டங்களின் வழியாக பருவமாற்றத்தை பாதுகாப்பதை விட இந்த வர்த்தகத்தை தனியார் மயப்படுத்துவதிலேயே குறியாக இருக்கிறார்கள் என்பது தெளிவு. கியோட்டோ ஒப்பந்தத்தின் மூலமாக வழங்கப்பட்ட கழிவு வெளியேற்ற உரிமையால் 2டிகிரி புவி வெப்பம் அதிகரிக்காமல் பாதுகாக்கப்படுவதற்குப் பதிலாக பலமடங்கு அதிகரிப்பே நடந்தது.

தமது காப்புரிமை மூலமாக விதை நிறுவனங்களும், மருந்து நிறுவனங்களும் சம்பாதித்த அதீத லாபத்தைவிட கழிவு வெளியேற்ற உரிமையை பயன்படுத்தி சம்பாதித்த லாபம் அதிகம். கழிவு வர்த்தகத் திட்டம் அவர்களுக்கு வழங்கிய உரிமையைப் பயன்படுத்தி சராசரி வருமானத்திற்கும் அதிகமான வருமானத்தை 2005இல் பெற்றார்கள்.

பிரிட்டிஷ் நிறுவனங்களுக்கு கார்பன் டை ஆக்ஸைட் குறைப்புக் கடப்பாடு இல்லை. இங்கிலாந்தின் வடக்குப்பகுதி தொழிற்சாலைகள் மாசு வெளியிடுபவர்களாக இருந்தாலும் அவர்களுக்கான கட்டுப்பாடு ஏதும் இல்லை.

கழிவு வர்த்தக வடிவிலான சந்தைத் தீர்வுகளுக்கு மாற்றான சுற்றுச்சூழல் பாறைப்படிவ கொள்கையின்படி மாசுபாட்டாளர்கள் தாங்கள் ஏற்படுத்தும் மாசு அளவிற்குத் தகுந்தவாறு பணம் அளிக்க வேண்டும். அதன் வாயிலாக கழிவு வர்த்தக வெளியீட்டு உரிமை பெற்றவர்கள் அதிகமான கட்டுப்பாட்டு உரிமையை வானவெளியில் பெறுகிறார்கள். இந்த உரிமையானது இந்தக்கோளத்தில் வாழும் அனைத்து உயிர்களுக்கும் பொதுவானது. ஆனால் அந்த உரிமைக்கான பணத்தை கழிவு வர்த்தகத்

தீர்வின் கீழ் மாசுபாட்டாளர்கள் பெற்றுக் கொள்கிறார்கள்.

கார்பன் வர்த்தகம் அடிப்படையில் பாகுபாடு உடையது. காரணம் முதலாவதாக இது பொதுவெளியைத் தனியார் மயப்படுத்தி உள்ளது. அத்துடன் ஏழைமக்களுக்கான ஆதார உரிமையை அது கணக்கில் கொள்வதில்லை. வானவெளியில் கழிவுகளை குறைப்பதற்கு இயந்திர ரீதியிலான நடவடிக்கைகளுக்கு செலவிடப்படும் தொகையை விட 200 மடங்கு குறைவாகத்தான் ஏழைநாடுகளில் வளர்க்கப்படும் மரங்கள் மூலமாக கார்பனை ஈர்ப்பதற்கு செலவாகிறது. கழிவு வர்த்தகத்தில் எந்த வழியில் குறைவான செலவு ஆகிறதோ அந்த வழியில் தான் செய்யப்பட வேண்டும் என்று ஸ்டெர்ன் அறிக்கை கூறுகிறது. அதாவது வேறு வார்த்தைகளில் கூறுவதானால் கார்பனை மாசை அகற்றுகிற பொறுப்பு ஏழைகளின் தலையில் விடிகிறது. சந்தைக் கணக்கீட்டின்படி பார்த்தால் இதுவே ஆற்றல்மிக்கதாகவும் தோன்றுகிறது. சூழலிய நீதியின்படிப் பார்த்தால் இந்தச்சுமையில் இருந்து ஏழைமக்களுக்கு இரட்டைப் பாதுகாப்பு வழங்க வேண்டும். ஒன்று மாசுபாட்டின் மூலமாக ஏற்பட்ட பருவநிலை மாற்றப் பேரிடர்களில் இருந்து பாதுகாப்பு. மற்றொன்று அதிகார வர்க்கமும், பணக்காரர்களும் உண்டாக்கும் சூழலியல் மாசிலிருந்து பாதுகாப்பு.

இரண்டு சதவீத கார்பன் அளவைக் குறைப்பதற்கு மட்டுமே புதுப்பிக்கத்தக்க ஆற்றல் திட்டத்திற்கு கியோட்டோ ஒப்பந்தம் வகை செய்தது. அவற்றில் 72 சதவீத திட்டங்கள் உயிர்க்காற்று மூலமாக கார்பன் ஈர்ப்பவை. இவற்றில் மாசு கட்டுப்பாட்டுப் பிரச்சனை நில அபகரிப்பு பிரச்சனையாக மாறியது. புதிதாக கார்பன் தேக்கும் மாசுபாட்டாளர்கள் அதனைச் சரிக்கட்ட அவர்களுக்கு பிறரது நிலம், பிறரது காற்று, பிறரது நீர் தேவைப்படுகிறது. அல்லது அவர்கள் பயன்படுத்தும் நிலம், நீர் அனைத்தும் எதிர்காலத்தில் பிறர் உபயோகத்திற்கானதாக இருக்கும் என்று லாக்மான் சுட்டிக்காட்டுறார்.

உயிர்க்காற்று மூலமாக கார்பன் சுழற்சி நடவடிக்கைகள் மேற்கொள்கிற கார்பன் வர்த்தகர்கள் தங்களது நடவடிக்கைகளுக்கு உள்ளூர் சமூகத்தின் வாழ்வாதாரத்தைக் கைப்பற்றுகிறார்கள். கழிவு வர்த்தகர்கள் மக்களின் காற்று வெளியைத் திருடுகிறவர்களாக மட்டும் இல்லை. அவர்களது திருட்டு மக்களின் பன்ம உயிரி நிலத்தை அபகரிப்பதாகவும் இருக்கிறது. இது தாவர எண்ணெய் வித்துக்கள் பயிரிடப்படுவதற்கான நிலமாகவும் இருக்கிறது. முதலில் ஏழைமக்கள் பருவநிலைப் பாதுகாப்பினை இழந்திருந்தார்கள். இப்போது அவர்கள் பருவநிலைப் பிறழ்வுத்தீர்வின் வழி தமது வாழ்வாதாரத்தையும் சேர்த்து இழக்கிறார்கள்.

பருவநிலைப் பாதுகாப்பில் ஸ்டெர்ன் அறிக்கை தெளிவுபடுத்துவது பருவநிலை மாற்றம் உலகம் அனைத்திற்குமான அச்சுறுத்தலாக இருக்கிறது. அது அவசரமாக உலக மக்களின் கவனத்தைக்கோருகிறது. உலகளாவிய கவனம் வேண்டும் என்று கோரும்போதும் கழிவு வர்த்தகத்தைத்தான் ஸ்டெர்ன் அறிக்கை குறிப்பிடுகிறது. கழிவு வர்த்தகத் திட்டங்களின் எண்ணிக்கையை அதிகரிப்பதையும் விரிவுபடுத்துவதையும் வளரும் நாடுகளில் செய்வது செலவீனக்குறைவான நடவடிக்கையாக இருக்கும் என்றும் அது கூறுகிறது. பணக்கார நாடுகள் உறுதியான இலக்கு கொண்டு தங்களது மில்லியன் கணக்கான டாலர்களை ஒவ்வொரு ஆண்டும் குறைவான செலவீன வளர்ச்சிப் பாதையில் மாறுவதற்குச் செய்ய வேண்டும் என்று ஸ்டெர்ன் அறிக்கை முன்மொழிகிறது.

இதற்கு இரண்டு விதமான பின்னடைவுகள் உண்டு. ஒன்று ஸ்டெர்ன் ஆய்வு தொடர்ந்து தீர்வுச் சந்தையில் நீடித்திருக்க வேண்டும். சந்தை சரியும்போது நெருக்கடியை உருவாக்கி உதவ வேண்டும். இரண்டாவதாக கார்பன் மீது கவனம் வைத்திருத்தல். பெட்ரோல் மூலமாக உருவாகும் மீட்க முடியாத கார்பனுக்கும், தாவரங்கள் மூலமாக வெளியேற்றப்படும் புதுப்பிக்க வல்ல உயிர்கார்பனுக்கும் இடையே உள்ள வேறுபாடுகளை ஸ்டெர்ன் ஆய்வு பிரித்துப்பார்க்கத் தவறிவிட்டது. அதன் கவனம் கார்பன் கழிவில் மட்டுமே இருந்தது. மற்றொரு புறத்தில் இருக்கும் கார்பனின் உயிர்த்தன்மை குறித்தோ சுழற்சியில் மீட்பு பெறுவது குறித்தோ கணக்கில் கொள்ளவில்லை. அது வளர்சிதை மாற்றத்தின் மூலம் உணவுச் சங்கிலியில் முக்கியத்துவம் வாய்ந்ததாக உள்ளது. கழிவு கார்பன் வெளியீட்டை சமன்செய்ய சூழலியல் ரீதியாக நிலைத்தன்மையற்ற நுட்பமாகிய அணு ஆற்றலையும், புனல் மின்சாரத்திற்கான பெரிய அணைத்திட்டங்களையும் அனுமதித்து அதனை குறைவான கார்பன் வளர்ச்சிப்பாதை என்று கணக்கில் கொள்கிறார்கள்.

ஸ்டெர்ன் ஆய்வு கார்பன் வர்த்தகத்திற்கு ஏற்றது. ஆனால் புவிக் கோளத்தைக் காப்பதற்கோ சாமான்ய மக்களின் நலனுக்கோ உகந்தது அல்ல. அதுவும் வழக்கம்போல பணக்காரர்களுக்கான, அதிகாரத்தில் உள்ளவர்களுக்கான வியாபாரத்தையே முன்மொழிகிறது. கழிவு வர்த்தகத் திட்டத்தில் நிறுவனங்களுக்கு ஒதுக்கீடு வழங்குகிறது. அது அனைத்து மக்களுக்குமான ஒதுக்கீட்டை வழங்குவதில்லை. ஸ்டெர்ன் பசுமைக்குடில் வாயுக்களின் பெரும் கழிவு வர்த்தகத் திட்டச் சந்தை என்றே அழைப்படுகிறது.

மாசு சந்தையை உருவாக்குவது அறக்கோட்பாட்டிற்கே எதிரானது. சிலவற்றை இந்த உலகில் சந்தைக்குக் கொண்டுவரக்கூடாது. நீரும்,

பன்ம உயிர்ப்பும் சந்தைப் பண்டங்களைவிட உயர்வானது. மற்றொன்று பசுமைக்குடில் வாயுக்கழிவு அதிகரிக்கப்படக் கூடாது. அது சந்தைப்பண்டமாக உத்திரவாதப்பட்டுவிட்டால் தொடர்ந்து தயாரிப்பிற்கு வந்துவிடும். காற்றைத் தூய்மையாக வைத்திருக்கும் மதிப்பைவிட கழிவு வர்த்தகத்தின்மூலம் மாசு மதிப்புமிகுந்த ஒன்றாகி விடும். ஐரோப்பாவில் கார்பன் வர்த்தக மாசு 2005க்கும் 2007க்கும் இடையில் கிட்டத்தட்ட 115 பில்லியனாக இருந்தது. தூய்மையான காற்றும் பருவநிலைப் பாதுகாப்பும் உலக மக்களின் உரிமை என்பதற்குப் பதிலாக கார்பன் வர்த்தகம் பெரும் நிறுவனங்கள் காற்று மண்டலத்தை மாசுபடுத்தவும், பருவநிலைகளைச் சிதைக்கவும் உரிமை பெறுவதாக மாறிவிட்டது.

சந்தை அடிப்படைவாதிகள் சந்தையை விரிவு செய்யவும், அதனைச்சார்ந்திருக்கவும் கடப்பாடு கொண்டிருக்கிறார்கள் என்கிறபோது, பருவநிலை மாற்றம் நம்மை உற்பத்தி முறையிலும், நுகர்வு முறையிலும் புட்சிகரமான சிந்தனைக்கு நெருக்குகிறது. அவை சந்தையைப் பாதுகாக்கும் முறையில் ஏற்கனவே இயங்கிக் கொண்டுள்ளன. அவை கயாவின் புனிதமான சூழலியல் பாதுகாப்பிற்கானதாக இல்லை. பனிமுகடுகள் உருகி ஓடும்போது, பருவப்பிறழ்ச்சியால் மக்கள் இயற்கைப்பேரிடர்களில் சிக்கித் துயரப்படும்போது, கடல் மட்டம் உயர்ந்து கடற்கரைவாழ் சமூகம் கண்ணீர் விடும்போது, புவிக்கோளத்தின் வெப்பநிலை உயர்ந்து கொண்டிருக்கும்போது அவர்கள் சூப்பர் மார்கெட் மாசுபாட்டை உருவாக்குவதில் மும்முரமக இருக்கிறார்கள்.

கார்பன் வர்த்தகம் சூழலியல் ரீதியாகவும் வஞ்சகமானது. பருவநிலை நெருக்கடி நம்மை பெட்ரோல் இல்லாத காலம் குறித்துச் சிந்திக்க வற்புறுத்துகிறது. தொழிற்சாலைகள் இல்லாத பாதையில் உற்பத்தியைப் பயணிக்க வேண்டுகிறது. பொருட்கள் சேவையிலும் நுகர்விலும் மாற்றுப்பாதையைத் தேடத் தூண்டுகிறது. சூழலியல் சார்பிற்கு மாறாக கார்பன் வர்த்தகம் பெட்ரோல் சார்பையும், தொழிற்சாலைகள் சார்பையும் முன்வைக்கிறது.

கார்பன் மாசுபாட்டாளர்கள் தனக்கான மதிப்புமையைப் பெறுவதின் வாயிலாக மாசுபடுத்தத் தூண்டப்படுகிறார்கள். அவர்களுக்கு அளிக்கப்படும் மதிப்புமை குறைந்த கார்பன் வெளியீட்டு நடவடிக்கைக்கு கொஞ்சம்கூட கொண்டுவருவதில்லை. அவர்களுக்கு ஒதுக்கப்படும் மதிப்புமை அவர்களுக்குத் தேவையில்லாதபோது மாசுபாட்டை நிறுத்துவதற்குப் பதிலாக மதிப்புமையை பிறருக்கு அளித்து மாசுபடுத்தும் வேலையைச் செய்கிறார்கள்.

சூழியல்ரீதியாக பலமட்டங்களில் கார்பன் வர்த்தகம் ஒரு தவறான தீர்வு. அது பொருட்கள் உற்பத்தியை, அதன் விநியோகத்தை, மக்களின் நுகர்வு வடிவத்தில் மாசுபடுத்தாத கொள்கையில் இருந்து, விதிகளில் இருந்து துவங்கவில்லை. கார்பன் சந்தையில் சூழலியல் வாய்ப்புகளே மறக்கப்பட்டு விட்டது. அந்த வர்த்தகம் குறைவான மாசுபடுத்துபவர்கள் தொடர்ந்து அதைச்செய்வதற்காக நடத்தப்படுகிறது. மாசுபடுத்தாதவர்கள் அதில் கணக்கில் எடுத்துக் கொள்ளப்படவில்லை. பொருளாதாரத்துறையில் இயங்குகிற மாசுபடுத்தாதவர்களுக்கு மதிப்புமை வழங்கப்படுவதில்லை. அதனால் அவர்கள் அதை விற்கவும் முடியாது. நிஜமான சூழலியல் வளர்ச்சிக்கு உதவுபவர்களுக்கு எந்தவிதமான ஊக்கமும் அளிக்கப்படுவதில்லை.

கார்பன் வர்த்தகம் சூழலியலில் நாம் பதித்துள்ள மாசுச்சுவட்டின் அறம் மற்றும் சூழலியல் பிரச்சனைகளை குறைப்பதற்குப் பதிலாக பல பில்லியன் வர்த்தகமாக மாற்றம் அடைந்துள்ளது. 2006இல் 30 பில்லியன் டாலராக இருந்த வர்த்தகம் இனியொரு பத்தாண்டுகளில் டிரில்லியனாக மாற இருக்கிறது. கார்பன் உலகின் மிகப்பெரிய சந்தை வர்த்தகப் பண்டமாக மாற இருக்கிறது என்று லூயீஸ் ப்ராட்ஷா என்ற வங்கியாளர் கூறுகிறார். அதன் இயற்கைப் பொருளாதார மதிப்பு மறக்கடிக்கப்பட்டுவிடும். கார்பன் இனி வர்த்தகமாக வால் ஸ்டீரிட்டில் சுற்றிக் கொண்டிருக்கும், கார்பன் சுழற்றியாக வானத்தில் அல்ல.

கார்பன் மதிப்புமைகள் ஐரோப்பிய அரசுகளால் ஐந்து கழிவு வெளியேற்றும் - மின்சாரம், எண்ணெய்(பெட்ரோல்), உலோகம், கட்டுமானப் பொருட்கள் உற்பத்தி ஆலை, காகித உற்பத்தி ஆலைகளின் வழி கொடுக்கப்பட்டு வருகிறது. அவைகளுக்கும் கார்பன் வளர்ச்சித் திட்டத்தில் மதிப்புமைகள் கியோட்டோ ஒப்பந்தத்தின் கீழ் ஒதுக்கப்பட்டு உள்ளன. இத்திட்டம் பசுமைக்குடில் வாயுக்களை குறைக்கவும், புவி வெப்பத்தைக்குறைக்கும் பசுமை வளர்ப்பு நுட்பங்களை வளர்ப்பதற்கும் மூன்றாம் உலக நாடுகள் மாசுபாடற்ற வகையில் தொழில்வளர்ச்சி பெற உதவுவதற்கும் வகைசெய்கிறது. இத்திட்டத்தின்கீழ் ஒவ்வொரு டன் கார்பன் வெளியேற்றக் குறைப்பிற்கும் வளரும் நாடுகள் சான்றிதழ்கள் பெறுகின்றன. இந்தச்சான்றிதழ் மதிப்புமைகளை அவை சுதந்திரமாக சந்தையில் விற்றுக்கொள்ள முடியும். வளர்ந்த பணக்கார நாடுகள் கார்பன் வெளியேற்றத்தைக் குறைப்பதற்குப் பதிலாக வளரும் நாடுகளின் சான்றிதழ்களை வாங்கி அதன் மதிப்புமைகளுக்கு கார்பன் வெளியேற்றத்தை செய்யும் உரிமையை சர்வதேச பருவநிலை மாற்ற ஒப்பந்தத்தின்கீழ் பெறுகின்றன.

உற்பத்திப் பண்டங்கள் தயாரிக்கும் தொழிற்சாலைகள் கார்பனை வெளியேற்றுவதுடன் கழிவு நீரையும் வெளியேற்றி நிலத்தையும் மாசுபடுத்துகின்றன. அவை மீத்தேன் வாயுவையும் வெளியேற்றி காற்றினை மாசுபடுத்துகின்றன. பங்கே எனும் ஒரு பெரிய நிறுவனம் ஆலைகளுக்கு மீத்தேன் வடிவ மதிப்புமைகளை விற்று கார்பன் மதிப்புமைகள் வாங்கி மீத்தேனில் மின்சார உற்பத்தி செய்கிறது. இப்படி பங்கே பிரேசிலில் 40 கார்பன் மதிப்புமைத் திட்டங்களை இயக்கி வருகிறது. இத்திட்டங்களை மெக்சிகோ, கவாதிமாலா, பெரு, மற்றும் பிலிப்பைன்ஸிற்கும் விரிவாக்கம் செய்ய முயற்சி மேற்கொண்டு வருகிறது. அதேசமயம் கார்பன் கழிவு வெளியேற்றமும் குறைக்கப்பட்டு உள்ளதால் அதற்காக அளிக்கப்படும் மானியத்தைப் பயன்படுத்தி கார்பன் வெளியேற்றும் ஆலைகளை நிறுவ வஞ்சகத்திட்டம் தீட்டிக் கொண்டிருக்கிறது. சில பசுமை உற்பத்தி செய்யும் அமைப்பினை பேருக்கு நிறுவி விட்டு பெரிய அளவில் கார்பன் வெளியேற்றும் ஆலைகளை அது அமைக்கும். இது மாசுபாட்டாளர் பணம்பெறும் முறை. தூய்மை உற்பத்தி செய்வதாக பன்னிக் குட்டிகளைப்போல சிறிய உரிமையாளர்களை தன்வசம் வைத்துக்கொண்டு பங்கே எனும் பெரும் பன்றிப் பண்ணைகளை உருவாக்கி வானவெளியை மாசுபடுத்தும் ஏற்பாடு நடக்கிறது.

கழிவு வெளியேற்றத்தொகையில் பெரும்பகுதியை சீனா பெறுகிறது. சீனா பெறுகிற கார்பன் குறைப்புத்திட்ட மதிப்புமைகள் பெரும் முரண்பாடான விவாதங்களைக் கிளப்பி உள்ளன. சீனாத்திட்டப்படி அது வெளியேற்றும் எச்எப்சி 23 எனும் பசுமைக்குடில் வாயு புவி வெப்பத்தைக் கார்பனைக் காட்டிலும் பல மடங்கு அதிகமாக உயர்த்தும். எச்எப்சி 23 என்பது எச்சிஎப்சி எனும் அதிகுளிர்விப்பு வாயுவின் துணைத் தயாரிப்பு ஆகும். ஐ.நா. சபை கார்பன் குறைப்பு திட்டத்தின் கீழ் எச்எப்சி 23 அமைப்புகள் 16 நிறுவுவதற்கு சீனா பதிவு பெற்றுள்ளது. அவற்றில் பெரும்பாலானவற்றை சீனாவில் நிறுவத் திட்டமிட்டுள்ளது. அவை ஆண்டிற்கு 65 மில்லியன் டன் கார்பன் தயாரிப்பு அளவிற்கு வீரியம் உள்ளவை. அது வெளிப்படுத்தும் வாயுக்கள் எச்எப்சி 23 ஐ சிதைத்து மாசுவை உருவாக்குகிறது. சாதாரணத்திட்டங்களை விட பலமடங்கு லாபம் தரக்கூடியதாகவும் இருக்கிறது.

கழிவு வர்த்தகத்தில் அதிகமான நிதியை சீனாபெறும் அதே வேளையில், இந்தியா கார்பன் குறைப்புத்திட்டங்களைப் பெறுவதில் உலகில் முன்னணியில் இருக்கிறது. 2006 ஆகஸ்டில் இந்தியா 82 கார்பன் குறைப்பு நிறுவனங்களுக்கு 350 குழாய் அமைப்புத் திட்டங்களுடன் பதிவு செய்துள்ளது. கார்பன் குறைப்பு திட்டங்கள் குறித்து இந்திய அரசாங்கம் மேற்கொண்ட ஆய்வில் அதன் கணிப்பு உலக கார்பன் குறைப்பு

சந்தையில் 10லிருந்து 15 சதவீதம் இந்தியாவின் கையில் இருக்கும் என்று மதிப்பிடுகிறது. ஆனால் இந்தத்திட்டங்கள் தூய்மையானவை அல்ல. அதன் மதிப்புமைகளால் இந்திய மக்களுக்கு எந்தப்பலனும் கிடைக்கப் போவதில்லை. அவற்றின் நிதியனைத்தும் பெரும் நிறுவனங்களுக்குச் சென்றுவிடும். இந்த மதிப்புமைகளை பெறுவதற்கான முயற்சிகளை கார்ப்பரேட் ஜாம்பவான்களாகிய - ரிலையன்ஸ், டாட்டா, பிர்லா, அம்புஜா, ஐடிசி போன்ற மாசு உற்பத்தியாளர்கள் முண்டியடித்துக் கொண்டுள்ளனர்.

அதிக மாசு வெளியிடும் இரும்பு உருக்கு ஆலை தூய்மை ஆலை என்ற முத்திரையைப்பெறும். சட்டிஸ்கரில் உள்ள ஜிண்டால் எஃகு ஆலை உலகின் மிகப்பெரிய கார்பன் வளர்ச்சித் திட்டங்களில் ஒன்றாக இருக்கிறது. இந்த பயங்கரமான மாசு வெளியீட்டு ஆலை 320 ஹெக்டேர் அளவிற்கு விரிந்து, பத்திராபதி கிராமத்தை அழித்து, ஆறுகளை தன்வயப்படுத்தி, காடுகளைக்கொன்று இயங்குகிறது. இந்த ஆலைதான் தூய்மை வளர்ச்சி செயல்பாடு கொண்டது என முத்திரை பெறுகிறது.

உருக்கு இரும்பு தயாரிப்பு இரும்புக் கனிமத்தில் இருந்து ஆக்ஸிஜனை வெளியேற்றுகிறது. ஆனால் இத்தயாரிப்பு நடவடிக்கைகளுக்கு அதிகமான நீரும், எரிவாயுவும், நிலக்கரி ஆற்றலும் தேவைப்படுகின்றன. இந்தியாவில் சட்டிஸ்கர், ஒரிஸா, ஜார்கண்ட் மாநிலங்களில் நூற்றுக்கணக்கான உருக்கு இரும்பு ஆலைகள் அமைக்கப்பட்டுள்ளன. அதன் விளைவாக நிலத்தடி நீரும், குடிநீரும் பயன்பாட்டிற்கு லாயக்கற்றவை ஆகிவிட்டன. காற்று மாசுபாட்டினால் இப்பகுதியில் விளையும் காய்கறிகள் அனைத்தும் செந்நிறத்தில் இருக்கின்றன. அதேபோல் இப்பகுதியில் விளையும் நெல்மணிகள் முளைவிடுவதில்லை. இப்பகுதி இண்டிகா எனப்படும் முக்கியமான நெல்வகைகளின் ஆதார பூமியாகும். (200,000க்கும் அதிகமான பூர்வ நெல்வகைகள் பசுமைப் புரட்சியின்போது அழிக்கப்பட்டுவிட்டன)

கியோட்டோ சந்திப்பிற்குப் பின்னரே எஃகு உற்பத்தி மாசுபாட்டின் முதன்மையான ஆதாரமாக அடையாளப்படுத்தப்பட்டது. உருக்கு இரும்பு தூய்மை வளர்ச்சிச் செயல்பாட்டின் உறுப்பினராக்கப்பட்டுள்ளது. அது நேரடியான கார்பன் கழிவு வெளியேற்ற அளவைக் குறைக்கிறது. ஆனால் அது நிலத்தை, நீரை மாசுபடுத்துவது கணக்கில் எடுக்கப்படவில்லை. வெடிப்பு உலையில் தயாரிக்கப்படும் இரும்பைவிட உருக்கு இரும்பு மலிவானது. லாபகரமானது. சிறிய ஆலைகளிலும் தயாரிக்கலாம். சுற்றுச்சூழல் கட்டுப்பாட்டிற்குள் வராமலே தயாரிப்புகள் செய்யலாம். இதில் முதலீடு செய்யும் ஆலைகள் இரண்டு மூன்று ஆண்டுகளிலேயே தமது முதலீட்டை எடுத்துவிடும்.

இந்திய இரும்புத் தயாரிப்பில் முப்பது சதவீதம் நுரைப்பு இரும்பாக இருக்கிறது. அடுத்த பத்தாண்டுகளில் அவை 50 சதவீதத்தை எட்டிவிடும் என்று மதிப்பிடப்படுகிறது. 2001இல் ஒரு மில்லியன் டன்னிற்கும் கீழாக இருந்த நுரைப்பு இரும்புத் தயாரிப்பு 2006இல் 19 மில்லியன் டன்னாக மாறி விட்டது. உலக நுரைப்பு இரும்புத் தயாரிப்பில் இந்தியா 20 சதவீதத்தைச் செய்கிறது. இதன் பொருள் ஒரிஸா, ஜார்கண்ட், சட்டிஸ்கர் பழங்குடிகள் தூய்மைக்கார்பன் வர்த்தகத்திற்கான விலையை அளித்துள்ளார்கள் என்பதே.

உண்மையில் இந்தப் பழங்குடி மக்கள்தான் தூய்மை வளர்ச்சி செயல்பாட்டு உறுப்பினர்களாக ஆக்கப்பட வேண்டும். பானை நீரை குளிர்ச்சியாக வைத்திருக்க, விவசாயிகள் சந்தையில் அன்றலர்ந்த காய்கறிகளை விற்பனை செய்வதற்காக அவர்களை தூய்மை வளர்ச்சி செயலாக்கத்தின் கீழ் கணக்கிட வேண்டும். குளுமையை வெளியேற்றும் எச்சிஎப்சி ஆலைகளை அல்ல. அவை ஆற்றல் கோரும் ரெப்ரிஜிரேட்டர்களையே உற்பத்தியில் அதிகரிக்கின்றன.

கார்பன் குறைப்பில் பங்காற்றும் தொழில் வடிவிலான மாற்று நடவடிக்கைகளைக் கூட ஏற்பது பொருத்தமானதாகாது. கார்பன் வெளியீட்டைக் குறைக்கும் நுட்பத்தின் நடவடிக்கையில் ஒவ்வொரு கட்டமும் வேறுபல மாசுகளை உருவாக்குவதாக இருக்கிறது. அதன் செயல்பாடுகளை சூழலியல் மாற்றுடன் ஒப்பிடும்போது தூய்மை வளர்ச்சி செயலாக்கத்தை மேம்படுத்துவதாக இல்லை. அவற்றின் வடிவத்தில் உள்ள மற்ற தயாரிப்பு நிறுவனங்களுடன் ஒப்பீட்டளவில் தூய்மையாக இருக்கின்றன. அவ்வளவே.

தூய்மை வளர்ச்சிச் செயலாக்கத் திட்டங்கள் இந்தியாவைப் பொறுத்த அளவில் சூழலியலுக்கு ஆதரவான வடிவத்தில் மேற்கொள்ளப்படவில்லை. அதன் வேலைகள் பருவநிலை மாற்றத்தை கண்டுகொள்ளாததாக அதை அதிகரிக்கச்செய்வதாக இருக்கிறது. இந்தியா கையால் காகிதம் தயாரிக்கும் முறையைக்கூடப் பின்பற்றுவதில்லை. செக்கில் ஆட்டி எண்ணெய் எடுக்கும் முறையைக்கூட செய்வதில்லை. செக்கில் எண்ணெய்ப் பிழியும் முறையில் பெட்ரோல் செலவீனம் இல்லை, மாசு உற்பத்தி ஆவதில்லை. கிராமப்புற வேலை வாய்ப்பை அளிக்கிறது. சிறப்பாக எண்ணெய் தயாரிப்பவர்களுக்கு தரமான வாழ்வாதாரமாகவும் இருக்கிறது. தூய்மை வளர்ச்சி செயல் திட்டத்தில் நிலக்கரியில் இயங்கும் ஆலைகளையும், தானியங்கி இயந்திரங்கள் உற்பத்தி செய்யும் ஆலைகளையும், நுரைப்பு இரும்பு நிறுவனங்களையும், காகித ஆலைகளையும், வடிப்பான் ஆலைகளையும், இரசாயன உர ஆலைகளையும், சிமெண்ட் ஆலைகளையும்,

சர்க்கரை ஆலைகளையும் சேர்த்துக் கொண்டுள்ளனர். இவையாவும் நிலத்தை நீரை மாசுபடுத்துகின்றனவாக இருக்கின்றன. நிறைய ஆற்றல் விழுங்கக் கூடியதாகவும் இருக்கின்றன.

கழிவு கட்டுப்பாட்டு வர்த்தகம் கழிவு வெளியேற்றத்தைக் குறைப்பதில்லை. பருவப் பேரிடர்களுக்கு தீர்வுக்கான வடிவத்தை உலகமயச்சந்தையில் இருந்து பெற முடியாது. அது நில ஜனநாயகத்தின் மீது ஆழமான பிடிப்பு கொண்டவர்கள் மத்தியில் இருந்துதான் வரமுடியும். கார்பன் வர்த்தகம் சந்தைப்பொருளாதாரத்திற்கு வேண்டுமானால் பலன் தரலாம். ஆனால் சூழலியல் பொருளாதாரத்தை அழிக்கக்கூடியதாகவும், மாசுபாட்டினை அதிகரிக்கச் செய்யக்கூடியதாகவும் தான் இருக்கும். இறந்த கார்பனை சுழற்சிக்குள் கொண்டு வந்து புதுப்பிக்கத்தகுந்ததாக மாற்றும் காடுகளையும் உயிர்பன்மையையும் அழிக்கக்கூடியதாக இருக்கும்.

தூய்மை வளர்ச்சி செயல் திட்டத்தால் பல நுட்பங்கள் ஏற்றுக் கொள்ளப்பட்டிருக்கின்றன. ஆனால் அதில் தொழிற்சாலைகள் அல்லாத மாற்று நடவடிக்கைகள் சேர்க்கப்படவில்லை. மாற்று நடவடிக்கைகளுக்கு உலகின் தெற்கு மண்டலங்கள் செல்வங்களாக இருக்கின்றன. சூழலியல் ரீதியாக நீடித்த உற்பத்தி செய்யும் நுட்பமுறைகள் தூய்மை வளர்ச்சி செயல்திட்டத்தால் ஊக்குவிக்கப்படுவதில்லை.

இருந்தபோதிலும் உண்மையான பிரச்சனைகள் பணக்கார நாடுகளுக்கும், ஏழைநாடுகளுக்கும் இடையில் இருப்பதல்ல. பிரச்சனை வடக்கில் உள்ள பெருந்தொழிற்சாலை நிறுவனங்களுக்கும் - விவசாயிகள், பழங்குடி மக்கள் மதிப்பிற்கு அப்பாற்பட்ட சமூகங்களுக்கும் இடையிலானவை. வடக்கிலும், தெற்கிலும் உள்ள பெரும் கார்ப்பரேட் நிறுவனங்கள் தங்களுக்குள் பங்காளிகள் ஆகிவிட்டனர். தெற்கில் உள்ள பெருநிறுவனங்கள் முதலில் மாசுபடுத்தி விட்டு மதிப்புமை பெறுவதற்காக கார்பன் குறைப்பு வேலைகளில் ஈடுபடுகின்றன. ஒட்டு மொத்தத்தில் சூழலியல் மாற்று குறித்து கணக்கிடும்போது மாசுபடுத்தாத, ஆலைச்செயல்பாடுகள் அல்லாத தூய்மை நடவடிக்கைகளுக்கு தூய்மை வளர்ச்சித்திட்ட ஊக்கம் கிடைப்பதில்லை. வேண்டுமென்றால் முதலில் மாசுபடுத்தினால் தான் கியோட்டோ ஒப்பந்தப்படி நீங்கள் தூய்மையாளராகக் கருதப்படுவீர்கள்.

நியூக்கிளியர் ஆற்றல் மாசற்றதோ அல்லது நிலைத்தன்மை வாயந்ததோ அல்ல

திடீரென்று நியூக்கிளியர் ஆற்றல் மாசற்ற ஆற்றல் என்ற வகைப்பாட்டிற்குள் வந்துவிட்டது. பல அரசாங்கங்கள் அதனை முன்னிறுத்துகின்றன.

நியூக்கிளியர் உடைப்பான் கட்டுவதில் உலகின் மிகப்பெறும் நிறுவனம் பிரெஞ்சின் அரீவா கம்பெனி. 2030க்குள் உலகம் முழுதும் 150இல் இருந்து 300 உடைப்பான்கள் (ரியாக்டர்) வரை கட்டப்படலாம் என்று கணக்கிட்டுள்ளது. அவற்றில் 50 இந்தியாவில் அல்லது சீனாவில் இருக்கும். த இண்டர்நேஷனல் ஹெரால்டு ட்ரிப்யூன் பத்திரிகை இதை நியூக்கிளியர் மறுமலர்ச்சிக்காலம் என்று அழைக்கிறது. கயா கோட்பாட்டை முன் வைக்கும் ஜேம்ஸ் லவ்லாக் கூட நியூக்கிளியர் ஆற்றலைச் சூழலியல் நண்பன் என்று வர்ணிக்கிறார். ஆனால் அது குறுகிய பார்வையாகும்.

நியூக்கிளியர் ஆற்றல் தொடர்பாக சூழலியல் தாக்கம் குறித்து ஆய்வு செய்த எக்கோலஜிஸ்ட் கூறுகிறது- ஒவ்வொரு நியூக்கிளியர் உடைப்பான்களும் அதன் கட்டுமானத்தில் 20 மில்லியன் கார்பன் கழிவுகளை வெளியேற்றுகிறது. யுரேனியச் சுரங்கத்தில் இருந்து வெட்டி எடுக்கப்படுவதும் மாசுபாட்டுக்காரணியாக இருக்கிறது. கிடைக்கக்கூடிய அனைத்து யுரேனியங்களும் தரங்குறைந்ததாக உள்ளன. ஒரு டன் யுரேனியம் பெற 100,000 டன் யுரேனியப்பாறையைச் சுரங்கத்தில் இருந்து வெட்டி எடுக்க வேண்டி உள்ளது. அதனை ஊட்டம் மிக்கதாக மாற்றுவதற்கு உயர்வெப்பக்கூறுகள் பயன்படுத்தப்படுகின்றன. இவ்வுயர் வெப்பக்கூறுகள் பசுமைக்குடில் கார்பன் வாயுவை விட 10000 மடங்கு வீரியம் மிக்கவை. நியூக்கிளியர் ஆற்றலுக்கான அனைத்து அம்சங்களையும் கணக்கிட்டுப்பார்த்தால் அதனை ஆற்றல் உடையதாக மாற்றுவதற்கு யுரேனியம் வெட்டி எடுப்பது, அதனை அரைப்பது போன்ற செயல்முறை அதிக செலவீனம் கொண்டதாக இருக்கிறது என்று எக்கோலஜிஸ்ட் இதழில் ஜான் ஹக்ஸ் எழுதுகிறார்.

உலகம் முழுதும் நியூக்கிளியர் திட்டத்திற்கு அருகில் இருக்கும் குடியிருப்புவாசிகளுக்கு மற்றபகுதிகளில் வசிக்கும் மக்களைக் காட்டிலும் அதிக அளவில் புற்றுநோய் பீடிப்பதாகத் தெரியவந்துள்ளது. இந்த ஆபத்தை திட்ட வளாகத்திற்குள்ளேயே தடுத்து நிறுத்திவிட முடியாது. யுரேனியக்கழிவு 95 சதவீதம் ரேடியக் கதிர்வீச்சு உடையதாக இருக்கிறது. ஒவ்வொரு 1000 மெகாவாட் நியூக்கிளியர் மின்சார ஆற்றலும் சுமார் 30 மெட்ரிக் டன் அதிகக்கழிவுகளை ஒவ்வொரு ஆண்டும் குவிப்பதாக இருக்கிறது. இந்த அணுக் குப்பையைக் கொட்டுவதற்கு இங்கிலாந்து ஆண்டுதோறும் 108 பில்லியன் டாலர் செலவிடுகிறது. அமெரிக்காவில் நியூக்கிளியர் குப்பையைப் பாதுகாத்து வைப்பதற்காக மின்சாரப் பயனீட்டாளர்களிடமிருந்து அரசு 18 பில்லியன் டாலர் வசூல் செய்கிறது.

இந்தியாவில் யுரேனியப் பகுப்பு ஆலை ஒன்றேதான் சிங்பம் மாவட்டத்தில் ஜடுகுடாவில் உள்ளது. இந்தப்பகுதியில் அதிகமாக

சாந்தால் பழங்குடியினர் வசிக்கிறார்கள். இதற்கான சுரங்கம் சுவர்னரேகா ஆற்றிற்கான நீர்ப்பிடிப்பு காடுகளுக்குள் வெட்டப்பட்டுள்ளது. இந்த பகுப்பு ஆலை மூன்றடுக்கு சுரங்கத்தின் அடியில் நில மட்டத்தில் இருந்து சுமார் 2000 அடி ஆழத்தில் அமைந்துள்ளது. ஜடுகுடா சுரங்கத்தில் இருந்து மஞ்சள் கேக் எனப்படும் ஆற்றல் கட்டிகள் நியூக்கிளியர் ஆலை உள்ள ஹைதராபாத்திற்குக் கொண்டு வரப்படுகிறது. அங்கு அவை நியூக்கிளியர் உருளைகளாக மாற்றப்படுகின்றன. நியூக்கிளியர் உடைப்பான்களுக்கான மஞ்சள் கேக்கில் 0.7 சதவீதம் மட்டுமே யுரேனியம் இருக்கும். அதை உடைப்பான்களுக்கான ஆற்றல் வடிவத்திற்கு மாற்றுவதற்காக மஞ்சள் கேக்குடன் 3இலிருந்து 5 சதவீதம் வரை புளூரின் கலந்து வெப்பம் ஊட்டப்படுகிறது. மெல்லிய யு - 235 நுண்கூறுகளில் இருந்து யு - 238 கடினக்கூறாக மாற்றப்படுகிறது. ஊட்டம் அளிக்கப்பட்ட யுரேனியம் எரி உருளைகளாக பயனுக்கு வருகின்றன. மீதமுள்ள 85 சதவீத யுரேனியம் செறிவற்றதாக இருக்கிறது.

யுரேனியச்சுரங்கம் யுரேனியம் கார்ப்பரேசன் ஆப் இந்தியா எனும் அரசு நிறுவனத்தால் இயக்கப்படும். இது 1967ல் திறக்கப்பட்டது. அதன் வளாகத்தைச் சுற்றியுள்ள ஐந்து கிராம மக்கள் 30000 பேர் அங்கிருந்து அப்புறப்படுத்தப்பட்டனர். மூலக்கனிமம் முதலில் நுண்ணிய மாவாக அரைக்கப்படுகிறது. பின்னர் இரசாயன வினைக்குப்பின்னர் யுரேனியம் பிரிக்கப்படுகிறது. யுரேனியம் பிரித்தெடுக்கப்பட்ட பின்னர் 99.94 கனிமப்பாறைகள் கழிவாக விடப்படுகிறது. ஜடுகுடாவில் தினமும் 1000 டன் கனிமப்பாறைகள் வெட்டி வினையூக்கப்பட்டு 200 டன் மஞ்சள் கேக்குகளாக ஒவ்வொரு ஆண்டும் மாற்றப்படுகிறது. சுமார் 350,000 டன் பாறை வெட்டி எடுத்து அரைக்கப்பட்டு ஜடுகுடாவில் தேங்கிக்கிடக்கின்றன.

இந்த அரைக்கப்பட்ட பாறை அல்லது யுரேனியக் கழிவு ஒரு டஜனுக்கும் மேலான ரேடியக்கதிர் வீச்சு உலோகங்களாக இருக்கின்றன. 230 தோரியம், 226 ரேடியம், 222 வாயு வீச்சுக்களாக இருக்கின்றன. இந்தக் கழிவுகள் திறந்த நிலப்பரப்பில் உலறவிடப்பட்டால் அதன் துகள்கள் காற்றில் வெகுதூரம் பரவி தாவரங்களின் உணவுச்சங்கிலியில், ஆறுகளில், ஏரிகளில் கலந்து குடிநீரைக் கெடுத்துவிடுவதற்கான வாய்ப்புகள் அதிகமாக இருக்கின்றன. திடக்கழிவுகள் சுரங்கப்பள்ளத்தில் இட்டு நிரப்பப்பட்டாலும் மாக்கழிவுகள் நீருடன் கலந்து குடிநீர்க்குழாய் வழியாக ஜடுகுடா கிராமத்து மக்களின் குடிநீரில் இக்கழிவுகள் அடங்கி இருக்கும்.

மூன்று கழிவு அணைகளில் நூற்றுக்கணக்கான ஏக்கர் பரப்பளவில்,

மில்லியன் கணக்கான டன் கழிவுகள் நிரப்பப்பட்டுள்ளது. ஹைதராபாத் நியூக்கிளியர் எரிப்பு வளாகத்தில் இருந்தும் பாபா அட்டாமிக் ரிசர்ச் சென்டர் மும்பையில் இருந்தும் வெளியேற்றப்படும் கழிவுகள் ஜடுகுடாவில் தேக்கப்பட்டு, இந்தியா முழுதும் கதிர்வீச்சு பரவிக் கொண்டுள்ளது. இக்கழிவுத் தேக்கம் இப்பகுதி மக்களின் நீராதாரத்தை பாழ்படுத்திவிட்டது.

இந்தக்கழிவு அணையைச் சுற்றியுள்ள ஒரு கி.மீ. சுற்றளவிற்கு மேற்கொள்ளப்பட்ட ஆய்வில் பெண்கள் 47 சதவீதம் பேருக்கு மாதவிலக்குப் பிரச்சனை இருக்கிறது. 18 சதவீதம் பேருக்கு கருவுறுதல் பிரச்சனை அல்லது குழந்தைப் பிறப்பு முன்கூட்டி நிகழ்கிற பிரச்சனை இருக்கிறது. மற்றொரு 30 சதவீதமானோருக்கு கருவுறுதல் ஆவதில்லை. பிறக்கும் குழந்தைகளிலும் உருவச்சிதைவு, கபால உருமாற்றம், கபாலம் அல்லது உள் அங்கங்களில் பகுதிச் சிதைவு ஆகியவை ஏற்படுகின்றன. இங்கு வேலை செய்யும் 7000 தொழிலாளர்கள் ரேடியக்கதிர் வீச்சு அபாயத்தைத் தொடர்ந்து சந்தித்து வருகின்றனர்.

உள்ளூர் மலைஇன மக்கள் யுரேனியச்சுரங்கம் வெட்டப்படுவதற்கு எதிராகவும், அதன் ஆபத்துகளுக்கு எதிராகவும் கடுமையான எதிர்ப்புத் தெரிவித்து போராடினார்கள். அவர்களது கோரிக்கைகள் சில:

- ⋆ நியூக்கிளியர் கழிவு இந்தப்பகுதியில் தேக்குவது நிறுத்தப்பட வேண்டும்.
- ⋆ ரேடியக் கதிர்வீச்சு உள்ள கழிவுகளில் சர்வதேச பாதுகாப்பு விதிகள் அமுல்படுத்தப்பட வேண்டும்.
- ⋆ கழிவுத்தேக்க அணைக்கு அருகில் குடியிருப்போருக்கு மாற்று வசிப்பிடம் வழங்க வேண்டும்.
- ⋆ கதிர் வீச்சுக்களால் பாதிக்கப்பட்டவர்களுக்கு மருத்துவ சிகிச்சையும் நஷ்ட ஈடும் வழங்க வேண்டும்.

அமெரிக்காவில் நவஜோ பழங்குடி மக்களுக்கு என்ன நடந்ததோ அதுதான் ஜடுகுடாவில் உள்ள ஹூ, சாந்தால் பழங்குடி மக்களுக்கும் நடந்தது. நவஜோ பழங்குடி மக்களின் தலைவர் ஜயோ சர்லி ஜட் யுரேனியச்சுரங்கம் என்பது ஒரு இனப்படுகொலை என்கிறார். நவஜோ யுரேனியச் சுரங்கத்தில் ஐந்து ஆண்டுகளாக வேலை செய்யும் ஸ்டீவர்ட் சர் கூறுகிறார் “இந்த பாதுகாக்கப்பட்டப் பகுதியைச் சுற்றிலும் வயதில் மூத்தவர்கள் தவழ்வதையும், மூச்சுவிட சிரமப்படுவதையும் நீங்கள்

பார்க்கலாம்."

நவஜோ பாதுகாப்புப் பகுதியில் சுரங்கம் வெட்டுவது 2005இல் தடை செய்யப்பட்டு விட்டது. இப்பகுதி சுமார் 27000 சதுர மைல்கள் கொண்ட அரிசோனா, நியூ மெக்சிகோ, உடா பகுதிகளை உள்ளடக்கிய பெரும் பரப்பு. உலகின் மிகப்பெரிய யுரேனியப்பகுதி ஆஸ்திரேலியாவில் உள்ளது. (உலகின் மொத்த யுரேனியத்தில் 40 சதவீதத்தைக் கொண்டு, 35 மில்லியன் டன்கள் இருப்பதாகத் தெரிய வந்துள்ளது) சுரங்கம் வெட்டுவதற்கான கடும் எதிர்ப்பினால் அப்பகுதியில் உள்ள பூர்வகுடி மக்களுக்கு அந்த யுரேனிய நிலத்தை சொந்தமாக்கி சுரங்கம் வெட்டுகிற அல்லது மறுக்கிற உரிமையை அவர்களுக்கு அளித்துள்ளது.

மாசுத்தூய்மை என்பது கார்பனை வெளியேற்றாமல் இருப்பது மட்டுமல்ல. தொடக்கத்தில் இருந்து இறுதிவரை சூழலியல் அக்கறை இல்லாத எதையும் மாசுத்தூய்மையானதாகக் கருத முடியாது. பருவநிலை மாற்றத்தில் நியூக்கிளியர் பாதுகாப்பானது என்று கருதுவதற்கு இல்லை. சூழலியல் சார்ந்த மாற்று ஆற்றல் கண்ணோட்டத்திலும் நீண்டகால பாதுகாப்பு அடிப்படையிலும், அதிகாரக் குவிப்பு கண்ணோட்டத்திலும் நாம் அதைப் பார்க்குமாறு நெருக்கப்படுகிறோம்.

அந்த வகையில் நியூக்கிளியர் ஆற்றல் தூய்மையானதாகவோ அல்லது மலிவானது என்றோ எடுத்துக்கொள்ள முடியாது. அமெரிக்காவில் நியூக்கிளியர் மின்சாரத்தின் விலை யூனிட் ஒன்றிற்கு 0.67 டாலர். நிலக்கரி 0.42 டாலர், எரிவாயு மின்சாரம் 0.56 டாலருடன் ஒப்பிட்டால் அதன் விலை அதிகம் என்பது தெரியும். இந்தியாவில் எரிவாயு மின்சாரம் யூனிட் ஒன்றிற்கு 1.20 ரூபாய், ஆனால் நியூக்கிளியர் மின்சாரம் யூனிட் ஒன்றிற்கு ரூபாய் 30. இந்தியாவில் திட்டமிடப்பட்டுள்ள அனைத்து நியூக்கிளியர் திட்டங்களும் கட்டிமுடிக்கப்பட்டு முழுவீச்சில் ஆற்றல் உற்பத்தி நடந்தாலும் அது வழங்கும் ஆற்றல் நாட்டின் தேவையில் 6.6 சதவீதத்தை மட்டுமே ஈடுசெய்யும். ஒருநாளைக்கு 3சதவீத அளவிற்கு மட்டுமே கொடுக்கும்.

இப்போது பயன்பாட்டில் உள்ள பெட்ரோல் ஆற்றலுக்கு நிகரான ஆற்றலைப் பெறுவதற்கு நியூக்கிளியர்தான் மாற்று என்றால் ஒருவாரத்திற்கு ஒரு உடைப்பான் என்று கட்டிக்கொண்டிருந்தாலும் உலகின் தேவையைக் கட்டி முடிக்க 60 வருடங்கள் ஆகும்.

இந்தியா அமெரிக்கா அணு ஒப்பந்தம்
புவி வெப்பத்திற்கு அணுக்குளிர் மாற்று ஆகாது

இந்தியா தனது வளர்ச்சி இலக்கை புதிப்பிக்கத்தகுந்த ஆற்றல் மூலமாகவும், உயிர்ப்பன்ம பொருளாதாரத்தின் மூலமாகவும் தான் எட்டியது. அது தொடர்ந்து இதே பாதையில் பயணிப்பதா அல்லது நிலையற்ற ஆற்றல் எனும் மேற்கத்திய பெட்ரோல், நியூக்கிளியர் ஆற்றல் அடிப்படைப் பாதையில் பயணிப்பதா?

வரலாற்று ரீதியாகவே இந்தியா உலகில் கார்பன் மாசு வெளியிடும் நாடாக இருந்ததில்லை. அது உயிர்ப்பான கலாசார, பொருளாதாரக் கொள்கையையும், மையப்படுத்தப்படாத கிராமப்புறம் சார்ந்த, உழைப்பு சார்ந்த பொருளாதாரத்தையும் அடிப்படையாகக் கொண்டது. இப்போதைய உலகமய வர்த்தகமும், திறந்த புதிய பொருளாதாரச் சீர்திருத்தமும் இந்தியா தனது அடிப்படையாகக் கொண்டிருந்த புதுப்பிக்கத்தகுந்த ஆற்றலில் இருந்து புதுப்பிக்க இயலாத ஆற்றலுக்குள் தனது பொருளாதாரத்தை மாற்றிக்கொண்டு இருக்கிறது. மக்கள் பெட்ரோல் சார்ந்தவர்களாக மாற்றப்பட்டுக்கொண்டு இருக்கிறார்கள். மையப்படுத்தப்படாத கிராமப்புறம் சார்ந்த பொருளாதாரம் இப்போது கார்ப்பரேட் அதிகாரமாக மாறிக்கொண்டு இருக்கிறது. ஒவ்வொரு நிலவியலுக்கும் வெவ்வேறு விதமாக இருந்த போக்குவரத்து, உற்பத்தி முறை, விவசாயம் அனைத்தும் ஒற்றைத் தன்மை உடையதாக அவசர அவசரமாக மாற்றப்பட்டு வருகிறது. இந்த மாற்றம் பருவநிலை நெருக்கடியைத் தீவிரப்படுத்துவதாக மட்டும் இல்லாமல், பழங்குடி மக்களின், சிறுவிவசாயிகளின், பெண்களின் வாழ்வாதாரத்தையே பறிக்கிறது.

நான் 1973இல் நியூக்கிளியர் அறிவியலாளராகப் பயிற்சியில் இருந்தேன். இந்த நேரத்தில் எனது பெரும்பாலான நேரத்தை மும்பை பாபா அணு ஆராய்ச்சி நிலையத்தில் செலவழித்தேன். விரைவு ஈனு உலையில் சோதனைப் பணியில் ஈடுபட்டிருந்தேன். எனது சகோதரியும் மருத்துவருமான மிர்ராவின் வேண்டுகோளுக்கு இணங்க எனது வேலையைத் துறந்தேன். நான் ஆற்றல் மாற்றம், தொடர் செயல்வினையாக்கம் போன்ற ஆராய்ச்சிகளில் ஈடுபட்டிருந்த அதேநேரம் அணு ஆபத்து குறித்த அம்சத்தில் பாமரத்தன்மை உடையவளாக இருந்தேன். அறிவியல் என்பது வாழ்க்கைக்கு ஆதாரமாக விளங்க வேண்டும், வாழ்க்கையை அழிப்பதாக இருக்கக்கூடாது என்ற பாடத்தை அப்போது கற்றுக் கொண்டேன். அதேநேரத்தில் அறிவிற்கும் அதிகாரத்திற்கும் இடையிலான தொடர்புகள் குறித்தும் அதிகமாக கவனப்படுத்தி வந்தேன். லாப நோக்கம் கொண்ட அறிவியலால் சமூகப் பொறுப்புணர்வற்ற போர்கள் உருவாக்கப்படுவதையும் புரிந்து கொள்ளத்

தொடங்கினேன். சமூக அக்கறை உடைய அறிவியல் திட்டமிட்டு மறைக்கப்படுவதையும். ஆபத்தான அறிவியல் நுட்பங்கள் மீது நமது ஜனநாயகம் தனது கட்டுப்பாடுகளைச் செலுத்தாமல் இருப்பதையும் கண்டுகொண்டேன்.

இந்திய அமெரிக்க அணு ஒப்பந்தம் தூய்மை ஆற்றல் என்பதாக முன் மொழியப்படுகிறது. அதன் தொடர்ச்சியாக அமெரிக்கா இந்தியாவிற்கு நியூக்கிளியர் சக்தியையும், எரிபொருளையும் விற்கும். அதற்கு ஈடாக இந்தியா 32 ஆண்டுகளுக்கு நியூக்கிளியர் தொடர்பான அனைத்தில் இருந்தும் தன்னை விலக்கிக்கொள்ள வேண்டும். இந்த ஒப்பந்தம் 2005இல் கையெழுத்திடப்பட்டது. அதன் இறுதிவடிவம் ஜார்ஜ் புஷ்ஷின் 2006 இந்திய வருகையின்போது எட்டப்பட்டது. அந்த ஒப்பந்தத்தின்படி இந்தியாவிற்குத் தேவையான சமூக அணு ஆற்றலை நிறைவு செய்வதற்கு அமெரிக்கா கடப்பாடு கொள்கிறது. இந்திய அணு ஆற்றல் நிறுவனத்துடன் இணைந்து அமெரிக்கா கூட்டு வர்த்தகத்தினுள் நுழையும். நியூக்கிளியர் பரிந்துரைக்கப்படுவதற்குக் காரணம் அது தூய்மையான ஆற்றலாக இருக்கிறது. ஏனென்றால் நேரடியாக கார்பன் மாசுவை வானவெளியில் கலப்பதில்லை. நியூக்கிளியருக்கான யுரேனியத் தயாரிப்பில் வெளியேற்றப்படும் கழிவு கணக்கிடப்படுவதில்லை. அணுப்போர் அளவிற்கு ஆபத்தாக உயரும் சாத்தியங்கள் கண்டு கொள்ளப்படுவதில்லை. இந்த ஒப்பந்தம் அணுவை புவி வெப்பத்தை விட மேலானதாகக் கருதுகிறது. என்றாலும் உலகின் நிலைத்தன்மைக்கு மாற்று ஆற்றல் தேவைப்படுகிறது. அத்தேவையை புதுப்பிக்கத்தகுந்த ஆற்றலே ஈடுசெய்யும்.

ஒப்பந்தத்தின் பயனாக அமெரிக்கக் கம்பெனிகள் 2030இல் 60,000 மெகாவாட் மின்சாரத் தயாரிப்பை இலக்காகக்கொண்டு இப்போது 100 பில்லியன் டாலர் பெறுமான ஒப்பந்தங்களைப் பெறுகின்றன. அமெரிக்காவின் ஹைடு சட்டத்தின்படி ஏற்றுக் கொள்ளப்படும், இந்திய அமெரிக்க ஒப்பந்தத்தில் இந்தியா தொழில்நுட்ப ரீதியாகத் தன்னை வளர்த்துக்கொள்ள அனுமதி இல்லை. தொழில்நுட்ப உதவியும், எரிபொருளும் பெற்றுக்கொள்வதற்கு மட்டுமே அனுமதிக்கிறது. இந்தியா தனது எதிர்கால உத்திகளை வகுக்கும் சுதந்திரத்தை இந்த ஒப்பந்ததின்மூலம் இழக்கிறது என்பதே இந்திய அணு விஞ்ஞானிகளின் கவலை. இந்தியா அணுக்கருவிகளைத் தவறாகப் பயன்படுத்துவதாகக் கருதினால் அனைத்து அணுக்கருவிகளையும் அது தொடர்பான மற்றனைத்தையும் திருப்பி எடுத்துக் கொள்ளும் உரிமை அமெரிக்காவிற்கு உண்டு. இந்தியாவை போர் அணுக்கருவிகள் அற்ற நாடாக்க வேண்டும் என்ற அமெரிக்காவின் திட்டம் இந்தக் கட்டுப்பாடுகளைக் கொண்டு

மிரட்டி சாதித்துக் கொள்ளப்படுகிறது.

மிகவும் முக்கியமான பிரச்சனைக்கு உரிய அம்சம் என்னவென்றால் அமெரிக்க - இந்திய ஒப்பந்தத்தின் பிரிவு 123 (4) தவிர அணுஆயுத ஒத்துழைப்பை வரையறுக்கும் உரிமை அமெரிக்கா வசம் இருக்கும். அவசியமானால் தனது கருவிகளையும் உலோகங்களையும் மாற்றிக் கொள்ளும், திருப்பி எடுத்துக்கொள்ளும் உரிமையும் கொண்டிருக்கிறது. இந்த உபகரணங்களைக் கொண்டு வேறு விசேசத் தயாரிப்புகள் மேற்கொள்வதையோ, வெடிப்பு உபகரணங்களை வெடிப்பதையோ ஒத்துழைப்புத் தரப்பு மேற்கொண்டாலும் அது திருப்பி எடுத்துக்கொள்ளும் உரிமை கொள்கிறது.

இந்த வரையறை அதிக விவாதத்திற்கு உரியதாக இருக்கிறது. குடிமைப்பயன்பாட்டு ராணுவப்பயன்பாட்டு வசதிகள் தனியாகப் பகுக்கப்பட்டு இந்த வரையறைக்குள் அடங்குகிறது. இந்தக் கட்டுப்பாடுகளை மையமாகக் கொண்ட ஒப்பந்தத்தில் பிரதமர் மன்மோகன் சிங்கும் ஜனாதிபதி ஜார்ஜ் புஷ்ஷும் கையெழுத்திட்டுள்ளனர்.

ஒப்பந்தத்தின் 123 ஷரத்துக்களின் மீது 2007இல் இறுதிப் பேச்சுவார்த்தை நடத்தி முடிவை எட்டியுள்ளனர். முன்னரே உறுதியளித்திருந்தாலும் பேச்சுவார்த்தையின் முடிவுகள் பாராளுமன்றத்தின் ஒப்புதல் இல்லாமலே எட்டப்பட்டிருக்கிறது. முடிவு எடுக்கும் சுதந்திரத்தில் இந்தியாவின் இறையாண்மை தெளிவாகத் தாரைவார்க்கப்பட்டிருக்கிறது. இந்தியா தன் விருப்பத்தில் அணு ஆயுதச்சோதனை மேற்கொள்ளுமானால் அமெரிக்கா தனது அணு எரிசக்தியையும் உபகரணங்களையும் நுட்பங்களையும் எடுத்துக் கொள்ளப்போவது உறுதி. ஆனால் அமெரிக்கா அணுச்சோதனை செய்வதை இந்தியா தடுப்பதற்கான உரிமை இல்லை. இறுதியாகப் பார்க்கப்போனால் இந்தியா முடிவு எடுக்கும் உரிமையை அமெரிக்கா கட்டுப்படுத்தும். அமெரிக்காவின் கீழ்நிலைச் செயலாளர் நிக்கோலஸ் பர்ன்ஸ் ஒரு பேட்டியில் கூறினார்:

> ஆம், உண்மைதான்! பலரும் சொல்கின்ற திருப்பி எடுக்கும் உரிமை எங்களுக்கு உண்டு. சோதனை மேற்கொள்ளும்பட்சத்தில் அமெரிக்காவின் ஜனாதிபதி அணு ஆற்றல் சட்டத்தின்படி நியூக்கிளியர் எரிசக்தியையும், நுட்பத்தையும் எடுத்துக்கொள்ளும் உரிமை பெற்றுள்ளார். எடுத்துக்கொள்ளும் உரிமை எங்கள் சட்டத்தின் மூலம் பாதுகாக்கப்பட்டுள்ளது. எந்த அடிப்படையில் இந்த உரிமை அமெரிக்க ஜனாதிபதிக்கும் அமெரிக்க அரசாங்கத்திற்கும் வழங்கப்பட்டுள்ளது என்பது முற்றிலும் அமெரிக்கச் சட்டத்தைச் சார்ந்தது.

இந்தியாவின் நியூக்கிளியர் செயற்கைக்கோளைப் பராமரிக்கும் உரிமை அமெரிக்காவின் கைக்குப் போவது மட்டுமல்ல, இந்தியாவை அது ஒரு பெரும் ஆயுதச் சந்தையாகப் பார்க்கிறது. என்றாலும் இந்தியாவின் வெளியுறவுச் செயலாளர் சிவசங்கர மேனன் ஆயுதச் சந்தைக்கான கதவு ஒன்றும் திறந்துவிடப்படவில்லை என்று மறுத்துள்ளார். நாங்கள் அணுஆற்றல் ஒப்பந்தத்திற்கான பேச்சுக்கள் மட்டுமே நடத்தியுள்ளோம். அதற்கு மேலாக வேறு எதுவும் இல்லை என்று கூறுகிறார். இந்தியாவின் தலைமைப் பேச்சாளர் பாதுகாப்பு ஆலோசகர் கோடிகாட்டுவது வேறுவிதமாக இருக்கிறது. "நியூக்கிளியர் பேச்சுவார்த்தையின் முடிவு உறவுப் பரிமாற்றத்தின் மூலமாக வேறு சிலவற்றிற்கும் இட்டுச் செல்லும் என்று புரிந்து கொண்டிருக்கிறேன்" என்று கூறியுள்ளார். ஆனால் பர்ன் நம்பிக்கையுடன் அறிவித்துள்ளார். 'இப்போது எங்களுக்குள் நியூக்கிளியர் வர்த்தகப் பரிமாற்றம் தொடங்கும். எதிர்காலம் குறித்துப் பார்க்கப் போனால் எங்களுக்குள் மிகப்பெரிய பாதுகாப்பு ஒத்துழைப்பும் கூட்டு ராணுவப் பயிற்சிகளும் இடம்பெறும். அமெரிக்காவின் ராணுவ நுட்பங்களை எங்களால் இந்தியாவிற்கு விற்க முடியும் என்று நான் நம்புகிறேன்' என்று கூறியுள்ளார்.

பருவநிலைக்கு இடையூறு தராத ஆற்றல் வழங்குவதாக தவறான பாதைவழியாக இந்தியாவிற்குள் நுழைந்து இந்தியாவின் எதிர்காலத் திட்டத்தை கையகப்படுத்திய அமெரிக்கா தனது ஆயுத விற்பனைக்கான தளத்தையும் அமைத்துக்கொண்டது. இந்த ஒப்பந்தத்தின் கீழ் அணுப்பிளப்பு உலோகத்தை துர்வாவில் உற்பத்தி செய்வதற்கும், ஆயுதத் தயாரிப்புத் தரத்திலான புளூட்டோனியம் தயாரிக்கும் வசதியையும் யுரேனியம் செறிவூட்டும் மையத்தை மைசூரில் நிறுவுவதற்கும், எட்டு பிளப்பான்களுடன் ஒற்றை வடிவிலான அதிஈனுலை கட்டுமானம் தொடங்குவதற்கும் வகை செய்யப்பட்டுள்ளது. இத்திட்டங்களின் உற்பத்தி 1250 கிலோகிராம் எடையுள்ள புளூட்டோனியம் தரத்திலான ஆயுதங்கள் செய்வதற்குப் போதுமானது. இவற்றைக் கொண்டு ஒவ்வொரு ஆண்டும் நாகசாகியில் போடப்பட்ட குண்டுகளைப்போல 250 குண்டுகள் செய்ய முடியும். அமெரிக்க இந்தியா ஒப்பந்தம் வெறும் ஆற்றல் தொடர்பான ஒப்பந்தம் மட்டுமல்ல. அமெரிக்காவை ஓட்டுனராகக் கொண்டு அணு ஆயுதங்களை தயாரிப்பதற்கான ஒப்பந்தம் அது. இது வெறும் ஆற்றல் ஒப்பந்தம் இல்லை என்பது மிகத்தெளிவான ஒன்று. இது இந்தியாவின் வெளியுறவுக்கொள்கை தொடர்பானது. இந்தியாவின் பாதுகாப்புக் கொள்கை தொடர்பானது. இறுதியாக அது இந்திய ஜனநாயகம், இந்திய இறையாண்மை தொடர்பானது.

பொறியியலாகும் புவிக்கோளம்
இயந்திர மயச்சிக்கலுக்கு இயந்திரமயத் தீர்வு

பெட்ரோல் சக்தியால் ஓடுகிறது இயந்திரவியல் யுகம். புதுப்பிக்கத்தகுந்த ஆற்றல்களாகிய மனித ஆற்றல், குதிரை, மாடு, யானை போன்ற விலங்குகளின் ஆற்றலால் இயங்கிக் கொண்டிருந்த இடத்தில் புதுப்பிக்க இயலாத ஆற்றலைப் பொருத்திய நிமிடத்தில் வானவெளி கார்பன் சுழற்சியில் இடையூறு ஏற்பட்டது. மில்லியன் கணக்கான ஆண்டுகளாக படிவமாகக் கிடந்த கார்பன் உறிஞ்சி எடுக்கப்பட்டு இப்போது வானவெளியில் செலுத்தப்படுகிறது. சில நூற்றாண்டுகளுக்கு முன்னர் நூற்பாலைகள் முதலாக பலதுறைகளிலும் உற்பத்தி தொடங்கியதில் இருந்து எரிஎண்ணெய்ப் பயன்பாடு பரவலாகி விட்டது. வளர்ச்சி என்பதே எரிஎண்ணெய்ப் பயன்பாட்டின் மூலமாக ஏற்படுவது என்றாகி விட்டது. புதுப்பிக்கத்தகுந்த ஆற்றல் கொண்டு இயங்கிக் கொண்டிருந்த சமூகம் கொஞ்சங் கொஞ்சமாக எண்ணெயைச் சார்ந்திருக்க வேண்டியதாகி விட்டது.

வானவெளியில் கார்பன்டை ஆக்ஸைடின் தேக்கம் பருவச் சமநிலை தடுமாற்றத்திற்கு இட்டுச் சென்றுள்ளது. இயந்திரவியல் மனப்போக்கு தான் பருவநிலை மாற்றத்திற்குக் காரணியாக இருந்தது. இப்போது அதே இயந்திரவியல் மனப்போக்கினால் பருவநிலை மாற்றத்திற்குத் தீர்வுகாண முயற்சிக்கப்படுகிறது. இந்த இயந்திரவியல் தலையீடு சூழலியலில் மேலும் மோசமான விளைவுகளை உண்டாக்கும்.

அமெரிக்க அரசாங்கம் சர்வதேச மாசுக்கட்டுப்பாட்டு வாரியத்திற்கு அனுப்பிய கடிதத்தில், பருவநிலை மாற்றத்திற்கு முக்கியமான உத்திரவாதம் இருப்பதாகவும், புஷ் நிர்வாகம் சூரியக் கதிர்வீச்சினை மாற்றி அமைப்பதாகவும் விளக்கப்பட்டிருந்தது. சூழலியல் தலையீடே பருவநிலை மாற்றத்தின் வேராக இருக்கிறது. பார்வையற்ற விஞ்ஞானிகள் சூழலியலில் அக்கறையற்ற கூடுதல் தலையீட்டை தீர்வு என்று முன்வைக்கிறார்கள். சூழலியல் விளைவுகளைப் புறக்கணித்து வளிமண்டலத்திலும், கடற்பரப்பிலும் நுட்பமானிகளைப் பொருத்தி சூரியக்கதிர்களைத் திருப்புவதாகக் கூறுகிறார்கள். அவர்களைப் பொறுத்த மட்டில் மேலும் மாசுபடுத்துவது தான் தீர்வாக இருக்கிறது.

இதுபோன்ற தீர்வுத்திட்டங்களுக்குப் பஞ்சமே இல்லை. ஒரு ஜெர்மன் விஞ்ஞானி சிறு மைக்ரோமீட்டர் அளவிலான (சவ்வு போன்ற) சல்பேட் படலத்தை வானவெளி முழுதும் பரப்பி சூரியக்கதிர்களை பூமிக்குள்

வரமால் திருப்பிவிட்டு பூமியை குளிர்ச்சியாகப் பாதுகாக்கலாம் என்று யோசனை கூறினார். இந்தத்திட்டத்தில் மிக உயரத்தில் பலூன்களைச் செலுத்தி அவற்றை அங்கே வெடிக்கச்செய்து சல்பேட் பூச்சினை வானமண்டலத்தில் உருவாக்குவதாம். இந்தப்பூச்சு வேலைகளுக்கு ஆண்டு தோறும் 50 பில்லியன் டாலர் செலவாகும் என்று கணக்கிடப்பட்டது. அதன் சூழலியல் மதிப்பைக் கணக்கிட்டால் இன்னும் அதிகமாகும். சிலருக்கு மேதாவித்தனம் கூடும்போது இப்படியான பின்விளைவுகள் குறித்துக் கவலைப்படாத வறட்டுச் சூத்திர பொறியியல் சிந்தனைகள் உதித்துக்கொண்டே இருக்கும். வானியல் இரசாயன விஞ்ஞானியும், அமெரிக்க நேஷனல் அகாடமி ஆப் சயின்ஸ்ன் தலைவருமான ரால்ப் ஜே சீயரொன் இந்த திட்டத்திற்கு ஆதரவு தெரிவித்துள்ளார். இதுபோன்ற சிந்தனைகளை வரவேற்று நாம் கவனத்தில் வைத்துக்கொள்ள வேண்டும் என்கிறார். இதுபோன்ற இன்னொரு திட்டத்தையும் சீயரொன் அக்கறையாக கவனித்திருக்கிறார். அது டிரில்லியன் கணக்கிலான இரண்டு அடி விட்ட லென்ஸ்களை வளிமண்டலத்தில் பொருத்தி சூரியக் கதிர்கள் பூமிக்குள் வராமல் சூரியனை நோக்கியே திருப்பி விடுகிற திட்டம். (நோபல் பரிசு பெற்ற சிந்தனையாளர்கள் முன்வைக்கும் இதுபோன்ற திட்டங்கள் ஏற்றுக்கொள்ளப்பட்டு விடலாம்)

இவர்கள் எல்லாம் சூரியனை இன்னொரு இயற்கைக் கோளமாகப் பார்க்காமல் தொழிற்சாலைப் பண்டமாகப் பிரச்சனைக்குரிய ஒன்றாகப் பார்க்கிறார்கள். சூரிய ஒளி பூமிக்குள் புகாமல் தடுத்துவிட்டால் உயிரினங்களின், தாவரங்களின் வளர்ச்சி என்ன ஆகும்? எப்படி வளர்சிதை மாற்றங்கள் நடக்கும்? குறிப்பாக சல்பேட் மாசு உருவாக்கும் எதிர்விளைவுகள் மிகவும் ஆபத்தானதாக இருக்கும். சூரிய சக்தியை பூமியில் குறைப்பது பருவநிலையில் மேலும் பேராபத்தை உருவாக்கும். பருவ சுழற்சியைச் சமன் செய்யாது. இப்போது நாம் சந்தித்திக் கொண்டிருக்கும் பருவநிலை நெருக்கடி பெட்ரோல் பயன்பாடு சார்ந்த பொருளாதாரத்தின் கடுமையான பின்விளைவு என்பதை நாம் நினைவுறுத்திக் கொள்ள வேண்டும். புவியை மேலும் மாசுபடுத்தும் பொறியியல் திட்டங்களை மேற்கொள்வோம் என்றால் பருவநிலையின் விளைவுகள் இன்னும் மோசமாகும். அது இப்போது உருவாகியுள்ள பிரச்சனைகளைத் தீர்க்காது. புதிய பிரச்சனைகளுக்கான காரணியாகி விடும். தொழில்நுட்ப வளர்ச்சியில் சமூக அக்கறை சார்ந்த அறிவியலாளர்கள் 'புதிய திட்டங்கள் மூலமாக வானமண்டலத்தைப் புவிப்பொறியியல்படுத்துவது தொழிற்சாலை நடவடிக்கைகளை தொடரச்செய்து கோளம் மாசுபடுவதை மேலும் அதிகரிக்கச் செய்வதுடன் புதிய பொறியியல் ஏற்பாடுகளின் மாசும் இத்துடன் இணையும்' என்று கூறுகிறார்கள்.

இன்னொரு யோசனை "மாசைத் தீர்வாக்குவது." கார்பனை உறிஞ்சு வதற்கு கடற்பரப்பை இரும்புத் துகள்களால் நிரப்பி மாசாக்குவது முன் மொழியப்பட்டுள்ளது. அதாவது இரும்புத் துகள்களைக் கடலில் கொட்டுவது மூலம் கடற்தாவரங்களின் வளர்ச்சியைத் தூண்டுவது. நுண்ணுயிர்த் தாவரங்களைக் கடற்பரப்பில் வளர்த்து கார்பனைக் கவர்வதற்கு இசைவான சூழலை உருவாக்குவது. கடற்தாவரங்கள் வானவெளியில் படர்ந்துள்ள கார்பனில் பாதியை ஆண்டுதோறும் உறிஞ்சி விடும் என்று கணக்கிடப்படுகிறது. விகிதாச்சாரத்தைக் கணக்கிட்டு கடற்தாவரங்கள், ஆண்டுதோறும் அதிகரிக்கும் 2இலிருந்து 3 பில்லியன் கூடுதல் கார்பனை அதாவது ஆலைகளும், வாகனங்களும் வெளியிடும் புகையில் 30இலிருந்து 50 சதவீதம் வரை உறிஞ்சச் செய்வது என்று திட்டமிடப்பட்டுள்ளது. அமெரிக்கா மேற்கொள்ளும் புவிப்பொறியியல் ஐரோனெக்ஸ் I, ஐரோனெக்ஸ் II சோதனையில் காளபகாஸ் தீவிற்கு அருகில் கடலில் 64 சதுர கிலோமீட்டர் இரும்புத் துகள்களால் பரப்பப்பட்டது. இது பெரிய அளவில் கடற்தாவர வளர்ச்சிக்கு நல்ல ஊக்கமாக அமைந்தது. மற்றொரு தெற்குக்கடலில் இரும்புத் துகள் பரப்புச் சோதனையில் 50 சதுர கிலோமீட்டர் அளவிற்கு பரப்பப்பட்டது. ஆனால் இதன் விளைவு சோதனைப் பகுதியில் இருந்து வெகு தொலைவிற்கு 1100 சதுர கிலோமீட்டர் அளவில் கடற்தாவர வளர்ச்சியை அதிகரித்தது.

மில்லியன் டன் கணக்கில் இரும்புத்துகளைக் கடலுக்குள் கொட்டி கடற்தாவரம் வளர்க்க முடியும். ஆனால் அது கடலின் இயற்கை ஆயுளைக் கொன்றுவிடும். தெற்குக்கடல் சோதனை முடிவில் விரிந்த அளவு கடலில் உரமிடுவதால் பக்க விளைவுகளுக்குக் காரணியாக இருக்கும் என்றது. கண்டிப்பாக கடலின் இயற்கையான பாரம்பரியத்தில் பெரிய மாற்றத்தை உண்டாக்கும். கலிபோர்னியா கடல் அடிப்பாசி ஆய்வகத்தைச் சேர்ந்த ஜான் மார்டின் - இரும்புத்துகள் கொள்கையை முதலில் 1991இல் சொன்னவர் - கூறுகிறார்: கடலை பாதியளவு இரும்பால் நிரப்புவதன் மூலம் மீண்டும் பனியுகத்தை உருவாக்கிவிட முடியும். ஆனால் புவி வெப்பத்திற்கு பனியுகம் தீர்வாகுமா? ஜான் மார்டின் இரும்பு கொண்டு கடலை நிரப்புவது குறித்துப் பேசிக்கொண்டிருக்கும் போதே சோதனையின் தலைமை விஞ்ஞானி டாக்டர் கென்னத் கோல் இரும்பு உரமிடுதல் மூலமாக பசிபிக் கடலின் ஒருபகுதியை கலக்கும் தத்துவத்தை அறிவிக்கிறார். இந்தச் சோதனைகளின் விளைவாக இயற்கையில் ஏற்படும் மாற்றங்கள் குறித்த கவலை இல்லாமல் பசுங்கடல் திட்டத்தின்படி 5000 சதுர மைல்களுக்கு இரும்புத் துகளைப்பரப்பி 100000 டன்னிலிருந்து 200,000 டன்வரை கார்பன் உறிஞ்சும் முயற்சிகள் நடக்கின்றன. கார்பன் உறிஞ்ச கடலில் இரும்பு உரமிடும் பசுமைக்கடல்

திட்டத்திற்கு காப்புரிமை கூட அளிக்கப்படுகிறது. கடலில் இரும்பு உரமூட்டல் மூலமாக கார்பன் பதியன்களை மற்றொரு கலிபோர்னியக் கம்பெனியான க்ளிமோஸ் விற்கிறது.

இத்திட்ட முன்னோட்டங்களின் மூலமாக சில நிறுவனங்கள் ஆண்டிற்கு 75 பில்லியன் யூரோஸ் லாபம் ஈட்டுகின்றன. இப்படியான அனைத்து கார்பன் குறைப்பு நடவடிக்கைகளின் சந்தைத் தீர்வுகள் குறித்து அவர்கள் திட்டமிடும்போது, இந்த நுட்பங்கள் வெளிப்படுத்தும் புவியியல் ரசாயன சுழற்சி மூலமாக ஏற்படும் உணவு ஆதாரக் கேடுகளைக் கணக்கில் கொள்வதில்லை. கடல் பரப்பை புவிப்பொறியியல்படுத்துதல் அல்லது வான் அடுக்கில் சில தொழில்நுட்ப வேலைகளில் ஈடுபடுதல் போன்ற செயல்கள் எல்லாம் அனைவருக்கும் பொதுவான வானவெளியை தனியார் மயப்படுத்துதலின் அடுத்தகட்ட நடவடிக்கையே ஆகும். இடிசி குழுமம் தன் பங்கு முயற்சியாக பூமியைப் பொறியியல் மயப்படுத்தலில் இருந்து பாதுகாக்க வேண்டும் என்று ஐக்கிய நாடுகள் சபையைக் கேட்டுக் கொண்டுள்ளது. ஐக்கிய நாடுகளின் பொதுச்சபையில் 1978இல் ஏற்றுக்கொள்ளப்பட்டுள்ள தீர்மானத்தை பொறியியல் மயப்படுத்தலுக்கு விரிவுபடுத்தவும் பாதுகாப்பை மறுஉறுதிப்படுத்தவும் வேண்டுகிறது. உயிர்பன்மைக்காக 2008இல் நடந்த ஐ.நா சபை ஒன்பதாவது கூட்டத்தில் பங்கேற்றோர் கடலில் உரமூட்டல் நடவடிக்கையில் ஈடுபடக்கூடாது என்று ஏகமனதாக ஒப்புக் கொண்டுள்ளனர். அந்தத் தீர்மானத்தில் கையெழுத்திடாத அமெரிக்காவின் கடல் உரமேற்றும் நடவடிக்கையை நிறுத்த வேண்டும் என்ற கோரிக்கையை 191 நாடுகள் ஒப்புக் கொண்டுள்ளன. கடல் உரமேற்றும் ஆய்வுகளுக்கு அமெரிக்கா தொடர்ந்து ஆதரவு அளித்து வருகிறது.

புவிக்கோளம் காட்டும் சில எச்சரிக்கை சமிக்ஞைகளைப் புரிந்து கொண்டு, மனித நடவடிக்கைகளில் சில அடிப்படை மாற்றங்கள் செய்யாமல், இயற்கையின் மீதான மனித இடையூறுகள் தொடருமானால் அது அவனது வாழ்க்கைக்கே மிகப்பெரிய அச்சுறுத்தலாக மாறிவிடும். எந்திரவியல் யுகத்தின் சிக்கலை எந்திரவியல் சிந்தனையால் தீர்க்க முடியாது.

உலகமயத்தில் சூழல்மாசுபாட்டை புற ஆதாரமாக்குவதும் பருவமாற்றத்தின் அரசியலும்

தொழில் தாராளமயமும், கார்ப்பரேட்டுகளின் உலகமயமும் பருவநிலை மாற்றத்தில் இரண்டு வகைகளில் முக்கியக் காரணிகளாக இருக்கின்றன.

ஒன்று அதிக ஆற்றல் விழுங்குகிற மாசு குவிக்கிற தொழில்கள் இந்தியா போன்ற நாடுகளுக்குள் புகுத்தப்பட்டது. உதாரணத்திற்கு இந்தியாவில் நாம் பார்க்க எஃகு உற்பத்தி மிகப்பெரிய வெடிப்பாக பலமடங்கு அதிகரித்துள்ளது. அலுமனியம், நுரைப்பு இரும்பு உற்பத்தியும், வாகன தயாரிப்பும், பெட்ரோ வேதித் தொழில்களும் இந்தியாவில் கார்பன் கழிவு வெளியீட்டை அதிகரிப்பிற்கு இட்டுச்சென்றுள்ளது. இரண்டாவதாக உள்ளூர்ப் பொருளாதாரச் சிதைவு. உள்ளூர் உற்பத்தி கிட்டத்தட்ட அற்றுப்போனது. அதன் விளைவாக மனிதத் தேவையான கார்பன் டை ஆக்ஸைடு அதிக அளவில் வானவெளியில் சேர்க்கப்படுகிறது. உலகத் தொழில் உற்பத்தியின் சுமை இப்போது இந்தியாவின் தலை மீது விழுந்திருக்கிறது. கற்றுக் கொடுக்கப்பட்ட கிளிப்பாட்டாக இந்தியாவின் வளர்ச்சிக்குக் கைமாறாக சூழற்கேடு நமக்கு பரிசாக அளிக்கப்பட்டிருகிறது. புதிய உலகமயச் சுற்றுச்சூழலின் முக்கிய அம்சமான சூழலியற் சிதைவையும், மாசுபட்ட பொருளாதார நடவடிக்கைகளையும், கழிவுகளை வெளித்தள்ளும் பொருள் உற்பத்தியையும் மேற்கு நாடுகள் கிழக்கு நோக்கி தள்ளி விட்டுள்ளன. லாரன்ஸ் சம்மர்ஸ் என்பவர் உலக வங்கியில் தலைமைப் பொருளியலாளராக இருந்தபோது உருவாக்கி உலகிற்கு அளித்த திட்டம் இது.

சம்மர்ஸ் 1991இல் உலகவங்கியின் தலைமை அலுவலருக்கு ஒரு குறிப்பு எழுதினார். அதில் இது உனக்கும் எனக்கும் இடையில் மட்டும் இருக்கட்டும். நம் உலக வங்கி இந்தக் குப்பைத் தொழிற்சாலைகளை வளர்ச்சி குன்றிய நாடுகள் பக்கம் தள்ளிவிடக் கூடாதா? சூழலியலை மாசுபடுத்தும் தொழிற்சாலைகள் மூன்றாம் உலக நாடுகளுக்குப்போக வேண்டும் என்பதை லாரன்ஸ் தனது மூன்று பொருளியல் தர்க்கங்களால் நியாயப்படுத்துகிறார். ஒன்று தெற்கு நாடுகளில் வேலைசெய்யும் தொழிலாளர்களுக்கு அளிக்கும் சம்பளம் குறைவு. ஏழைநாடுகளில் மாசுபாட்டின் மூலமாக ஏற்படும் நோய்களுக்கும் மரணத்திற்குமான விலை மலிவு. சம்மரின் தர்க்கப்படி மாசு அடிப்படையிலும், சம்பளக் குறைவு விசயத்திற்காகவும் அவரது கூற்றில் தவறு இல்லை நாம் ஒப்புக்கொள்ளத்தான் வேண்டும். இரண்டாவதாக தெற்கு நாடுகளில் பெரும்பகுதி குறைவாகத்தான் மாசுபட்டிருக்கிறது. சம்மர்ஸின் பொருளாதார அறிவு அங்கே (தெற்கு நாடுகளில்) சூழல் மாசினை அறிமுகப்படுத்தச் சொல்கிறது. அவர் எழுதுகிறார்: நான் எப்போதும் நினைப்பதுண்டு, ஆப்பிரிக்க நாடுகள் பலவும் பெரும்பகுதி மாசுபட்டு இருக்கிறது. அவர்களது காற்று லாஸ் ஏஞ்சல்ஸ், மெக்சிகோ நகரங்களுடன் ஒப்பிடும்போது தரமாக சுவாசிக்கத் தகுந்ததாக இல்லை. இறுதியாக அவருடைய வாதம் ஏழைகள் ஏழைகளாகவே இருக்க வேண்டும்.

அப்படியே இறந்து விட வேண்டும். அவர்கள் சூழலியல் குறித்தெல்லாம் கவலைப்படுவதற்குச் சாத்தியமே இல்லை என்கிறார்.

சம்மர்ஸ், ஆபத்துகளை வேறுபகுதிக்கு கொண்டுபோக வேண்டும், மாசுபடுத்தும் தொழிற்சாலைகளை தெற்குப்பகுதிக்கு மாற்ற வேண்டும் என்பதற்குக் காரணம் அவரது குறுகிய பொருளாதாரக் கண்ணோட்டமே. ஏழைநாடுகளின் வாழ்க்கை மலிவானது என்ற அதிகார மனோபாவம். வாழ்வின் மீதான மதிப்பு குறித்தெல்லாம் அவர்களுக்குக் கவலை இல்லை. அனைவரின் வாழ்க்கையும் உயர்வானது தான். அதில் ஏழை - பணக்காரன், கருப்பு - வெள்ளை, ஆண் - பெண் என்ற பாகுபாட்டிற்கு அப்பால் அனைவரின் உயிரும் உயர்வானதுதான்.

மாசு உருவாக்கும் தொழிற்சாலைகள் இந்தியாவில் துவங்கப்பட்ட பின்னர், விவசாயிகளுக்கும் பழங்குடி மக்களுக்கும் இங்குள்ள நிலம், நீர், காடுகள் அனைத்தும் நெருக்கடிக்கு உள்ளாகி இருக்கிறது. இந்திய ஆலை அதிபர்கள் லட்சுமி மிட்டல், முகேஷ், அனில் அம்பானி, கே.பி.சிங் இவர்களது வளர்ச்சி எதைக்காட்டுகிறது? பணக்காரர்கள் மேலும் பணக்காரர்களாக ஆக்கப்படுவதைத்தானே. ஏழைகளிடம் இருந்து நிலத்தைப் பறிப்பதன் மூலம் சொத்துக்களைக் குவித்து பணக்காரர்களாகி இருக்கிறார்கள். வடக்கு, தெற்கு நாடுகளுக்கு மத்தியில் சொத்து உடைமையாளர்களுக்கு இடையிலான செல்வ இடைவெளி குறைந்து வரும் அதேவேளையில் ஏழை பணக்காரர்களுக்கு இடையிலான இடைவெளி அதிகரித்துள்ளது. உலகமயத்தின் விளைவால் ஏற்றத்தாழ்வு இந்தியாவிற்குள்ளும் உலக அளவிலும் உயர்ந்து கொண்டே இருக்கிறது.

உலகமயம், இயற்கைச் சமநிலை, பருவநிலை மாற்றம்

பருவநிலை மாற்றத்திற்கு உலகமே காரணியாகவும், விளைவுகள் உலகம் முழுமைக்குமாகவும் இருக்கிறது. பொருளாதாரம் உலகமயமாகி விட்டதால் அது புற ஆற்றல், மிகை உற்பத்தி தரும் நாடுகளைச் சார்ந்து இருக்கிறது. சீனா போன்ற நாடுகள் தமது மலிவுத் தயாரிப்புகளால் சூப்பர் மார்க்கெட்டுகளின் அடுக்குகளை நிரப்பி இருக்கின்றன. வடக்கு நாடுகளின் கார்ப்பரேட்டுகளும், நுகர்வோரும் தெற்கு நாடுகளின் ஆலைக்கழிவு, கார்பன் கழிவு உயர்விற்குப் பொறுப்பேற்க வேண்டும்.

உலகமயப் பொருளாதாரத்தில் சூழல் மாசு குறித்துப் பேசுவதென்றால் கழிவு வெளியேற்றத்தில் இரண்டு காரணங்களால் ஒவ்வொரு நாட்டிற்கும் வேறுபாடு உள்ளது. ஒன்று ஒரு நாட்டின் குடிமக்கள் அனைவரும்

மாசுபாட்டிற்கான பங்காளிகள் இல்லை. உலகப் பொருளாதாரத்தின் மூலமாக உலகத்தின் தொழிற்சாலையாக மாறிவிட்ட சீனா வெளியேற்றும் கார்பன் கழிவின் அளவு 2005இல் 13.8 சதவீதமாக இருந்து 2006இல் 22சதவீதமாக உயர்ந்து விட்டது. அமெரிக்காவிற்கு அடுத்து உலக அளவில் முன்னணிக்குக் கொண்டு வரப்பட்டுள்ளது. ஆனாலும் கழிவு வெளியேற்றத்தில் தலைக்கணக்கு எடுத்துப் பார்த்தால் அமெரிக்கனின் தலைக்கு மேல் தொங்கும் கார்பன் 22 டன், சீனனின் தலைக்கு மேல் 4.7 டன்.

அத்துடன் சீனா வெளியேற்றும் கார்பன் கழிவின் அளவை அமெரிக்கக் கணக்கில்தான் சேர்க்க வேண்டும். காரணம் அமெரிக்கக் கம்பெனிகள் தமது தயாரிப்புகளுக்கு புற ஆதாரமாக சீனாவை நம்பி உள்ளன. சீன உற்பத்தியின் பெரும் பங்கு நுகர்வோர் அமெரிக்கர்களே. வால்மார்ட்டின் சூப்பர் ஸ்டோர்களில் திணித்து வைக்கப்பட்டுள்ள பொருட்கள் யாவும் சீனாவில் இருந்து கொண்டுவரப்பட்டவை.

சார்லஸ் பிஷ்மன் எழுதுகிறார்:

> வால்மார்ட் வியாபாரிகள் 1990இல் குழாய் வைத்து ஓதினார்கள். ஓ... அமெரிக்கப் பெரியோர்களே, தாய்மார்களே! அமெரிக்காப் பொருளே வாங்குங்கோவ்...! என்று கூவினார்கள். ஆனால் 1997க்கும் 2002க்கும் இடைப்பட்ட காலத்தில் சீனாவில் இருந்து அதன் இறக்குமதி 12 பில்லியன் டாலர்கள். அடுத்த இரண்டு ஆண்டுகளில் வால்மார்ட் சீன இறக்குமதியை 50 சதவீதம் அதிகரித்தது. எனவே அமெரிக்கக் கம்பெனிகள் சீன தயாரிப்புப் பொருட்களை இறக்குமதி செய்த அளவு 18 பில்லியன் டாலர்கள்.

அமெரிக்கப் பொருளாதாரத்தில் மூன்றில் இரண்டு பங்கு நுகர்வாளர் செலவீட்டின் மூலம் பெறப்படுகிறது. சில்லறை வர்த்தகத்தில் வால்மார்ட் ஆதிக்கம் செலுத்துகிறது. 1997இல் இருந்து 2004க்குள் உற்பத்தித் துறையில் வேலைவாய்ப்பு 20 சதவீதம் சரிந்தது. வால்மார்ட் சீனாவில் இருந்து இறக்குமதி செய்வது 200 சதவீதம் அதிகரித்தது. அமெரிக்கர்கள் வேலைக்கு வெளியே தம்மைத் தாமே வாங்கிக் கொண்டிருந்தார்கள். வால்மார்ட் தனது பொருட்களின் விலையை நாளுக்கு நாள் குறைத்துக் கொண்டிருந்தது. அப்பண்டங்களின் மேல் சீனாவின் நிலம், நீர், காற்று சிதைக்கப்பட்டதன் விலை ஏற்றப்படவில்லை. சீன வெளியுறவு அமைச்சகத்தின் தொடர்பாளர் ஷின் காங்க் ஜான் 2007இல் சொன்னதுபோல சீனா உலகத்தின் தொழிற்சாலையாக மாறிக் கொண்டிருக்கிறது. வளர்ந்த நாடுகள் தங்களது உற்பத்திகளை சீனாவிற்கு மாற்றிக்கொண்டது.

மேற்கத்திய நுகர்வோர் அணிவது, வாழ்வது, உண்பது அனைத்தும் சீன தயாரிப்புகள் தாம். புற ஆதார தயாரிப்புகள் புற ஆதார லாபங்களாக மட்டும் இருப்பதில்லை, புற ஆதார மாசையும் உற்பத்தி செய்கின்றன. கார்பன் கழிவு மதிப்புகளை லாபம் ஈட்டும் கம்பெனி மீதுதான் ஏற்ற வேண்டுமே ஒழிய, பொருட்களைத் தயாரித்துக் கொடுத்துவிட்டு மாசையும் சுமக்கும் நாடுகள் மீது அல்ல.

ஒரு கிருத்துவ உதவி அறிக்கையின்படி கார்பன் கழிவில் இங்கிலாந்தின் உண்மை நிலை வெளிப்படுகிறது. உள்ளூர் பொருளாதாரத்தின் மூலமாக உலக கார்பன் வெளியீட்டில் 2.13 சதவீதம் மட்டுமே இங்கிலாந்தின் பங்காக இருக்கும் போது, உலகமய நடவடிக்கையின் வாயிலாக இங்கிலாந்திற்காக உலகெங்கிலும் உள்ள இந்தியா, சீனா, ஆப்பிரிக்கா போன்ற நாடுகள் கார்பனை வெளியிட்டுக் கொண்டுள்ளன. இங்கிலாந்துக் கம்பெனிகள் வெளியிடும் துல்லியமான கார்பன் அளவு கணக்கிடப்படவில்லை. அதன் நுகர்வு அளவையும் உலகம் முழுதும் பரவியுள்ள அதன் 100 கம்பெனிகளையும் கொண்டு தோராயமாகக் கணக்கிட்டால் 12லிருந்து 15 சதவீதம் வரை வரும்.

உண்மையில் நிறைய எரிசக்தி கொண்டு இயங்கும் தொழிற்சாலைகளின் உருவாக்கத்திற்காக இந்தியாவிலும் சீனாவிலும் கிராமப்புற ஏழை மக்கள் தங்களது நிலத்தையும் வாழ்வாதரத்தையும் இழந்து கொண்டிருக்கின்றனர். அந்த வகையில் பார்த்தால் மாசு வெளியேற்றுபவர்கள் இரட்டைக் குற்றவாளிகள். வானமண்டலத்தைச் சீராக்க வேண்டிய சரியான பொறுப்பாளிகள் நாடுகளின் அரசாங்கங்கள் அல்ல. உலகப் பொருளாதாரத்தைத் தமது கைக்குள் வைத்திருக்கும் கார்ப்பரேட் நிறுவனங்கள் தாம்.

ஆனால் இதுவரை கார்பன் வர்த்தகத்திட்டத்தின் மூலமாக மாசு ஏற்படுத்துபவர்கள் மேலும் மாசு செய்வதற்குரிய ஒதுக்கீட்டு வெகுமதியைப் பெற்றுள்ளனர். இந்த ஒதுக்கீடுகள் அவர்கள் வெளியிடும் கார்பன் கழிவு அளவைக்குறைப்பதற்குப் பதிலாக அதிகரிக்கச்செய்கிறது.

இப்போதையத் தேவை என்னவென்றால் கார்ப்பரேட்டுகளுக்கு கார்பன் வரிவிதிக்க வேண்டும். அவர்கள் செய்யும் உற்பத்திக்கும், அவர்களது பொருள் போக்குவரத்திற்கும் சேர்த்து வரி விதிக்க வேண்டும். அவர்கள் எந்த நாட்டில் தங்களது நிறுவனத்தை நடத்துகிறார்கள் என்பது ஒரு பொருட்டே அல்ல. உலகமயப் பொருளாதாரம் உள்ளூர் சார்ந்த உற்பத்தியைச் சீரழிக்கிறது. சின்னச்சின்ன குண்டூசியைக் கூட பெட்ரோல் பெருமூச்சு விட்டபடி கண்டம் விட்டுக் கண்டம் தூக்கிக்கொண்டு ஓடுகிறது. குறைவான கார்பன் செலவிடும் உற்பத்தி முறையையும், பொருள் வழங்கு

முறையையும் சீரழித்த பெரும் தயாரிப்பு நிறுவனங்களுக்கு அபராதம் விதிப்பதற்குப் பதிலாக, நெடுந்தொலைவு பொருள் போக்குவரத்திற்கு மானியம் வழங்குகிறார்கள். கியோட்டோ ஒப்பந்தப்படி அதிகப்புகை வெளியிடும் நெடுந்தொலைவு பொருள் போக்குவரத்து தடை செய்யப்பட வேண்டும். உலகளாவிய போக்குவரத்தில் உலக வர்த்தக நிறுவனம் மிகப்பெரிய அளவிலான கார்பன் வெளியீட்டை நாளுக்குநாள் உயர்த்திக் கொண்டு இருக்கிறது. ஆனால் இந்தக் கார்பன் வெளியீடு குறைக்க வேண்டிய அளவின் கணக்கில் சேர்க்கப்படவில்லை.

இந்த உதவாக்கரை கார்ப்பரேட்டுகளின் சந்தையை நம் விதிகள் எப்படிப் பாதிக்கும் என்பது குறித்துக் கவலைப்படாமல் மாசுக்கட்டுப்பாட்டு விதிகள் உருவாக்கப்பட வேண்டும். கார்பன் வர்த்தகத்தின் மீதான சந்தை உத்திகளுக்குக் கூட அரசாங்கங்கள் தங்கள் கவனத்தைச் செலுத்த வேண்டி உள்ளது. வர்த்தகத்தின் மூலமாக ஏற்படும் மாசுக்கேட்டினை முறைப்படுத்துவதற்குப் பதிலாக ஐக்கிய நாடுகள் சபை தூய்மை வளர்ச்சிச் செயலாக்கத்தில் தன்னை ஈடுபடுத்திக் கொண்டு இருக்கிறது. (ரோம் எரியும் போது பிடில் வாசித்த கதையாக) ஐ.நா.சபை எரிஎண்ணெயைப் பயன்படுத்தி கார்பன் வெளியேற்றுபவர்களை வரி போட்டு கட்டுப்படுத்த வேண்டும். புதுப்பிக்கத்தகுந்த ஆற்றல் பயன்படுத்துவோருக்கு ஊக்கத்தொகை அளிக்க வேண்டும். சுதந்திரச்சந்தை எனும் பழமைவாதத்தைப் பின்பற்றி இந்தப் புவிக்கோளத்தில் மனித வாழ்க்கை நிலையைச் சீரழிக்கப்போகிறோமா? அல்லது நமது வாழ்க்கையைப் பாதுகாக்கும் பருவநீதிக்கு அவசியமான வணிக முறையையும், சூழலியல் நிலைத்தன்மைக்கான விதிகளையும், சமூக் நீதிக்கான சட்டங்களையும் உருவாக்கப்போகிறோமா?

பருவநிலை மாற்றங்கள் நிலத்தின் மீது துவங்கி விட்டது
சூழலின் உலகமயம் இந்திய நிலத்தில் பதிகிறது

உலகமயம் உயர ஆதார வளத்தைக் கோருகிறது. அதனால் நிலம் மோதலுக்கான களமாக மாறிவிட்டது. இந்தியாவில் 65 சதவீத மக்கள் நிலத்தைச்சார்ந்து வாழ்கிறார்கள். அதே நேரத்தில் மறுபுறம் யூகவணிகத்தின் துரத்தலுக்கும், எல்லையில்லா நுகர்வியத்திற்கும் நிலம் அவசியமாக இருக்கிறது. சுரங்கம் வெட்ட, தொழிற்சாலை அமைக்க, புதிய நகரங்கள் உருவாக்க, தாவர எண்ணெய் வித்துக்கள் பயிரிட நிலம் வேண்டும். உலக நிதியின் யூகப்பொருளாதாரம் ஒரு உண்மைப் பொருளின் மீது பல நூறு மடங்கு மதிப்பையும், உலகில் அது தயாரிக்கப்படுவதற்கான சேவையையும் ஏற்றுகிறது. நிதி மூலதனம் முதலீட்டுப் பசி கொண்டு

அலைகிறது. போடப்பட்ட முதலீடு மீண்டும் பெறப்பட்டு விடுகிறது. இந்த முதலீடும் மூலதனமும் புவிக்கோளத்தில் உள்ள அனைத்தையும் நுகர்வுப் பண்டமாக காசுபணக் கண்ணாடி அணிந்து பார்க்கிறது. நிலம், நீர், தாவரங்கள், உயிர் அணு, பாலூட்டிகள், நுண்ணுயிரிகள் எல்லாம் பணம்தான். நிலம் பண்டமாக்கப்பட்டது கார்ப்பரேட்டுகளுக்கு இயங்கு திறனாக இருக்கிறது. இந்திய நிலத்தை கார்ப்பரேட்டுகள் அபகரித்துக் கொண்டு இருக்கிறார்கள். சிறப்புப் பொருளாதார மண்டலம் உருவாக்கத்தாலும், நிலத்தின் மீது கார்ப்பரேட்டுகள் நேரடியான முதலீடு செய்வதன் மூலமாகவும் இந்திய நிலம் பறிபோகிறது.

அடுத்து எல்லையில்லாத நுகர்வு வேட்கையின் மீதுதான் உலகப்பொருளாதாரம் கட்டப்பட்டு இருக்கிறது. அது இயற்கை வளங்களின் மீது தீராத பசிகொண்டுள்ளது. வர்த்தகத் தாராளமயத்தின் மூலமாக தெற்கு நாடுகள் பக்கம் திரும்புவது அதிகரித்துள்ளது. தெற்கு நாடுகளுக்குள் பழங்குடி, விவசாய நிலங்களின் மீது கவனத்தித் திருப்பியுள்ளனர். உலகமயத்துடன் ஆடம்பர மோகமும் அதிகரித்துள்ளது. பணக்காரர்கள் மத்தியில் காருக்கான தேவை வளர்ந்துள்ளது. அதிக கார்கள் வேண்டுமானால் அதிக கார் உற்பத்தி ஆலைகள் அமைக்க வேண்டும். அதிக இரும்பும் அதிக பாக்ஸைடும் சுரங்கத்தில் இருந்து வெட்டி எடுக்க வேண்டும். அதிக எஃகும் அதிகதிக அலுமனியமும் உற்பத்தி செய்யப்பட வேண்டும். சுரங்கத்திற்காகவும், தொழிற்சாலைகளுக்காகவும் நிலப்பறிப்பு பல மோதல்களை உருவாக்கியுள்ளது. ஒரிஸாவில் இரும்பு, பாக்ஸைடு சுரங்கத்திற்காகவும், எஃகு ஆலைகளுக்காகவும், போர்டு கார் உற்பத்திக்காக தமிழ்நாட்டிலும், டாட்டா கார்களுக்காக மேற்கு வங்காளத்திலும் நிலப்பறிப்பு நடந்துள்ளது.

2007இல் இந்தியப் பிரதமர் பத்தாண்டு வாகன உற்பத்தி இலக்கை அறிவித்துள்ளார். அதில் வாகன உற்பத்தியின் உலகமயமாக்கும் இலக்கு நிர்ணயிக்கப்பட்டுள்ளது. வாகன உற்பத்தி, வடிவமைப்பு, உதிரிபாகங்கள் தயாரிப்பில் 2016இல் 145 பில்லியன் டாலர்கள் புழங்கும் என்று கூறப்பட்டுள்ளது. சிறப்புப் பொருளாதார மண்டலம் போல சிறப்புக் கார் மண்டலம் தமிழ்நாடு, மும்பை, கல்கத்தா நகரங்களில் உருவாக்கப்படும் என்று அறிவித்துள்ளார் இந்தியப் பிரதமர்.

இந்தத்திட்டத்தின்படி வாகன உற்பத்தியை ஆண்டிற்கு 10 மில்லியனில் இருந்து 50 மில்லியனாக உயர்த்த வேண்டும் என்று அழைப்பு விடுக்கப்பட்டுள்ளது. (நடப்பு ஆண்டில் உலக வாகன உற்பத்தி 60 மில்லியன்) பருவ நெருக்கடியும் பெட்ரோல் இருப்பும் விளிம்பை எட்டி நிற்கும் அதே நேரத்தில் பெட்ரோல் இருப்பைக்கடந்து வாகன

உற்பத்திக்கான வாய்ப்பை எதிர்நோக்கி இருக்கிறோம். உலகமயம் இந்தியாவின் தலைக்குள் வாகன உற்பத்தி மையம் எனும் கனவை ஏற்றி உள்ளது. இந்திய மேட்டுக்குடிச் சந்தையும், இந்தியாவின் நிலம், கனிம வளம், ஆற்றல், உலக உற்பத்திக்கான மானியம் இவை அனைத்தும் இந்தியாவின் கனவிற்கு ஆதாரப்பொருளாக இருக்கிறது. ஒரிஸாவில் எஃகு ஆலையும், தமிழ்நாட்டில், கொல்கத்தாவில் கார் ஆலைகளும் இப்போதே நிலமோதலை உருவாக்கிவிட்டிருக்கிறது என்றால் அடுத்த பத்தாண்டுகளில் ஐந்து மடங்கு உற்பத்தியை எட்டுவதற்கு எத்தனை மோதல்களை நடத்தியாக வேண்டுமோ?

தொழில்மயமாகும் விகிதாச்சார வேகத்தைப்பார்த்தால் உலக மக்கள் எல்லோரும் அமெரிக்காவைப் போன்று நுகர்வுப்பசி கொண்டு துடிக்க வேண்டும். அதைத்தீர்க்க ஐந்து புவிக்கோளங்கள் நமக்கு வேண்டும். நிலையில்லா ஆற்றல் வடிவிலான உலகமய உற்பத்தியும், உலக நுகர்வு வெறியும் தரும் சூழலியல் பாதிப்புகளைத் தாங்கும் சக்தி இந்திய விவசாயிக்கு இல்லை.

உணவுப் பாதுகாப்பிற்கு ஏற்பட்டுள்ள மிரட்டல்

தொழில் மயத்திற்கு ஆதரவான சக்திகள் நிலப்பறிப்பிற்கு இரண்டு நியாயங்களைச் சொல்கிறார்கள். விவசாயம் செய்ய முடியாத ஒன்றாகி விட்டது. எனவே விவசாயிகள் ஏன் நிலத்தைச் சும்மா வைத்துக்கொண்டிருக்க வேண்டும். விவசாயிகளுக்கு நிலம் ஒன்றும் சிறையல்ல. அவர்கள் அதில் இருந்து தப்பி தொழிற்சாலை வேலைக்குப் போகவேண்டியதில்லை. நிலத்தின் ஆதரவில் அவர்கள் வாழ்கிறார்கள். அதாவது நிலம் விவசாயிகளின் வாழ்வாதாரம். நிலம் அவர்களுக்கு பாதுக்காப்பு. அது அவர்களது அடையாளம். விவசாயத்தை கார்ப்பரேட் மயமாக்கியதால் விவசாயிகள் துக்ககரமான நிலைக்குத் தள்ளப்பட்டதாகத் தோன்றுகிறது. விதை, ரசாயன உரம் போன்ற அதிக விலையான முதலீட்டை தங்களது உற்பத்திக்குப் போடவேண்டி உள்ளது. அதே சமயம் வர்த்தகத் தாராளமயம் உணவுத் தானியங்களின் விலையை மலிவாக்கி உள்ளது. ஆகவே இங்கே விவசாயம் எதிர்ப் பொருளாதாரமாகிவிட்டது. போட்ட முதலீட்டை விட வரவு குறைவாகிவிட்டது. விவசாயி கடனில் தள்ளப்பட்டு தற்கொலை செய்து கொள்கிறார். எதிர்ப்பொருளாதாரதிற்கு மாற்று இருக்கிறது. உற்பத்தி விலையை விதையில் துவங்கி அனைத்திலும் குறைத்துக்கொடுக்க வேண்டும். சூழலியல் சார்ந்த, சுதந்திரமான விவசாயம் செய்வதற்கான சாத்தியங்கள் விவசாயிகளுக்கு வழங்கப்பட வேண்டும். நியாயமான

விலையில் நியாயமான வர்த்தகம் நடந்தால் விவசாயிகளின் வருமானம் உயரும். நாங்கள் இதை எங்கள் நவ்தான்யாவில் சாதித்து இருக்கிறோம். அப்படி விவசாயிகள் வருமானம் ஈட்ட வழிஏற்படுமானால் அவர் நிலத்தை விட்டு வெளியேற விரும்பமாட்டார். நமக்கு உணவளிக்கும் அன்னதாதாவின் வாழ்க்கை வளமானதாக கண்ணியம் மிக்கதாக இருக்க வேண்டும்.

இரண்டாவதாக பொருளாதார வளர்ச்சிக்கான தொழில் மயப்படுத்துவதற்கு நிலப்பறிப்பு அவசியம் என்று வாதிடப்படுகிறது. துடிப்பு மிக்க தலைவர் ஜெயப்பிரகாஷ் நாராயணன் எழுதினார்: மொத்தப்பொருளாதார வளர்ச்சி விகிதத்தில் நமது பங்கு இறங்கும்போது நாம் பெரும் தொழில்மயப்படுவதும், நமது தொழில் முறையை மாற்றிக்கொள்ள வேண்டியது அவசியமானதாகவும், தவிர்க்க முடியாததாகவும் இருக்கிறது. இந்தியா நீண்ட நாட்களுக்கு விவசாயப் பொருளாதாரத்தைத் தொடர்ந்து கொண்டு இருக்க முடியாது. நமக்கு விரைவான பொருளாதார வளர்ச்சி வேண்டும் என்று நினைத்தால், உலக வல்லரசாக மாற வேண்டும் என்ற நோக்கம் இருக்குமானால், விவசாய நாடாக நீடிக்க முடியாது, என்று. பொருளாதார வல்லுனர்கள் ஒரு முடிவிற்கு வந்துள்ளார்கள். இந்திய விவசாயி தற்கொலையில் இருந்து தப்பிக்க வேண்டுமென்றால், அவர் நிலத்தில் இருந்து வெளியேற்றப்பட வேண்டும். எப்படியானாலும் இன்றைய இந்தியப் பொருளாதார வளர்ச்சி வேலையற்ற வளர்ச்சி. அதற்கு உடல் உழைப்பு அவசியம் இல்லை. அது வேலையை உருவாக்குவதில்லை. மில்லியன் கணக்கான மக்கள் நிலத்தில் இருந்து துரத்தப்பட்ட பின்னர், இந்தியா வல்லரசாகி விடப்போவதில்லை. மேலும் சிறப்புப் பொருளாதார மண்டலம் தொழில்மயத்திற்கு, நிலத்தரகர்களுக்கு, பிளாட் போட்டு விற்பவர்களுக்கு, தகவல் தொழில் நுட்பர்களுக்கு சாதகமான ஒரு கருவி. அவர்கள் தங்களது தொழிலை முன்னரே வளர்த்துக்கொண்டு விட்டனர். அவர்களுக்கு அடிப்படை வசதிகள் செய்துதர வேண்டிய அவசியம் இல்லை. எந்த சமூகமும் உணவைக் கடந்த சமூகமாக இருக்க முடியாது. இந்தியா தனது வளமான நிலத்தை காங்கிரீட் காடுகளாக மாற்றுமானால் யூக வணிகத்திற்காக சிறு விவசாயிகளின் வேர்களைப் பறிக்குமானால், இந்தியாவின் 100 கோடி மக்களுக்கு உணவளிக்க உலகில் வேறு எங்கும் இடம் இல்லை. நிலம் விரிந்து தரும் ரப்பர் அல்ல. விவசாய நிலம் அரிதான, பற்றாத வளம். அது விவசாயிகளின் சொத்தாகப் பாதுகாத்துத்தர வேண்டி இருக்கிறது. தேசியப் பாரம்பரியமாக பாதுகாத்து எதிர்கால சந்ததி கையில் அளிக்கப்பட வேண்டும். தற்காலிக மாய அலைக்காக கார்ப்பரேட்டுகள் கையில் அளிக்கப்படுவதற்காக இந்திய நிலத்தைப் பறிக்கக் கூடாது. பருவநிலை மாற்றமும், பெட்ரோல்

விளிம்பு நிலைக்குப்போனதும் நமக்கு விடுக்கப்பட்ட எச்சரிக்கைகள். நமது உள்ளூர் உணவுப் பொருளாதாரம் சிதைவுறுவதை அது நமக்குச் சுட்டிக் காட்டுகிறது.

வடக்கு நாடுகளின் மாசு வெளியேற்றும் தொழிற்சாலைகள் தெற்குப்பகுதிக்கு மாற்றப்படுவது மட்டுமல்லாமல், இந்தியா போன்ற தெற்கு நாடுகளின் சுயமாக முடிவெடுக்கும் அதிகாரமும், அதன் இறையாண்மையும் வடக்கு நாடுகளின் விருப்பத்திற்கு பரிசாக அளிக்கப்பட்டு இருக்கிறது. மேற்கு வங்க முதலமைச்சர் புத்ததேவ் பட்டாச்சார்யா அறிக்கையில் “நமது மக்கள் தொகையில் 63 சதவீதம் பேர் தொடர்ந்து விவசாயத்தைச் சார்ந்து இருப்பது நமது பின்தங்கிய நிலையைக்காட்டுகிறது. நாம் 62 சதவீத விவசாய, 24 சதவீத நகர்ப்புற தொழிற்சாலைகளுடன் நிறைவடைந்து விட முடியுமா? நமக்கு புதிய நகரங்களும், புதிய தொழிற்சாலைகளும் வேண்டாமா? விவசாயத்தில் இருந்து தொழிற்சாலைகளுக்கு, கிராமங்களில் இருந்து நகரங்களுக்கு இடம்பெயர்வது தான் நாகரீகம் என்று அர்த்தமாகும்.

மக்கள் கிராமங்களில் இருந்து நகரங்களுக்கு இடம் பெயர்வது உண்மையில் இயற்கையில், பரிமாண ரீதியில் தவிர்க்க முடியாததாக இருக்காது. சிறுவிவசாயிகளிடம் இந்தியா அமுலாக்கும் கொள்கையை பிரேசில் எதிர்த்து நிற்கிறது. அது தன் சொந்த சிறுவிவசாயிகளை அப்படியே பராமரித்து வருகிறது. இந்தியாவின் மக்கள் இன்னும் 62 சதவீதம் பேர் நிலத்தைச் சார்ந்து இருப்பது பின்தங்கலின் அறிகுறி அல்ல, மக்கள் கொள்கை அறிவார்ந்ததாக இருக்கிறது என்று பொருள். சொல்லப்போனால், பருவநிலை மாற்றமும், பெட்ரோல் முடிவிற்கு வருவதும், மலிவு எண்ணெய் கிடைக்காமல் போவதும் தொழில் உலகத்தின் மத்தியில் கிராமப்புறம் நோக்கிப் போகலாமா என்ற பேச்சுக்களை உருவாக்கியுள்ளது. கார்பன் வெளியேற்றத்தைக் குறைக்கவும், பெட்ரோல் சார்பைக் குறைக்கவும், உணவுத் தேவையை ஈடுசெய்யவும் அதுதான் சரியான வழி. நாம் உணவு இல்லாமல் வாழமுடியாது. உணவு தொடர்ந்து ஆயிரக்கணக்கான மைல்கள் பயணித்து நம்மை வந்து சேரும் என்று எதிர்பார்க்க முடியாது. அப்படியானால் உணவு உற்பத்தியை உள்ளூர் மயப்படுத்துவது தான் நமக்கு இருக்கும் ஒரே மாற்று வழி. விவசாயம் தொழில்மயப்படுவதால் சிறுவிவசாயிகள் காணாமற் போகும் சூழலில், சிறுவிவசாயிகளை ஆதாரக்கூறாக மாற்றுவது தான் உணவுப் பாதுகாப்புக்கொள்கை, சூழலியல் பாதுகாப்புக் கொள்கை, ஆற்றல் பாதுகாப்புக்கொள்கை. இந்தியா உள்ளூர்மயப்பட்ட, மையம் கலைந்த கிராமப்புற பொருளாதாரம் சார்ந்த சமூகம். இது பெட்ரோல் சார்பிலிருந்து சுய ஆற்றலுக்கு மாறுவதற்கு, பருவநிலை மாற்றத்தைச்

சீர்செய்ய சூழலியல் சார்பான கொள்கைகளுக்கு சாதகமானது.

இந்தியா இன்று ஆற்றல் மாற்றத்தின் கட்டத்தில் இருக்கிறது. பெரும் நாகரீகம் அடைந்த சமூகம் தனது புதுப்பிக்கத்தகுந்த ஆற்றலை - அதன் கலாசார ஆற்றல், அதன் மனிதவளம், அதன் சூரிய ஆற்றல், அதன் கால்நடைவளம், அதன் பன்ம உயிர்ப்பு, பன்ம விரிவு ஆற்றலைப் பலமடங்கு பெருக்கிக் கொள்ளப்போகிறதா அல்லது தன்னை பெட்ரோல் போதைக்கு அடிமையாக்கிக் கொள்ளப்போகிறதா? இந்திய மேட்டுக்குடியினர் தங்களது கைகளை உலக மேட்டுக்குடியினரின் கைகளுடன் இணைத்துக் கொள்வார்களானால், கிராமப்புற விவசாயிகளின் வேர்களைப் பறிப்பார்களானால் பருவநிலை நெருக்கடி மூர்க்கமடையும்.

இந்தியா, சீனா போன்ற நாட்டு மக்களின் நிலம், நீர், பன்ம உயிரிவளங்களை மக்களின் உழைப்பை உலகச்சந்தை உற்பத்திக்கு அளிப்பார்களானால் அது உண்மையில் தனது சமூகத்தையும், தனது சூழலையும் உலகச்சந்தைக்கு, உலக நுகர்வு வெறிக்குத் தாரை வார்ப்பதாகத்தான் அர்த்தமாகும். அளிக்கும் செல்வாதாரம் விவசாயிகளுக்கு உரிய நிலம், பழங்குடி மக்களுக்கு உரிமையான காடு, மக்களுக்கு உரிமையான ஜனநாயகத்தையும், மக்களின் இறையாண்மையையும் திருடி உலக நுகர்விற்குத் தாரை வார்ப்பதாக அர்த்தம். இப்படிச் செய்வதற்குக் காரணம் வடக்குக் கார்ப்பரேட்டுகளின் அதிகார, மூலதனப் பிடியில் இந்திய அரசாங்கம் சிக்கிக் கொண்டது. வளர்ச்சி என்ற பெயரில் உரிமை கொண்டாடி கார்ப்பரேட்டுகள் மாசுபடுத்தும் உரிமையை எடுத்துக் கொள்கிறார்கள்.

சீனாவின் பொருளாதாரத் திட்டக்கமிஷன் தலைவர் 'மா கய்' அறிக்கை இப்படிக் கூறுகிறது: வளரும் நாடுகள் தங்களது நாடுகளில் வளர்ச்சியையும், தொழில்மயமாக்கலையும் காட்ட வேண்டும் என்று உத்தரவிடப்பட்டுள்ளன. சீனா சமூக, பொருளாதார அடிப்படையில் முதலாவதாகவும் அதைக்கடந்தும் முன்னேறி வறுமையைத்துடைத்து எறிந்து விட்டது.

இந்தியாவிற்கும் வளர்ச்சிதான் அதன் முதல் குறிக்கோள். பொருளாதார உலகமயமாக்கல் மூலமாக தனது 10சதவீத வளர்ச்சி விகிதத்தை எட்டிப்பிடிக்க ஓடிக்கொண்டிருக்கிறது. வளர்ச்சி மூலமாக ஏற்படும் பருவநிலை மாற்றம் அதன் 9 சதவீத வளர்ச்சியைக்கூட எட்ட விடாமல் துடைத்து விட்டது. பருவநிலை மாற்றம் பொருளாதார வளர்ச்சியையும், வேறுபலவற்றையும் தடுத்துவிட்டது.

இந்தியா பெட்ரோல் பயன்பாடு இல்லாத குறைவான கார்பன்

வெளியேற்றும் உலகத்திற்குத் தலைமை ஏற்கும் தகுதி உடையது. காரணம் அது இன்னும் முதன்மையாக விவசாயிகள், சிறுவிவசாயிகள் மேற்கொள்ளும் வேளாண்மைப் பொருளாதாரத்தை அடிப்படையாகக் கொண்டிருக்கிறது. இந்தியாவின் ஆற்றல் முதன்மையான புதுப்பிக்கத்தகுந்த ஆற்றல். பருவநிலை மாற்றத்தைத் தடுப்பதில் தலைமை ஏற்பதற்குப் பதிலாக, இந்தியா பெட்ரோல் பொருளாதாரத்திற்கு, உயிரிப்பன்ம பொருளாதாரத்தை அழிப்பதற்கு விரைந்து கொண்டிருக்கிறது. தன் கிராமப் புறங்களையும், வேளாண்மையையும் அழிப்பதற்கு முயற்சிக்கிறது. இந்தியா நெருப்புக்கோழி போல் தனது தலையை மணலுக்குள் புதைத்துக்கொண்டு இருக்கிறது.

இந்தியன் எக்ஸ்பிரஸ் அறிக்கை, 'இந்தியா தனது ஆற்றல் வளம், தனது முன்னுரிமை வேறுபட்டது என்பதை உலகிற்கு எடுத்துரைக்க வேண்டியிருக்கிறது. பருவநிலை மாற்றத்தில் பொருளாதாரத்தாக்கம் குறித்த தனது பரிசீலனை அறிக்கையை 2006 டிசம்பரில் அளித்தபோது, அதற்கு மறுப்பு அறிக்கை இந்தியப் பொருளாதார நிபுணர்களால் முன்வைக்கபட்டது. அதில் கார்பன் வெளியீட்டு கட்டுப்பாடு இந்தியாவிற்குப் பொருந்தாதது. தான் அதற்குக்கட்டுப்பட வேண்டியதில்லை. தனது வறுமையை ஒழிப்பதற்கு தனித்த இலக்கு கொண்டிருப்பதாகக்' கூறியுள்ளது.

பருவநிலை மாற்றம், வறுமை இரண்டிற்கும் தீர்வு ஒன்றுதான். நமது வெகுமதியான வாழ்வாதாரத்தை, வேலையை, உற்பத்தி முறையை, மக்களை மையமாகக் கொண்ட நுகர்வியத்தை (சந்தை நுகர்வியம் அல்ல)பாதுகாப்பது, மேலும் உயர்த்துவது (பெட்ரோல் சார்ந்து அல்ல). உணவு மற்றும் பொருளாராத நீதி ஆற்றல் சமநிலை நம்மை மேலும் சிறு பண்ணைகளை உருவாக்கத் தூண்டுகிறது. காய்ச்சலைத் தூண்டவில்லை. உள்ளூர் சார்ந்திருக்கத் தூண்டுகிறது. உறையிட்ட உலகமய உணவில் இருந்து விலகி நிற்கச்செய்கிறது. சூழலியல் சார்ந்த சிறு பண்ணைகள், உள்ளூர் உணவுச் சந்தைகள்தான் உலகின் வடக்கு தெற்கு இரண்டிற்குமான ஒரே தீர்வு. இந்தியா போன்ற தெற்கு நாடுகளில் பருவநிலை மாற்றம், பருவநிலை ஏற்ற இறக்கம் சிறு பண்ணைகளையும், சிறு விவசாயிகளையும் பாதுகாக்க வேண்டுகிறது. இந்தியா தனது தொழில் வர்த்தகக் கொள்கையில் மாற்றத்தைக்கொண்டு வர வேண்டியுள்ளது. அது பின்பற்றும் கொள்கைகள் மில்லியன் கணக்கான விவசாயிகளைக் கடனில் தள்ளுகிறது. ஆயிரக்கணக்கான விவசாயிகளை தற்கொலைக்குத் தூண்டுகிறது.

வடக்கு நாடுகளில் ஏற்பட்டுள்ள சூழலிய சமக்கேடு உள்ளூர் பண்ணைகளையும், உள்ளூர் சந்தைகளையும் மீண்டும் அமைக்கவேண்டுகிறது.

சிறப்புப் பொருளாதார மண்டலங்களுக்காக நிலப்பறிப்பை நிறுத்த வேண்டியுள்ளது.

நாம் நமது சூழலியக் கேட்டுப் பதிவுகளை குறைக்க முடியும். பொருளாதார ஏற்றத்தாழ்வுகளைக் குறைக்க முடியும். சிறு விவசாயிகளைப் பாதுகாப்பதன் மூலம், உள்ளூர் உணவு முறைகளை ஏற்படுத்துவதன் மூலம் வடக்கு, தெற்கு நாடுகளின் வாழ்க்கைத்தரத்தை உயர்த்த முடியும். இயற்கைப்பேரிடர் நிகழும் இக்காலத்தில் உணவு ஜனநாயகம் காப்பது ஆற்றல் நீதிக்கு வழிவிடும்.

நாம் நமது உணவு உற்பத்தியையும் வழங்கு முறையையும் எப்படி வளர்க்கப் போகிறோம் என்பதில் நமது பருவநிலை மாற்றத்தின் ஒரு பகுதி அரசியல் இருக்கிறது.

நமது நிலம் எப்படிப் பயன்படுத்தப்படுகிறது, அது யாருக்குப் பகிர்ந்தளிக்கப்பட இருக்கிறது என்பதில் பருவநிலை மாற்றத்தின் ஒருபகுதி அரசியல் இருக்கிறது.

காற்றில் என்ன நடக்கிறது என்பதில் மட்டும் பருவநிலை மாற்றத்தின் அரசியல் இல்லை. நிலத்தில் நிகழ்வதைப் பொறுத்தே காற்றின் மாற்றம் தொடங்கும். ஏழைகளின் நிலத்தின் மீது, நீரின் மீது யார் ஏக ஆதிக்கம் செலுத்துகிறார்களோ அவர்கள் காற்றைத் தனியார் மயமாக்குவார்கள். முதலில் சூழலை மாசுபடுத்திவிட்டு, சந்தை வழியாக பருவநிலையை மாற்றி காற்றை, கடலை, வானவெளியைத் தனியார் மயமாக்குவார்கள்.

புவியின் ஜனநாயகம் - பருவநிலை, ஆற்றல் மற்றும் புவிவளச் சமநீதி

சமூகம் மற்றும் சூழலியலின் அடிப்படையில்தான் பொருத்தமான நிலைத்தன்மையையும், ஆற்றல் முறையையும் எட்டப்பட வேண்டி உள்ளது. ஏழைகளுக்கான சூழல்வெளியை மூடாமல், அதன் மீது வரம்புமீறி ஆதிக்கம் செலுத்தாமல் புவியின் ஆற்றல் சமநிலையில் கையாளப்படுமானால் அதை மட்டுமே சமூகரீதியான நிலைத்தன்மை என்று கருதமுடியும். மையம் சிதைந்த பொருளாதாரத்திற்கு மாற வாய்ப்பு உருவாக்கப்படுமானால், காற்று மண்டலத்திற்கு இடையூறு செய்யாத, அணுவியல் மாசு உருவாக்காத, நிதானமான பொருளாதாரம் அறிமுகம் செய்யப்படுமானால் அதைத்தான் சூழலியல் நிலைத்தன்மை என்று கருத முடியும். நீடித்த ஆற்றல் சாத்தியப்பட சூழலியல் ஜனநாயகம் அர்த்தமுள்ளதாக இருக்க வேண்டும்.

இயற்கைப் பேரிடர்கள் மனித குலம் எதிர்கொள்ளும் முக்கியமான சவாலாக இருக்கிறது என்பதை நிறுவனங்களும் புரிந்து கொண்டுள்ளன. மனித நடவடிக்கையின் விளைவினால் தான் நாம் பருவநிலை மாற்றத்தை எதிர்கொண்டு வருகிறோம் என்பதை உலக மாசுக் கட்டுப்பாட்டு வாரியம் வகைப்படுத்தி நிறுவி இருக்கிறது. மனித நடவடிக்கைகளுக்குப் பொறுப்பு அது பெட்ரோல் சார்ந்து இருப்பதே. இந்த பூமி சுழற்சிசெய்து செரிக்க முடிகிற அளவிற்கும் மேலாக நாம் கார்பன் வெளியிட்டுக் கொண்டிருக்கிறோம்.

பருவநிலை மாற்றத்தைத் தவிர்க்க வேண்டும் என்று நாம் கருதினால், புவி வெப்பம் இரண்டு டிகிரி செல்சியஸிற்கு மேல் உயராமல் பார்த்துக்கொள்ள வேண்டும். கார்பன் வெளியீட்டைக் குறைத்து அதிக ஆற்றல் கொண்டு செய்யப்படும் உற்பத்திப் பொருட்கள் நுகர்வு முறையை மாற்றிக்கொள்ள வேண்டி இருக்கிறது. கார்பன் வெளியீட்டைக் குறைப்பதற்கு முன்னுரைக்கப்பட்டுள்ள 80, 90 சதவீத நடவடிக்கைகளை நாம் மேற்கொள்ளாமல், அது பற்றிய ஆழமான அக்கறை இல்லாமல் இருக்கிறோம்.

பருவநிலை மாற்றம் ஆற்றல் செலவீட்டுடன் தொடர்புடையது என்பது மிகவும் தெளிவான விசயம். என்றாலும் அது பொருளாதாரப் பிரச்சனையுடனும் சம்பந்தப்பட்டது. பொருட்கள் எப்படி உற்பத்தி செய்யப்பட்டு விநியோகிக்கப்படுகிறது. வீடுகள் எப்படி வடிவமைத்துக் கட்டப்படுகின்றன. நமது உணவும் உடையும் எப்படித் தயாரிக்கப்படுகிறது என்பதிலும் அது அடங்கி இருக்கிறது. இருந்தாலும் பருவநிலை மாற்றம் குறித்த பேச்சுவார்த்தையில் உலகமயம் குறித்தோ, தொழில்மயம் குறித்தோ விவாதிக்கப்படுவதில்லை. புவி வளங்கள் அதீதமாக சுரண்டப்படுவது, அல்லது அதீத நுகர்வு இரண்டும் தவிர்க்கப்பட வேண்டும். ஏழைகளது வாழ்க்கை முறைகள், வசிப்பிடங்கள், வீடுகள், அன்றாட வாழ்க்கை, எதிர்காலம் அனைத்தும் உலகமய தொழிற்சாலைகளின் இயக்கத்திற்காகவும், நுகர்விற்காகவும் தியாகம் புரியப்பட்டுள்ளது. இது அவர்களுக்கு இழைக்கப்படும் அநீதியாகும். பருவநிலை நீதி, ஆற்றல் நீதி, சூழலியல் நீதி போன்ற பல அம்சங்களையும் புவி ஜனநாயகம் என்று கருத வேண்டும். இவை அனைத்தும் பருவநிலைத் தீர்வு, பிரச்சனைகளில் இருந்து பணக்காரர்களின் கண்ணோட்டத்தில், தொழில்மயக் கண்ணோட்டத்தில், நகரியச் சமூகத்தின் கண்ணோட்டத்தில் அற்ப விசயமாக புறக்கணிக்கப்பட்டுள்ளன.

பணக்காரர்களின் நலன் பொருட்டுத் தீர்க்கப்பட வேண்டிய பிரச்சனைகளாக பெட்ரோல் தட்டுப்பாடு இருக்கிறது. பெட்ரோல்

ராணுவத்தின் கட்டுப்பாட்டிற்குள் கொண்டு வரப்பட்டு சிக்கலில்லாமல் கிடைக்கச்செய்ய வேண்டும். அதே நேரத்தில் அது வற்றிவிடுவதற்கு முன்னதாகவே மாற்று எண்ணெய் கண்டுபிடிக்கப்பட வேண்டும். பருவநிலை மாற்றத்தால் இன்றைக்குள்ள சமூகநிலை எந்தவகையிலும் இடையூறு ஏற்படுவதற்கு முன்னதாக சீர் செய்யப்பட்டு ஒழுங்கில் வைக்கப்பட வேண்டும்.

பிரச்சனைகளைத் தீர்ப்பதற்கு குறைப்பு நடவடிக்கைகளில் இறங்குவதற்கு முன்னர் குறைப்பு ஆய்வுகள் மேற்கொள்ளப்பட வேண்டும். முதல் குறைப்பு வேலைகள் ஆற்றல் மட்டத்தில் துவங்க வேண்டும். ஆற்றல் பலபரிணாம வகைப்பாடுகள் உடையது. தொழிற்சாலை நுகர்வில் மட்டும் ஆற்றல் மின்சார ஆற்றல் அல்லது பெட்ரோல் ஆற்றலாக இருப்பதைக் குறைப்பிற்கு உட்படுத்த வேண்டும். பல்வேறு மட்டங்களில் சமூகப்பயன்பாட்டில் ஆற்றல் செலவீனம் குறைக்கப்பட வேண்டும். பணக்காரர்களின் ஆற்றல் செலவீனம், குறிப்பாக பணக்கார நாடுகளில் குறைக்கப்பட வேண்டி உள்ளது. பிரபஞ்சத்தின் படைப்பாற்றல் நம்மால் நுகரப்படாமலே இருக்கிறது. கயாவின் சுய ஒழுங்கு ஆற்றல், வேலைக்கும், உற்பத்திக்கும், முறைப்படுத்தவும் மனிதனின் படைப்பாற்றல் பயன்படுத்தப்பட வேண்டும். படைப்பாற்றல் ஒன்றிலிருந்து மற்றொன்றாக மாற்றப்பட வேண்டும். ஏழைகளின் நலன்கள் புறக்கணிக்கப்பட்டுள்ளன. குறிப்பாக தொழில்மயப்படாத சமூகத்தின் நலன்கள் கண்டுகொள்ளப்படுவதில்லை. திரும்பத்திரும்ப பேசப்படும் மூன்றாம் உலக நாடுகளின், மற்ற உயிரினங்களின் உரிமைகள் மறுப்பிற்கு உள்ளாகி இருக்கின்றன.

குறைப்பிய நடவடிக்கைகள்தான் நமது பிரச்சனைகளுக்கு முதன்மைத் தீர்வாக இருக்க முடியும். எண்ணெயின் இறுதி நிலை, பருவநிலை மாற்றம் அதையொட்டிய கார்பன் வர்த்தகம், பெட்ரோலுக்கு மாற்று நுகர்வு ஆற்றலைத் தயாரித்தல் மூலமாக உருவாகும் சமூக, சூழலியல் பிரச்சனைகள் அனைத்திற்கும் தீர்வுகாண வேண்டும். தற்போது மோஸ்தராக இருப்பது நியூக்கிளியர், தாவர எண்ணெய். இந்தத்தீர்வுகள் புதிய சுமைகளை ஏழைகள் மீது ஏற்றுவதாக இருக்கும். அவர்களது நிலம், நீர், காற்று அனைத்தும் கூடுதல் விலையாக ஏறும். பிரச்சனைகளைத் தீர்ப்பதற்கு மேற்கொள்ளும் ஆதிக்கநிலை ஆய்வுகள் மூலதனத்தை மையமாகக் கொள்ளும் தீர்வுகளையே முன்மொழியும். தீர்வுகளுக்கான மூலதனத்தைத் தங்கள் கட்டுப்பாட்டில் வைத்திருப்பவர்கள் அந்தத் தீர்வுகளை நிறைவேற்றுவதற்கான சட்டங்களை உருவாக்குவார்கள். இந்த விதிகள் செயலூக்கம் கொண்டதாகவோ, மாற்றத் தகுந்ததாகவோ இருக்காது. அத்தீர்வுகளுக்கான மனித பங்கேற்பையும், மனித செயல்பாடுகளையும் அதற்கான எல்லைகளையும் அவர்கள்தான்

தீர்மானிப்பார்கள், கட்டுப்படுத்துவார்கள். நாம் முன்னரே கூறியதுபோல அவர்கள் உருவாக்கிய பருவ நெருக்கடி அப்படியே நீடிக்க வேண்டும். அப்படியே பாதுகாக்கப்பட வேண்டும். பருவநிலை நெருக்கடியின் பொருட்டு இந்த பூமியும், ஏழைகளும் புரிந்து வரும் தியாகங்களை அப்படியே இன்னும் கொஞ்சம் கூடுதலாகத் தொடரவேண்டும். இயற்கையின் விதி, மனிதர்களுக்கான பொதுவிதி மீறப்பட்டிருந்தால் அதுவும் அப்படியே தொடரும்.

இந்தப் பிரபஞ்சமும், கோளங்களும் இயங்குகிற விதிகளுக்கும், மனித குலம் நீடித்திருப்பதற்குமான விதிகளுக்கும், மூலதனத்தைக் குவித்தவர்கள் உருவாக்கி வைத்துள்ள விதிகளுக்கும் இடையிலான மோதலின் அறிகுறிதான் பருவ நெருக்கடி. மூலதனத்தின் விதிகள் தான் பிரபலமான சந்தையின் விதி. உலக வங்கியும், சர்வதேச நிதி நிறுவனமும் தாம் விரும்பும் கட்டுமானத்திற்காக அமுல்படுத்தும் விதி. அதேவிதிகள்தான் உலக வர்த்தக நிறுவனத்திற்கும், சுதந்திர வர்த்தக ஒப்பந்தங்களுக்கும் பின்பற்றப்படுகிறது.

இயற்கைப் பேரிடர்களுக்குத் தீர்வாக ஆற்றல் பயன்பாடு பெட்ரோலில் இருந்து நியூக்கிளியருக்கு, தாவர எண்ணெய்க்கு, பெரும் நீர் மின்சார தயாரிப்புகளுக்கு மாறுவதல்ல. அடிப்படை சிந்தனையில் மாற்றம்தான் தீர்விற்கு இட்டுச் செல்லும்.

★ குறுகிய நோக்கிலிருந்து ஒன்றிற்கொன்று தொடர்புடையது என்ற அடிப்படையிலான உலகளாவிய புனித நோக்கு கொள்வது.

★ இயந்திரவியல் தொழிற் சிந்தனையில் இருந்து சூழலியல் சிந்தனைக்கு மாறுவது.

★ நுகர்விய மனிதனாக இருப்பதில் இருந்து இந்த பூமியின் முடிவுறும் ஆற்றலைப் பாதுகாப்பவனாக, இயற்கையுடன் இணைந்த கூட்டுப் படைப்பாளராக செல்வம் படைப்பவனாக மாறுவது.

மக்களை, புவிக்கோளத்தை மையமாகக் கொண்ட சிந்தனை, சந்தையை மையமாகக் கொண்ட சிந்தனையை விட வாழ்விற்கு உகந்த சிறப்பான விதிகளை அடையாளம் காணும். புவியின் விதிகள், பிரபஞ்சத்தின் விதிகள், அறிவியலின் விதிகள், ஆற்றலின் விதிகள் பரிணாமத்தின் விதிகள் அனைத்தையும் அடையாளம் கண்டு முடிவுறும் இப்பலவீனமான கோளத்தின் மீது யாவற்றிற்கும் சமநீதி அளிக்கும். இவைதான் மனிதச் செயல்பாட்டிற்கும், மனித மாற்றத்திற்கும் உண்மையான அடிப்படையை வழங்கும். இந்த விதிகள்தான் கார்ப்பரேட்டால் இயக்கப்படும் உலகமய,

அதீத ஆற்றல் பொருளாதாரத்தால் மீறப்படுகிறது. அதன் மீறல் தான் எதை உற்பத்தி செய்யவேண்டும், எப்படி உற்பத்தி செய்யவேண்டும், நாம் எப்படி நுகர வேண்டும், எதை நுகர வேண்டும், எப்படி வாழ வேண்டும் என்பதைத் தீர்மானிக்கிறது.

மனித குலம் சூழலியல் பாதையில் நீதியுடனும், நிலைத்தன்மையுடனும் வாழ்ந்த வாழ்க்கையை தூக்கி சாம்பல் கிண்ணத்தில் எறிந்ததையடுத்து பருவநிலை நெருக்கடி வேர்விட்டிருக்கிறது. நாம் இந்த நிலத்தின் குடிமக்கள் என்பதை மறந்ததை அடுத்து ஏற்பட்டது இது. நாமெல்லாம் நுகர்வதற்காக எல்லையில்லா பசியுடன் பிறந்த சூப்பர் மார்க்கெட்டின் குஞ்சுகள் என்று கருதிக்கொண்டதாலும், கார்ப்பரேட்டுகள் தங்களது கிட்டங்கிகளில் இருந்து சூப்பர் மார்க்கெட்டுக்குத் தேவையானதை நிரப்புவதற்கு எல்லை இல்லாத ஆற்றல் படைத்தவை என்று தவறாக கற்பனை செய்து கொண்டதாலும் ஏற்பட்ட பின்விளைவு தான் பருவ நெருக்கடி. உண்மையான பிரச்சனை பொருளாதார விதிகளுக்குள் இருக்கும் முரண்பாடுகள். அது இக்கோளத்தையும் இதில் உள்ள சமூகத்தையும் சூப்பர் மார்க்கெட்டுக்குள் சுருக்கி விட்டது. சூழலியல் விதிகள், இக்கோளத்தில் இயங்கும் சூழலியல் செயல்பாடுகள், சமூகத்தின் விதிகள், அவை வழங்கும் இயற்கையின் பொருட்கள் மற்றும் சமமான சேவைகள் அனைத்தும் சூப்பர் மார்க்கெட்டில் கிடைக்கக் கூடியதென்று கருதுகிறது. உண்மையான பிரச்சனை உலகமயப் பொருளாதாரம். அதுசூழலியல் சமநிலையைக் குலைத்து விட்டது.

மெய்யான பிரச்சனை இருக்கிறதென்றால், அங்கே பெட்ரோலுக்குப் பதிலாக மற்றொரு நிலையற்ற ஆற்றலின் சக்தியை அதேமுறையில் பொருத்தினால் தீர்வு காண முடியாது. சரியான வாழ்க்கை முறைக்கு, நலமாக வாழ்வதற்கு, மகிழ்வுடன் வாழ்வதற்கு மெய்யான தீர்வைத் தேட வேண்டும். அதே நேரத்தில் நுகர்வையும் குறைக்க வேண்டும். சரியான வாழ்க்கை முறைதான் தர்மம் என்கிறது இந்தியத் தத்துவம். இயற்கை வளத்திற்கும், மனிதத் தேவைக்கும் இடையே பாலமிடப்பட வேண்டும். இயற்கை நிலைத்தன்மையில் தான் வாழ்க்கையின் நியதி அடங்கி இருக்கிறது. தேவைகளை நிறைவேற்றிக்கொள்ள மட்டுமே வளங்களைப் பயன்படுத்த வேண்டும். சூழலியல் சமநிலையும், சமூக நீதியும் வாழ்வாதார உரிமையின் உயிர்க்கூறு. அனைத்து உயிர்களும் நிலைத்திருப்பதற்கான இணக்கமான சூழல் அவைகளுக்கிடையே பராமரிக்கப்பட வேண்டும். அதுவே வாழ்வின் தர்மம். இயற்கையின் சமநிலைக்கு ஊறு விளைவிப்பது வாழ்வின் அதர்மம்.

சமநிலை என்பது நியாயமான பங்கீடு. தற்போது நம்முன் இரண்டு

சமநிலைப் பாதைகள் உள்ளன. ஒன்றில் பணக்காரத் தொழில்மய சமூகத்தின் அதீத நுகர்வு, அதீத விரயம் இதுதான் மனித சமூகத்திற்கு முன்மாதிரி அளவீடாக அமைக்கப்பட்டிருக்கிறது. அதுதான் வளர்ச்சி என்று கருதப்படுகிறது. இது உலகம் முழுதும் உள்ளவர்களை ஆதார வளத்தை, ஆற்றலை நுகர்வதற்கு சமஅளவு உந்துதல் வழங்கி இருக்கிறது. இந்தச் சமநிலை நுகர்விற்கு ஐந்து கோளங்கள் தேவைப்படும். இந்த நிலையின்மைப் பாதை தவிர்க்க இயலாத அசமத்துவத்தை உருவாக்கி உள்ளது. அனைவரும் சூழலை மாசுபடுத்துவதற்குச் சமஉரிமையை உத்திரவாதப்படுத்தும் நிலையின்மைப் பாதையைத் தேர்வு செய்யப் போகிறோமா. அல்லது மாசுபடுத்தாமல் இருப்பதற்கான அனைவருக்கும் சமமான பொறுப்புணர்வை வழங்கும் பாதையைத் தேர்வு செய்யப் போகிறோமா?

இந்தப்புவியின் வளமும் வளத்தைப் புதுப்பிக்கும் சக்தியும் ஒரு வரம்பிற்கு உட்பட்டது என்பதால் புவி ஜனநாயகமும், சூழலியல் சமநிலையும் ஏற்றுக்கொள்ளப்பட்டிருக்கிறது. ஆற்றல் சுருங்கி வருவதும், பணக்காரர்கள் புவி வளத்தை நுகர்கிற தேவை அனைத்திற்கும் நிலத்தை, நீரை, உணவை, காற்றை ஆற்றலை அடைய வேண்டியுள்ளது. சூழலியல் போக்கில் புவிக்கு எதிரான வேலை என்பது ஏழைகளுக்கு எதிரான வேலை. எதிர்கால சந்ததியினருக்கு எதிரான வேலை. மறுபுறம் புவிக்குச் செய்கிற வேலை, ஏழைகளுக்கும், எதிர்காலத்திற்கும் செய்கிற வேலை.

சமநிலையை விளங்கிக் கொள்வதென்றால் நாம் சூழலியல் ரீதியாக உள்ளூர் மட்டத்திலும், உலக மட்டத்திலும் ஒரே அளவீடு கொண்டு பார்க்க வேண்டி உள்ளது. இடம்பெயரச்செய்கிற, வேர் பறிக்கப்படுகிற சமூகம் அதை எதிர்க்கிறதென்றால், அவர்களது அர்த்தம், அனுபவம், அவர்களது வாழ்க்கைக் காட்டில் அல்லது சிறு பண்ணைகளில் அவர்களது லௌகீக, ஆத்மீக பொருத்தப்பாடு நலவாழ்வு ஆகியவை அதில்தான் இருக்குமானால், முதல் கட்டமாக அவர்களது உரிமையை சுதந்திரத்தை சமநிலையின் அடிப்படையில் மதிக்க வேண்டும். சமநிலை என்பது நிலத்தில் வேர்பிடிக்க வேண்டும். அவர்களது போராட்டங்கள், அவர்களது இயக்கங்களில் சமநிலை மதிக்கப்பட வேண்டும். எங்கோ மாநாட்டு அரங்குகளில் இருந்துகொண்டு அவர்களைக் கண்மூடித்தனமாகப் புறக்கணிக்கக் கூடாது. பழங்குடி மக்களின், விவசாயிகளின் வேர்களைப் பறிப்பவர்கள் கூறுகிறார்கள் அவர்களது வாழ்க்கை கண்ணியமற்றதென்று. கண்ணியம் என்பது அனுபவத்தில், அடுத்தடுத்து சுய எழுச்சியில், இறையாண்மையில், போதுமானதென்று நிறைவு கொள்ளுதலில் இருக்கிறது. மண்ணில் வேலை செய்வதையோ, விறகு பற்ற வைப்பதையோ தகுதிக்குறைவானதென்று நான் ஒருபோதும் கண்டதில்லை. மக்களைத் தூக்கி எறிவது அவர்களது

கண்ணியத்தையும், சுய தன்மையையும் திருடுவதாகும். அதனால்தான் தற்போது இந்தியாவில் இடப்பெயர்விற்கு எதிராக பரவலாக தொடர்ந்து இயக்கங்கள் நடந்துகொண்டிருக்கின்றன.

இயந்திர எண்ணம் கொண்ட, தொழிற்சாலை வடிவிலான பொருட்கள் உற்பத்தியை அதிக ஆற்றலும், ஆதார மதிப்பும் கொண்ட பொருட்கள் சந்தை இயங்குவதற்காக, குறைவான விலை போன்ற தோற்றத்துடன் சூப்பர் மார்க்கெட் அடுக்ககங்களில் நிரப்பப்பட்டுள்ளன. இந்த இயக்கத்தில் இருந்து முறித்த சிந்தனைதான் மெய்யான தீர்விற்கு வழிவகுக்கும்.

பருவ நெருக்கடிக்குப் பொறுப்பேற்கவேண்டிய சூழலிய ஏகாதிபத்தியம் கோளத்தில் இன்னும் மிச்சமிருக்கும் ஆற்றலையும் வளைத்துக் கொண்டிருக்கிறது. இன்னும் இருக்கிற சுதந்திரமான வானவெளியை அடைத்துக் கொண்டிருக்கிறது. மோசமான வடிவிலான ராணுவ வன்முறையைப் பயன்படுத்தி மக்களின் உரிமையை மறுக்கிறது. அவர்களுக்கு உரிய ஆற்றல் மனநிறைவற்ற முறையில் அளிக்கப்படுவதால், கார்ப்பரேட்டுகளின் தீராத பேராசைகளுக்குத் தூண்டப்படுகிறார்கள்.

புவிஜனநாயகம் தொடர்பான மற்றொன்று.

மனித உயிரினம் இந்தப்புவிக்கோளத்தில் வாழ்வது அச்சுறுத்தலுக்கு உள்ளாகி இருக்கும் நிலையில் நாம் இங்கு வாழ்வதற்குரிய சூழலைப் பாதுகாத்துக் கொள்வது தான் அறிவார்ந்த பொறுப்பு. அதுதான் புவிஜனநாயகம். பொருளாதார வளர்ச்சியை துரத்திக்கொண்டு ஓடுவது அறிவீனத்தின் வெளிப்பாடு, புத்திசாலித்தனமாகாது. பருவ நெருக்கடி குறித்த பொறுப்படங்கிய முறைக்கு புவிஜனநாயகம் நம்மை அழைக்கிறது. கார்ப்பரேட்டுகளும் பணக்கார நாடுகளும் உருவாக்கி வைத்துள்ள தனித்தனியான சுய-சேவைக்கல்ல அது நம்மை அழைப்பது. உலகையே சூப்பர் மார்க்கெட்டாக்க, ஒரு பண்டமாக - நமது உணவை, நமது தோட்டங்களை, நமது வீடுகளை, நமது நகரங்களைச் சிதைத்த நுகர்வியத்தில் இருந்து முறித்துக்கொண்டு வெளியேற அனுமதிக்கிறது புவிஜனநாயகம். நாம் நமது உணவு முறையை, நமது அருந்தும் முறையை, நமது நடமாட்டத்தை, நமது வேலையை நமது உள்ளூர் சூழலுக்குள், சொந்த கலாசாரத்திற்குள் மீண்டும் பொருத்தி எதையும் சிதைக்காமல் நுகர்வைக்குறைத்து வாழ்க்கையை மேம்படுத்திக்கொள்ள அனுமதிக்கிறது புவிஜனநாயகம். புவிஜனநாயகத்தில் ஒவ்வொன்றும் ஒன்றிற்கொன்று தொடர்பு உடையது. வான் மாசுபாடு குறித்துப் பேசும் போது நமக்குள் இவ்வெளியில் செய்யவேண்டிய மாற்றங்களுக்கு அளவே இல்லை. நமது விவசாயத்தை மாற்ற வேண்டும். நமது வீட்டை,

நகரத்தைக்கட்டும் முறையில் மாற்றங்கள் செய்யலாம். ஒரு பொருளை வாங்கும் முறையில் இருந்துகூட நாம் நமக்குள் செய்யவேண்டிய மாற்றங்களைத் துவங்கலாம்.

புவிஜனநாயகத்தில் தீர்வுகள் அரசாங்கத்திடமிருந்தோ பெரு நிறுவனங்களிடமிருந்தோ கொட்டாது. இவை இரண்டும் கோளத்தைச் சிதைத்து பாக்கெட் போட்டு விற்று மக்கள் வாழ்வைச் சீரழிப்பவை. வாழ்க்கையை எளிமையாக வாழ்வது எப்படி என்பது தெரிந்தவர்களிடமிருந்து, பெட்ரோலுக்கு அடிமையாகாதவர்களிடமிருந்து, பாக்கெட் வற்றிப்போகும் வரை 'வாங்கு வாங்கு வாங்கிக் கொண்டே இரு. அதுதான் வாழ்க்கை!' என்று சொல்லாதவர்களிடமிருந்து தீர்வுகள் உருவாகும். அத்தீர்வுகள் நிலம் உயிர்ப்பானது, இச்சமூகம் உயிர்ப்பானது என்று புரிந்து கொண்ட தீர்வாக இருக்கும். இந்தக்கோளத்தின் சூழல் முறையைச் சிதைத்து, நமது மனித இனத்தை முடிவிற்குக் கொண்டுவந்த இந்த ஆதிக்கமுறை யாரையெல்லாம் தூக்கி எறியப்பட வேண்டியவர்களாக நடத்துகிறதோ அவர்கள்தான் நமது மதிப்பீடுகளையும், ஞானத்தையும், கலாசாரத்தையும் திறமையையும் சுமந்து நாம் அனைவரும் வாழ்வதற்கான மனிதத் தன்மையை அளித்துக்கொண்டுள்ளார்கள்.

பருவநிலை மாற்றத்தைத் தவிர்ப்பதற்காக சிறுவிவசாயிகளின், பழங்குடி மக்களின் மீதான தாக்குதலைத் தடுத்து நிறுத்த வேண்டி உள்ளது. அவர்களது உரிமை, நிலம், அவர்களது பிரதேசம் அனைத்தும் பாதுகாக்கப்பட வேண்டியுள்ளது. அவர்களைக் கடந்த காலத்தின் மிச்சம் என்று கருதக்கூடாது. அவர்கள்தான் நமது எதிர்காலத்திற்கான வழிகாட்டிகள் என்று கருத வேண்டும்.

புவியன் ஜனநாயகம், புவியின் விதியில் துவங்கி அங்கேயே முடிந்து விடுகிறது. அது புதுப்பித்தலின் விதி, பாதுகாத்தலின் விதி, பன்மயத்தின் விதி. புவிஜனநாயகத்தில் இங்குள்ள அனைத்தும், மக்கள் அனைவரும் சமமே. இங்கு உயிர்த்துள்ள அனைத்தும் தாங்கள் நிலைத்திருப்பதற்கான புவியின் ஆதாரங்கள் மீது சமமான உரிமை உடையவர்கள்.

புவிஜனநாயகத்தில் பருவநிலை நெருக்கடிக்குத் தீர்வு, நெருக்கடிகள் உருவாவதற்குக் காரணமாக இல்லாத சமூகத்தின் கலாசாரங்களில் இருந்து துவங்குகிறது.

புவிஜனநாயகம், வானவெளி உட்பட்ட, சூழலியல் வெளியில் இங்கு உள்ள அனைவருக்கும் சமஉரிமை என்பதைத் தனது அடிப்படையாகக் கொண்டிருக்கிறது. இந்த வானவெளி சூழலியலின் பொது. பொது வெளியை மாசுபடுத்துபவர்கள் கைகளில் அதை மூடுவதற்காக அளித்து

விடக்கூடாது என்று கோருகிறது பருவநீதி. பிறரால் உண்டாக்கப்பட்ட இயற்கைப் பேரிடர்களுக்குக் காரணமான தாக்கத்தை சீர்செய்ய மக்கள் அனைவரையும் அழைக்கிறது இயற்கையின் நீதி. அனைத்திற்கும் மேலாக ஒவ்வொரு மனிதனையும், ஒவ்வொரு சமூகத்தையும், ஒவ்வொரு இனத்தையும் சூழலியலைச் சிதைக்காத சுதந்திரமான பொருளாதாரத்தை உருவாக்கி மக்கள் அனைவரும் அதனைச்சார்ந்து இருப்பதற்கான நிலையை ஏற்படுத்துமாறு வேண்டுகிறது இயற்கையின் நீதி.

இயற்கைப் பேரிடர்களைத் தவிர்க்க மேலும் கழிவுகள் வெளியேற்றுவதைக் கைவிட வேண்டும். தாராள வர்த்தகத்தின் பங்காளிகளாக இருப்பதை நாம் நிறுத்த வேண்டும். உள்ளூர் வர்த்தகத்திற்குச் சாதகமாக விதிகளைத் திருத்தியெழுத வேண்டும். உலக வர்த்தக நிறுவனத்தின் விதிகளும், உலக வங்கியின் கட்டுமானத் திட்டங்களும் நிலைத்தன்மை வாய்ந்த சுதந்திரமாக நிலைத்திருக்கக் கூடிய உள்ளூர் பொருளாதாரத்தைத் திருடக்கூடியவை. தங்களுக்கான உணவை ஆயிரக்கணக்கான மைல்களுக்கு அப்பால் இருந்து இறக்குமதி செய்யுமாறு வற்புறுத்துகின்றன. பருவநிலை மாற்றங்களுக்குரிய குற்றங்களைப்புரிந்து விட்டு அதிலிருந்து தங்களைக் காப்பாற்றுமாறு வற்புறுத்துகின்றன.

புவிஜனநாயகம் நமது போக்கில், நமது உற்பத்தி முறையில் புரட்சிகரமான மாற்றங்களைத் தூண்டுகிறது. மூல வளங்கள் தீர்ந்துபோகிற, பெட்ரோல் முடிவிற்கு வந்துவிட்ட, பருவநிலை மாறிவிட்ட, ஜனநாயகத்தைத் துடைத்தொழித்து மக்களைத் தூக்கி எறிகிற இன்றைய நெருக்கடியான சூழலுக்கு மெய்யான தீர்வு வழங்குகிறது.

அறிவியல் ரீதியாகக் கண்டறியப்பட்ட சாதாரணமாகச் சொல்லப்படும் பருவநிலை நெருக்கடி தனது தீர்வைப் பொருளாதாரத்திற்குள் பொதித்திருக்கிறது. என்றாலும் பருவநெருக்கடிக்குத் தீர்வாக உலகச்சந்தையை, பயனீட்டுச்சூத்திரத்தை முன்வைக்கிறார்கள். இதற்குச் சரியான சமீபத்திய முன்னுதாரணம் ஸ்டெர்ன் அறிக்கை. அந்த அறிக்கையின் ஒரு இடத்திலும் மக்கள் பங்கேற்பு இல்லை. மக்களால் இயக்கப்படும் எந்திரத்தின் மூலமாக வெளியேற்றப்படும் புதை எரி எண்ணெய்க் (பெட்ரோல்) கழிவுகளால் தான் சுற்றுச்சூழல் மாசுபட்டு பருவநெருக்கடி ஏற்பட்டுள்ளது என்ற போதிலும், அந்நெருக்கடியைத் தீர்ப்பதில் மக்கள் சக்தியை, அவர்களது பங்கேற்பை கணக்கில் கொள்ளவில்லை. மனிதர்கள் வெளியேற்றும் கழிவினால் உருவான பருவநிலை இடையூறுக்கு மக்கள் ஆற்றலைப் பயன்படுத்துவதுதான் சரியான தீர்விற்கான அறிகுறியாக இருக்கும்.

பெட்ரோல் பொருளாதார வளர்ச்சியில் அது மனித ஆற்றலுக்கு பதிலீடாக

வைக்கப்பட்டது. ஒருபுறத்தில் உற்பத்தி நிறுவனங்களின் பொருளாதாரம் மனிதர்களை தனக்குத் தேவையற்ற ஒன்று என்று ஒதுக்கித் தள்ளியது. இந்த ஒதுக்குதல் சமூகத்தில் மனிதர்களை வேலையற்றவர்களாகவும், வறுமைப்பட்டவர்களாகவும், நோய்ப்பட்டவர்களாகவும், சாரமற்றவர்களாகவும் தூக்கி வீசியது. மறுபுறத்தில் பெட்ரோல் கழிவுகள் கரியமில மாசுப் பிரச்சனைக்கு வழிகோலியது. இப்புவிக்கோளம் தனது சுழற்சியில் தயாரித்துக்கொள்ள முடியாத அளவிற்கு தொழிற்சாலைகளின் இயக்கம் கார்பனை வெளியேற்றிக் கொண்டிருக்கும்போது, மனிதர்கள் பன்ம உயிரிகளின், தாவரங்களின் புதுப்பித்தலில் தாக்குப்பிடிக்க வேண்டி இருக்கிறது.

தொழில்மயம் மீட்கத்தகுந்த ஆற்றல்களை உற்பத்தித் துறையில் இருந்து அகற்றிவிட்டு அதற்குப் பதிலாக மீட்க இயலாத ஆதார ஆற்றல்களை (நிலக்கரி, பெட்ரோல்) விழுங்கிக் கொண்டுள்ளது. இயந்திரமய உற்பத்தி மனிதனுக்கு அளிப்பதினும் கூடுதலான ஆற்றல்களை விழுங்கிக் கொண்டிருந்தாலும் அது திறன்வாய்ந்த ஒன்று என்று பம்மாத்து பண்ணிக் கொண்டிருக்கிறது.

அறிவியல் தொழில்நுட்ப முன்னேற்றம் உற்பத்தித் திறனை குறுகிய கண்ணோட்டத்தில் வழிநடத்திக் கொண்டிருக்கிறது. இயந்திரங்களுக்கு உள்ளீடாக இடப்படும் சமூக வாழ்வாதாரச் சிதைவின் மதிப்பை, சூழலியச் சிதைவின் மதிப்பை அது கணக்கில் கொள்வதில்லை.

பொருளாதாரக் கொள்கைகள் தொழிற்பரவலுக்கு, பெட்ரோல் செலவீனத்தைத் தனக்கு துணையாக வைத்துக் கொள்கிறது. இரசாயன உரங்கள் விவசாயத்தை இயந்திரப்படுத்தலின் ஆதாரத்தில் நிற்கிறது. ஏற்றுமதி உலக உணவுமுறையின் பலத்தில் ஆதரவில் ஓடிக்கொண்டிருக்கிறது. பெட்ரோ இரசாயனத்திற்கு ஆதரவு தேவை.நிலக்கரிக்கும், பெட்ரோலுக்கும் வேறு சிலவற்றின் ஆதாரங்கள் தேவை. இத்துடன் நேரடி நிதியாதாரம் மறைமுக நிதியாதாரத்தில் நிற்கிறது. மறைமுக நிதியாதாரம் விரிந்த உள்கட்டுமானத்தின் ஆதாரத்தில் நிற்கிறது. உள்கட்டுமானத்திற்கு பெட்ரோலும், பெருவழிச்சாலைகளும் ஆதாரங்களாக நிற்கின்றன. பெட்ரோல் பொருளாதாரத்திற்கு, அது குழாய்போட்டு பெட்ரோல் உறிஞ்சுவதற்கு (எண்ணெய்வள நாடுகளில் - மொ-ர்) இறுதியாதாரமாக ராணுவத்தின் கால்கள் அவசியமாக இருக்கிறது. மிகச்சரியான உதாரணம் சமீபத்திய எண்ணெய்ப் போர்கள். சமூக ரீதியாக, சூழலியல் ரீதியாக, பொருளாதார ரீதியாக ஏகப்பட்ட செலவீனங்களைக் கொண்டு தயாரிக்கப்படும் உணவு உற்பத்தியும், ஆற்றல் உற்பத்தியும், வாகனப்போக்குவரத்தும் மலினமான செலவில் நடப்பதான தோற்றம்

செயற்கையாக ஏற்படுத்தப்படுகிறது. உலகமயத்திற்கு ஆதாரமாக உள்ளூர் உணவு உற்பத்தியை இந்திரமயமாக்கியதால் மெய்யான மூல (ஆர்கானிக்) உணவு அதிகவிலை உடையதாக தோற்றமளிக்கிறது. தனியார் கார்களை வாங்க வேண்டும் என்பதற்காகப் பொதுப் போக்குவரத்தான ரயில் பயணமும், பஸ் பயணமும் கூடுதல் செலவு பிடிக்கிற ஒன்றாக, சிக்கல் மிகுந்ததாக மாற்றம், தோற்றம் உருவாக்கப்படுகிறது. அரசுகளின் ஆதரவுடன் சூப்பர் மார்க்கெட்டுகள் மலினமானதாக மாற்றம் பெற்று உள்ளூர்க் கடைகள் செலவீனம் கொண்டது போன்று தோன்றுகிறது.

பொருளாதாரத் திரிபு சமூகக் கலாசாரத் திரிபிற்கு இட்டுச் சென்றுள்ளது. படைப்பூக்கமும், உற்பத்தித் திறனும் கொண்ட மனித இனம் சக்கையானதாக மாற்றப்பட்டுள்ளது. மனிதனின் படைப்பூக்கம் முற்றிலும் இரண்டாம் தரமான ஒன்றாக மாற்றப்பட்டுவிட்டது. கிராமப்புற விற்பன்னர்கள், கைவினைஞர்கள் பெட்ரோல் உற்பத்தியான இயந்திரமய உற்பத்தியால் மறைந்தொழியச் செய்யப்பட்டார்கள்.

அத்தியாயம் 2

புனித மாடு அல்லது புனிதக் கார்

நிலைத்த பண்பை அடிப்படையாகக் கொண்ட உயிர்ப்பு ஆற்றலை உறுதி செய்யும் ஒரு ஜீவனின் புனிதத் தன்மைக்கும், அழியும் ஆற்றலையும், அசமத்துவ கலாசாரத்தையும் அடிப்படையாகக்கொண்ட பெட்ரோலுக்கும் இடையிலான போட்டியின் களமாக இப்போது இந்தியா இருக்கிறது. புனித மாடு உயிர்ப்பன்ம கலாசாரத்தின் குறியீடு. உயிர்ப்பான பொருளாதாரம். மாடு இழுவை சக்தியும், எரி சக்தியும் தரக்கூடியது. எரு உரம் அளிக்கிறது. பால், தயிர், வெண்ணை, மோர், நெய் வடிவில் உணவு வழங்குகிறது. அதன் மூத்திரம் பூச்சிக் கொல்லியாக இருக்கிறது. கார்கள் தடையின்றிப் பறப்பதற்காக சாலையில் மாடுகள் நடமாடுவது தடை செய்யப்பட்டுள்ளது.

பன்மஉயிர்க் கலாசாரத்தில் மற்றொரு உயிரி அரச மரம். இந்தியா முழுதும் நிழல் தருவதற்காக சாலையோரங்களில் அரசமரம் வளர்க்கப்படுகிறது. சாலை அகலப்படுத்துவதென்றால் மரத்தை விட்டு, அதைச்சுற்றித்தான் சாலை அமைக்கப்படும். இன்று நூற்றாண்டு பழமை வாய்ந்த அரச மரங்கள் ஹைவே நாற்கர சாலைகளுக்காக வெட்டி எறியப்பட்டுள்ளன.

ஏதொன்றும் புனிதப்படுத்தப்பட்டால் அதை மீறமுடியாது. பசுவும் மரங்களும் இந்தியாவில் மீறுதலுக்கு அப்பாற்பட்டதாகக் கருதப்படுகிறது. மனிதர்கள் அவற்றின் நடவடிக்கைகளை அனுமதித்து பாதுகாக்கிறார்கள். ஏழை மக்களின் வாழ்வாதாரம் இந்திய சட்டத்தின் ஷரத்து 21இன்படி மீற முடியாதது. ஆனால் நமது கலாசாரமும் சட்டமும் காருக்காக மீறப்படுகிறது. கார் மீறப்பட முடியாத ஒன்றாகி விட்டது. மனிதர்களும், வேறுபல உயிரினங்களும் காருக்காகத் தியாகப்படுகின்றன. உலகமயம் இந்தியாவில் நிதர்சனமாகி, கார்ப்பரேட்டுகளின் உலகமயம் கார்களை புனிதப்படுத்துவதற்காக பிற புனிதங்களை அமைதியாக்கிவிட்டன. கார்களுக்குப் பெருவழிச்சாலைகளும், பறக்கும் மேம்பாலங்களும் வேண்டும். கார்களுக்குப் பெட்ரோல் வேண்டும். கார்களுக்கு அலுமனியம், எஃகு, பெட்ரோல் ரசாயனங்கள் வேண்டும். கார்கள் நாட்டுப்புறங்களையும், நகரங்களையும் மறுவடிவாக்கம் செய்கின்றன. கார்களுக்கான சூழலியல் வெளியை விரிவாக்கம் செய்வதற்காக புனித மாடுகள் கொல்லப்படுகின்றன. காலங்கள் அற்ற இந்தியாவின் பரிசு புனித மாடுகளின் மீது அமைந்திருக்கிறது என்றால் - இந்தியாவின் உயிர் ஆற்றல், அதன் உயிர் எரு, புதுப்பிக்கத்தகுந்த அதன் பொருளாதாரம் தான் அதற்கு அஸ்திவாரம். இந்தியாவின் தற்காலிக பொருளாதாரத்தின் மிரட்சி புனிதக்கார்களின் மீது அமைந்திருக்கிறது. இனி புனிதம் என்று எதுவும் இல்லை. உற்பத்தி மதிப்பிற்கு மேல் வேறொன்றும் இல்லை.

மனிதர்களைத் தின்னும் கார்

பிரிட்டனின் பொதுநிலம் வேலியிடப்பட்டபோது எழுத்தாளர் தாமஸ் மூர் எழுதினார் ‘செம்மறியாடுகள் மனிதனைத் தின்னுகின்றன’ என்று. அவர் குறிப்பிடுவது என்னவென்றால் இங்கிலாந்தில் மனிதத் தேவைக்காக பொதுவெளியாகப் பயன்படுத்தப்பட்டுவந்த நிலத்தை எடுத்து அரசாங்கம் கம்பளி ஆடைகள் தயாரிக்கும் ஆலைகளுக்கு மூலக்கம்பளிக்கான ஆடுகள் வளர்க்க நிலப்பிரபுக்களுக்கும் ஆலை உரிமையாளர்களுக்கும் வழங்கியது. அந்நிலத்தைப் பயன்படுத்தி வந்த விவசாயிகள் அங்கிருந்து அகற்றப்பட்டனர். புதிய வறுமை உருவாக்கப்பட்டது. அதுவரை மக்களுக்கு உணவளித்து வந்த நிலம் அதை நிறுத்திவிட்டு ஆலைகளுக்குத் தீனிபோடத் துவங்கியது என்பதை.

இன்று கார்கள் மனிதனைத் தின்னுகின்றன. நிலங்கள் கார் நிறுத்தங்களாக, சாலைகளாக, பெருவழிச் சாலைகளாக, மேம்பாலங்களாக, கார் ஆலைகளாக மாற்றப்பட்டுள்ளன. கார்கள் செய்யத் தேவையான எஃகு, அலுமினியம் ஆகிய உலோகங்களுக்காக இரும்பு, பாக்ஸைட் கனிமங்கள் தோண்டி எடுக்க சுரங்கம் வெட்ட நிலம் அபகரிக்கப்படுவதால் விவசாயமும், சூழலியலும் சிதைக்கப்படுகிறது. எண்ணெய்க்கான துளையிடல் மேலும் அதிக நிலத்தைத் தின்னுகிறது. கார்களும் பெரும்பசியுடன் நிலத்தை, சூழலியலைத் தின்னுகின்றன. எண்ணெய்க் கழிவுகளால் வானப்பெருவெளி விழுங்கப்படுகிறது.

இந்தியா கார் தயாரிப்பில் 2006இல் இருந்து 2011க்குள் வேகமான வளர்ச்சிகண்டு, உலகில் உள்ள 20 கார் உற்பத்தி நாடுகளுக்கு இணையான இடத்தைப் பிடிக்கும் என்று எதிர்பார்க்கப்படுகிறது. தங்களது மலிவான நிலம், மலிவான உழைப்பாளிகள் ஆகிவற்றைத் தேடியலைந்த பெரும்பாலான கார் தயாரிப்புக் கம்பெனிகள் இந்தியாவுக்குள் இறங்கி உள்ளன. ஜெனரல் மோட்டார்ஸ், ஹோண்டா, போக்ஸ்வேகன், மற்றும் சில நிறுவனங்கள் 6.6பில்லியன் டாலர்களை இந்தியாவில் புதிய சார் ஆலைகளுக்காக செலவிடத் திட்டமிட்டுள்ளன. பியட், ரெனோ, நிஸ்ஸான் போன்றவர்கள் உள்ளூர் தயாரிப்பாளர்களுடன் வர்த்தகத் தொடர்பு கொண்டுள்ளனர். ப்ளூம்பெர்க் செய்தி முகவர் கூறியது போல தேசத்தைக் காராசை எனும் பேராசை பிடித்து ஆட்டுகிறது. நாம் புரிந்துகொள்ள வேண்டியது இந்த பேராசை பிடித்தவர்கள் தேசத்தில் 0.7 சதவீதத்தினர் தான். இந்தியாவில் 1000த்திற்கு 7 பேர் தான் கார் வைத்துள்ளனர். அமெரிக்காவில் 1000த்திற்கு 450 பேர்களும், ஐரோப்பாவில் 500பேரும் காருடைமையாளர்களாக இருக்கின்றனர். அவர்களுடைய சந்தை இலக்கு 1.2 பில்லியன் மக்கள் அல்ல, 216 மில்லியன் மத்திய தர வர்க்கத்தினர்தான். இந்தியா கார் ஏற்றுமதியின் மையமாகவும் மாறும்.

இந்தியா இன்னும் தன்னை காருக்காக தயார்படுத்திக்கொள்ள வேண்டி இருப்பது உண்மைதான். 14 பில்லியன் டாலரில் பெருவிரைவுச்சாலை திட்டமிடப்படவில்லை? கார் உற்பத்தியாளர்கள் இந்தியாவில் இன்னும் கார் காமத்தைக் கிளப்ப வேண்டி இருக்கிறது. கார் தயாரிப்பும், ஏற்றுமதிச் சந்தையும், சாலைப் பற்றாக்குறை சுமையும் அதற்குப் பின்னடைவாக இருக்கிறது.

நிஸ்ஸானும் ரெனோவும் டாட்டாவுக்குப் போட்டியாக தாங்கள் 3000 டாலரில் கார் என்ற சிந்தனையில் இருப்பதாக அறிவித்துள்ளனர். டாட்டாவின் நானோ 2500 டாலர் திட்டம் மேற்கு வங்காளத்தில் சிங்கூரில் சிக்கலில் உள்ளது. மேற்கு வங்க அரசு விவசாய நிலம் எடுக்க

முயன்ற போது எதிர்ப்பைச் சந்தித்து அந்த திட்டம் இன்னும் கிடப்பில் போடப்பட்டுள்ளது. பிரெஞ்சு கார்த் தயாரிப்பாளர் இந்திய இருசக்கர தானியங்கி பஜாஜ் உடன் இணைந்து சந்தைக்குள் வருகிறார்கள். 3000 டாலர் கார் திட்டமும் அதில் அடக்கம். டொயோட்டா, ஹோண்டா, பியட், போக்ஸ்வேகன் அனைவரும் இந்தியாவில் குறைந்த விலை கார் தயாரிப்பு அல்லது விற்பனையில் இறங்க உள்ளனர். சின்னக் கார்களுக்கான வரி 24இல் இருந்து 16க்குக் குறைக்கப்பட்டுள்ளது. இது கார் விலையை மேலும் குறைக்கும். டாட்டா மோட்டார்ஸ் ஆண்டுக்கு ஒரு மில்லியன் கார்களை சாலையில் இறக்கி விடலாம் என்று நம்பிக்கை கொண்டுள்ளனர். இந்த மலிவுக் கார்கள் சாலையில் இன்னும் போக்குவரத்து நெருக்கடியை அதிகரிக்கும். கார்பன் வெளியேற்றத்தை அதிகரிக்கும். டெல்லியில் மட்டும் ஆண்டிற்கு 200,000 வாகனங்கள் புதிதாக சாலையில் சேரும்.

இந்தியாவில் கார் பிரிவினைகளைக் கூராக்கும். மக்கள் தெருக்களில் நடமாட முடியாது. அக்கம்பக்கப் பங்காளிகள் கார் லாயங்களில் முட்டி மோதி சண்டையிட்டுக் கொள்வார்கள். காராலைகளுக்காக, பெருஞ்சாலைக்காக செய்யப்படும் நிலப்பறிப்பால் கிராமப்புறங்கள் துண்டிக்கப்படும். அது சமூகப் பிளவுகளை அதிகரிக்கும்.

இந்தியாவின் கார்ச்சுமை அதற்குச் சொந்தமானதல்ல. அது உலக தானியங்கி தொழிலால் இந்தியாவின் மீது திணிக்கப்பட்டது. அவர்களது சந்தையைப் பெருக்குவதற்காக, லாபத்தை அள்ளுவதற்காக இந்தியாவின் மீது திணிக்கப்பட்டுள்ளது. இது புறக்கடை ஜுரத்தாலும் திணிக்கப்பட்ட ஒன்று. பீபிஓக்கள் (பிசினஸ் பிராசஸ் அவுட்சோர்சிங்) தங்களது ஒரு கால்விரலை இந்தியாவில் பதித்து இந்த நாட்டைத் தங்களது புறக்கடையாகப் பயன்படுத்திக் கொண்டுள்ளார்கள். விமானச்சேவை, மருத்துவ சேவை, சட்ட நிறுவனம், வங்கிச்சேவை அனைத்துப் பெரும் வர்த்தகங்களும் இங்கே ஒரு சின்ன ஆபீஸ் திறந்து கொண்டு மலிவான செலவில் உலகளாவிய வர்த்தகம் நடத்துகிறார்கள். இப்போது அனைத்து கும்பல் கூடும் இடங்களில் இருந்தும் குடியிருப்புகளில் இருந்தும் பீபிஓ பணியாளர்களை கம்பெனி வண்டிகளில் புறநகர் மையங்களுக்கு அள்ளிக்கொண்டு போகிறார்கள். கார்ப்பரேட்டுகளின் வேலைகள் கவலை இல்லாமல் ராவும் பகலும் நடக்கிறது.

கார்க்காரர்களின் புதிய கிளம்பல்
சூழலியல் தடுமாற்றம்

தானியங்கி உற்பத்தி வட அமெரிக்கா, ஐரோப்பா, ஜப்பான் போன்ற நாடுகளில் 1997இல் இருந்து தேக்கமடைந்து விட்டது. ஆனால் அதே காலகட்டத்தில் ஆசியாவில் இந்தியாவில் இரண்டு மடங்காக வாகன உற்பத்தி உயர்ந்து விட்டது. வாகனத் தயாரிப்பில் சீனா முன்னணியில் நிற்கிறது. 1997இல் 1.5 மில்லியனாக இருந்த அதன் தயாரிப்பு 2005இல் மூன்று மடங்காக 4.6 மில்லியனுக்கு உயர்ந்துள்ளது.

இந்தியாவில் 1984 வரை கார் என்பது ஆடம்பர தயாரிப்பாக வகைப் படுத்தப்பட்டிருந்தது. தயாரிப்பு அரசாங்கத்தால் முறைப்படுத்தப்பட்டு வந்தது. இறக்குமதியில் ஒதுக்கீட்டு முறை இருந்தது. டெல்கோ (இப்போது டாட்டா மோட்டார்ஸ்) அசோக் லேலண்ட், மகேந்திரா அண்ட் மகேந்திரா, ஹிண்டுஸ்தான் மோட்டார்ஸ், பிரீமியர் ஆட்டோ மொபைல்ஸ், பஜாஜ் ஆட்டோ ஆகிய ஆறு இந்தியத் தயாரிப்பாளர்கள் தான் வாகனத் தொழிலில் ஆதிக்கம் செலுத்திவந்தார்கள். 1991இல் வர்த்தகத் தாராளமயக் கொள்கையில் பயணிகள் காருக்கான பிரிவின் லைசன்ஸ் முறை ரத்து செய்யப்பட்டது. 2000இல் உற்பத்தி ஒதுக்கீட்டு முறை முற்றிலுமாக விலக்கப்பட்டு, வெளிநாட்டு நேரடி முதலீடு வாகன உற்பத்தியில் அனுமதிக்கப்பட்டது. இந்தியாவின் ஏற்றுமதிக்கான தயாரிப்பு அதிகரித்தது. கடந்த ஐந்தாண்டுகளில் உற்பத்தி அதிகரிப்பு ஆண்டிற்கு 39 சதவீதம் ஆகியுள்ளது.

ஏற்றுமதியுடன் இந்திய வாகனங்களின் எண்ணிக்கையும் திடீரென உயர்ந்துள்ளது. 1951இல் தோராயமான கணக்கு இந்தியாவில் 300,000 கார்கள். அதிலிருந்து உயர்ந்து 1981இல் 5.4 மில்லியன், 1997இல் 37 மில்லியன். 2003இல் 67 மில்லியனைத் தொட்டது, 2004இல் 72, 2005இல் 85. இவற்றில் பெரும்பகுதி சுயப் போக்குவரத்து. இந்த ஆற்றலும், சரளமும் ஒருபுறம் சாத்தியப்படுவதற்குக் காரணம் நகர்ப்புறங்களில் இருந்த பொதுப்போக்குவரத்தின் பின்தங்கிய நிலை. பஸ்ஸில், ரயிலில் பயணித்துக் கொண்டிருந்த மக்கள் அவதி தாங்காமல் லோனைப்போட்டு, வண்டி வாங்கி, பெட்ரோல் போட்டு, தவணை கட்டி, வீட்டிற்குள் சண்டை போட்டு ஆனாலும் தனிப் போக்குவரத்துதான் நாளுக்கு நாள் அதிகரித்துகொண்டுள்ளது. கார்கள் உயர பெட்ரோல் நுகர்வு உயரும். 1997இல் 6 மில்லியன் டன்னாக இருந்த நுகர்வு 2015இல் 25 மில்லியன் டன்னாக இருக்கும். டீசல் குடியும் அதிகரிக்கும். 1997இல் இருந்த 30 மில்லியன் 2015இல் 100 மில்லியன் டன்னாக உயரும். எண்ணெய் விலையும், எண்ணெயின் விளிம்பும் உயரும் கட்டத்தில் உணவு உற்பத்தியிலிருந்து

நிலம் தாவர எண்ணெய்க்கு மாறினால் அந்த நெருக்கடியை இந்தியா மட்டுமே சந்திக்கும்.

வரலாற்றுத் தகவல்களை வைத்துப் பார்க்கும்போது மொத்தப் பொருளாதாரத்தில் சாலைப் போக்குவரத்து மட்டுமே இரட்டிப்பாகி இருக்கிறது. இந்தியாவின் பொருளாதார வளர்ச்சி விகிதத்தில் 6 சதவீதம். சாலைப் போக்குவரத்தின் தேவை ஆண்டிற்காண்டு 12 சதவீதம் உயரும் என்று எதிர்பார்க்கப்படுகிறது. இந்த உயர்வின் ஒரு பகுதியாக சூழலியல் மற்றும் பாதுகாப்பு அம்சங்களும் கவனம் கொள்ள வேண்டிய ஒன்றாக இருக்கிறது.

பொதுப் போக்குவரத்து இனி எதிர்காலத்தில் இருக்குமா?

மேற்கு ஐரோப்பாவில் 1950இல் பஸ்களும், ரயில்களும் பயணத்தில் வகித்த பங்கு 70 சதவீதம். 1997இல் இந்த அளவு சரிந்து 15 சதவீதத்திற்கு வந்து விட்டது. ஆஸ்திரேலியாவில் 2000இல் தனியார் வாகனங்களின் அளவு நகர்ப்புறவாசிகளிடம் 93 சதவீதம். பொதுப்போக்குவரத்தின் இந்த மோசமான சரிவிற்கு அக்கறையற்ற பராமரிப்பும் ஒருகாரணம் ஆகும். இந்தியாவில் பொதுப்போக்குவரத்தின் தேவை அதிகமாக இருந்தது. பொதுப்பயணத்தின் தேவையில் 64 சதவீதத்தை புதுடெல்லி பஸ் மூலமாக எதிர்கொள்கிறது. மும்பையில் 5 சதவீத சாலை வசதியை வைத்துக்கொண்டு 69 சதவீத பயணிகள் பஸ்ஸில் போய்க்கொண்டிருக்கிறார்கள். அதேபோல கான்பூரில் 91 சதவீதம், ஹைதராபாத் 88, நாக்பூர் 86 சதவீதம். கார்களும், இரு சக்கர வாகனங்களும் சாலையில் நெருக்கியடித்துக் கொண்டிருக்க பஸ் எடுத்துக்கொண்டிருக்கும் அளவு 0.5 சதவீதம் தான்.

சரியான பொதுப்போக்குவரத்து வசதி ஏற்படுத்தித் தரப்படுமானால், தனியார் வாகனங்களின் பயன்பாடு குறையும். ஆனால் போக்குவரத்தைத் திட்டமிடுபவர்கள் இதில் கவனம் செலுத்துவதில்லை. பொதுப்போக்குவரத்தில் பின்னடைவு ஏற்பட்டதற்குக் காரணம் அரசாங்கத்தின் கொள்கையில் முன்னுரிமை தரப்படாததே. பெரும்பாலான நகரங்களில் தனியார் கார்களுக்கே ஊக்கம் அளிக்கப்படுகிறது. வெண்டல் காக்ஸ் எனும் போக்குவரத்து நிபுணர் கூறுகிறார், பொதுப் போக்குவரத்து சரிவிற்குக் காரணம் அது மக்களின் தேவை அறிந்து சேவை அளிக்காதது தான். மக்கள் தாங்கள் விரும்பும் இடத்திற்கு எவ்வளவு வேகமாகப் போக முடியும் என்பதைத்தான் பார்க்கிறார்கள்.

இல்லை கார் இல்லை நெருக்கடி

கார்களற்ற நகரம் என்ற இயக்கம் நல்ல வரவேற்பைப் பெற்றது. ஜெர்மன் நகரமான ப்ரீய்பர்க்கில் கார் உடைமையாளர்களின் எண்ணிக்கைக் கூடியிருந்தாலும், அது கார்கள் பயன்பாட்டு வளர்ச்சியை நிறுத்துவது மெய்யாகவே சாத்தியம்தான் என்பதை நிரூபித்துக் காட்டியுள்ளது. ப்ரீயபெர்க் நகரில் 1960இல் 1000க்கு 113 கார்கள் என்றிருந்தது, 1990இல் 422 என்று ஆனது. இருந்தாலும் வாகனப் பயன்பாடு 1976க்கும் 1991க்கும் இடையில் நிலையாக இருந்தது. அதே காலகட்டத்தில் பயணத்தில் சைக்கிளைப் பயன்படுத்துவோர் எண்ணிக்கை 53 சதவீதத்தில் இருந்து 96 சதவீதமாக உயர்ந்தது. பதினைந்து ஆண்டுகளில் மொத்தப்பயண உயர்வு 30 சதவீதமாக இருந்தது. கார்கள் பயன்பாடு 1.3 சதவீதம் மட்டுமே உயர்ந்தது. உண்மையில் பயணத்தில் கார்களின் பயன்பாட்டு வீழ்ச்சி 60 சதவீதம். ப்ரீய்பர்க் நகரம் இயந்திரவியல் பயன்பாட்டில் இருந்து காலுந்திற்கு மாறிய மையமாகி விட்டது. போக்குவரத்து அமைதியானதற்குக் காரணம் நகரில் இருந்த கார்நிறுத்த வசதி மிகவும் செலவீனமான ஒன்று. அதனால் கார்ப்பயன்பாடு ஊக்கமிழந்தது. நகரத்தின் போக்குவரத்து வசதியானதாக மாற்றப்பட்டதும் ஒரு காரணம். சிறு ரயில் போக்குவரத்தை விரிவு செய்து வசதியை மேம்படுத்தினார்கள். ரயில் பாதையில் இருந்து மையங்களுக்கு பஸ் வசதியும் செய்யப்பட்டது.

ப்ரீய்பர்க் போன்ற உதாரணங்கள் நிறைய உண்டு. ஸ்ட்ராஸ்பர்க் (பிரான்ஸ்) நகரம் தன் மக்களுக்கு சைக்கிள் பயணத்திற்கான சாலை வலைப்பின்னலை 300 கிலோமீட்டர் அளவிற்கு அமைத்துக்கொடுத்துள்ளது. போகோட்டா(கொலம்பியா), சிங்கப்பூர், ஹாங்காங் போன்ற நகரங்களில் நடப்பதற்கும், சைக்கிள் விடுவதற்கும் நல்ல வசதி ஏற்படுத்திக் கொடுத்திருக்கிறார்கள். புறநகரச்சூழலை சிறப்பாக வைத்திருப்பதற்கு உரிய பொதுக்கொள்கைகள் ஜெர்மனியில் ஏற்படுத்தப்பட்டுள்ளன. சைக்கிள் விடுவது மகிழ்ச்சிகரமான ஒன்றாக மாற்றப்பட்டுள்ளது. 1995இல் 14 மில்லியன் மக்கள் சைக்கிள் விடும் ஷங்காய்தான் உலகின் பெரிய சைக்கிள் நகரமாக இருக்கலாம். அந்நகரத்தின் 26.5 மில்லியன் மக்களில் 42 சதவீதம் பேர் தினசரி 0.4 கிலோமீட்டர் தூரம் சைக்கிள் பயணம் மேற்கொள்கிறார்கள். ஷங்காய் நகரின் அனைத்துத் தெருக்களும் அகலமான சைக்கிள் பாதைகள்

கொண்டிருக்கின்றன. அவற்றில் பெரும்பாலும் சைக்கிளுக்கென்றே தனித்த பாதைகள் விடப்பட்டுள்ளன.

பிரதமர் மன்மோகன் சிங்கால் 2007இல் அறிவிக்கப்பட்ட வாகன இலக்கு அடுத்த பத்தாண்டுகளில் மிகப்பெரிய வளர்ச்சியைக்காணும். ஆனால் சைக்கிளுக்கான வழிவிடுவதற்கு எங்கிருந்தும் எந்தப் பாடமும் கற்றுக்கொள்ள மாட்டார்கள். அவர்களின் லட்சியமெல்லாம் உலகின் கார் தயாரிப்பு, தானியங்கிகளுக்கான பாகங்கள் தயாரிப்பிற்கான தளமாக இந்தியாவை மாற்றுவது தான். மேலும் பொருளாதார வளர்ச்சி விகிதத்தில் 10 சதவீதத்திற்கும் அதிகமாகச் செல்வது, 145 பில்லியன் முதலீடு செய்வது, 2016இல் கூடுதலாக 25 மில்லியன் மக்களுக்கு வேலை வாய்ப்பு வழங்குவது. இந்தப்பின்னக் கணக்குகளில் ஆலைகளுக்காக, பெருவழிச்சாலைகளுக்காக, கார் லாயங்களுக்காக நிலம் எடுத்து துரத்தப்பட்ட விவசாயிகளின் எண்ணிக்கை கூறப்படவில்லை. அவர்களின் வாழ்வாதாரத்திற்காக ஒதுக்கப்பட்ட பல லட்சம் கோடிகள் மகிழ்ச்சிகரமாக அறிவிக்கப்படவில்லை.

பிடித்தது ஒரு நானோப் பித்து

ஒரு லட்சம் ரூபாயில் டாட்டாவின் நானோ சாலையில் துள்ளிக் குதித்து வந்தது. டெல்லி 2008 கார்க் காட்சியில் நானோப்பித்து விசிறி விடப்பட்டு விட்டது. செல்ல நானோவின் நீளம் 3.1 மீட்டர், அகலம் 1.5 மீ, உயரம் 1.6 மீ. டாட்டாவின் சிங்கூர் ஆலை 2008இல் 250,000 கார்களை தயாரிப்பது என்றும் 2011இல் ஒரு மில்லியனை எட்டுவது என்றும் திட்டம். *இந்துஸ்தான் டைம்ஸ்* இதைக் குட்டி அதிசயம் என்று வர்ணித்தது. அது பச்சை மயமானது, உலகமயமானது, உலகத்திற்கு இந்தியா அளிக்கும் பரிசு. விலை ஒரு லட்சம். பெயர் நானோ. *இந்தியா டுடே* ரத்தன் டாட்டாவை வைத்து முகப்புக்கதை எழுதியது. அதன் உரிமையாளர் பெயரில் ரத்தன் டாட்டாவின் புரட்சி என்று புளகாங்கிதம் அடைந்தது. *பிசினஸ் வேர்ல்டு* நானோலுசன் குறித்துப்பேசியது. *நியூஸ் வீக்* நானோ முகப்புக் கதை ஓட்டியது. இந்தச்சிறிசு - ரொம்பப் பெரிசு என்றது. இந்த அதிநவீனக் குட்டிதான் எதிர்காலத்திற்கானது என்று துதிபாடியது. பருவநிலை மாற்றத்திற்கும் பெட்ரோல் முடிவிற்கும் நானோ பதில் கூறுகிறது. ஏழைகள் எல்லாம் பணக்காரர்களாக ஆகிறார்கள். எரிவாயு விலை அதிகரிக்கும் நாளில் கோளம் வெப்பமடையும் நாளில், நானோவின் வரவு முக்கியமானது. இது 21 ஆம் நூற்றாண்டின் ஈற்று. மற்றெதையும் விட அடக்கமாக, குளிர்ச்சியாக, மலிவாக இருக்கிறது என்றார்கள்.

நானோ ஏழைகளின் கார் என்று அறிவித்தார்கள். முழுப்பக்க விளம்பரம் அளிக்கப்பட்டது. யூகங்கள் அனைத்திற்கும் முடிவு கட்ட இதோ வந்துவிட்டது டாட்டாவின் நானோ. விவாதங்களின் பேச்சுக்களின் பயணத்திசையைத் திருப்பி விட்டுவிட்டது என்றார்கள். ஆனால் உண்மையில் மில்லியன் கணக்கான கார்களின் தாக்கம் குறித்து இப்போது தான் பேச்சு கிளம்பி இருக்கிறது. கார்கள் நகரங்களின் சூழல் வெளியைத் தின்பது குறித்து பேச்சுக்கள் துவங்கி இருக்கின்றன. சாலை நெருக்கடி குறித்து, கரும்புகையை சுவாசிப்பது குறித்து காலையில் ஓடிக்கொண்டே பேசுகிறார்கள். கார் உடைமையாளர்கள் அதிகரிப்பதை விட பொதுப்போக்குவரத்து வசதியை அதிகரிக்க வேண்டும் என்று பேசத் துவங்கியுள்ளனர். காருக்கான விலையைத் தங்கள் நிலங்கள் இழப்பு மூலமாகவும், வாழ்வாதார இழப்பு மூலமாகவும் விவசாயிகளும், பழங்குடி மக்களும் அளித்திருப்பது குறித்துப் பேசுகிறார்கள். அம்மக்களின் நிலங்கள் டாட்டாவின் கார் ஆலைக்காக சிங்கூரிலும், எஃகு ஆலைக்காக காலிங்கா நகரிலும், கோபால்பூரிலும் எடுக்கப்பட்டு உள்ளது. இதன் மதிப்பை எல்லாம் கணக்கிட்டு நானோ மீது ஏற்றினால் அது உலகின் மலிவான காராக இருக்காது. ஒருவேளை உலகின் அதிக விலைகூடுதலான காராக இருக்கலாம். இருந்தாலும் நியூஸ் வீக் அறிவிக்கிறது "ஏழை நாடுகள் பணக்காரர்கள் ஆகிவிட்டனர்" என்று. உண்மையில் ஏழை நாட்டு ஏழைகள் தம்மிடம் இருந்த கொஞ்சநஞ்ச நிலத்தையும் இழந்திருக்கிறார்கள், தங்கள் வாழ்வாதாரத்தை இழந்திருக்கிறார்கள், கார் தயாரிக்கும் கார்ப்பரேட்டுகள் மேலும் செல்வம் குவிக்க...

நானோ ஒரு பசுமைக் காரா? பத்திரிகையாளர் அடில் ஜால் தாருக்கன்வாலா கூறுகிறார்: பசுமைக் காதலர்கள் நானோவைக் காதலிக்க வேண்டும். அது எரிவாயுவால் அதிக தொலைவு ஓடுகிறது என்றாலும் அது புதை எரிபொருளைத் தான் குடித்துவிட்டு ஓடுகிறது. அது ஒன்றும் மின்சாரத்தால் ஓடுவதில்லை, அது ஒன்றும் மரபீனி இல்லை...! ஒரு மில்லியன் கார்கள் சாலைக்கு வந்தால் பசுமைக்குடில் வாயுவை எக்கச்சக்கமாகக் கக்கும்.

டாட்டா கார்கள் விலை மலிவுதான். பறித்த நிலத்திற்கு, அது செய்யப்பட்ட உலோகச் சுரங்கத்திற்கு வழங்கப்பட்ட மானியத்தைக் கழித்துவிட்டால் மலிவு தான். அதற்கு அளிக்கப்பட்ட வரித்தள்ளுபடியைக் கணக்கிட்டால் மலிவுவிலைக் கார்தான். அரசாங்கம் ஒருபுறம் தேசிய பெருநகர போக்குவரத்துக்கொள்கை பற்றிப் பேசிக்கொண்டே மறுபுறத்தில் டாட்டாவின் கார்த்திட்டங்களை ஊக்குவிக்கிறது. வரிச்சலுகைகள் அளிக்கிறது. சுய வாகனப் பயன்பாட்டை ஒருபுறம் ஊக்குவித்துக்கொண்டே மறுபுறத்தில் பொதுப்போக்குவரத்தை மேம்படுத்தப்போவதாகக் கூறுவது

முரண்பாடாக இருக்கிறது. சிறிய கார்கள் கண்டிப்பாக கடுமையான சூழலியல் பாதிப்பை உருவாக்கும். குறிப்பாக ஏற்கனவே அதீத அளவு மாசுபட்ட நகரங்களில் இதன் பாதிப்பு அதிகமாக இருக்கும்.

விரைவான பொருளாதார வளர்ச்சி காணுவதாகச் சொல்லப்படும் இந்தியா போன்ற நாடுகளின் புதிய பணக்காரர்களுக்கு ஒருலட்சம் விலை சின்னக் கார் சக்திக்கு உட்பட்டதாகத் தோன்றலாம். ஆனால் குறுகியகால அவகாசத்தில் ஒரு மில்லியன் கார்கள் சாலையில் இறங்கினால் விளைவு கடுமையாகத்தான் இருக்கும். சின்னக் கார்கள் இயற்கைப் பேரிடர்களைத் தோற்றுவிக்கும் அச்சமுள்ளது. கட்டுப்பாடற்ற போக்குவரத்தில், மாசுபாட்டு அளவில் இதுவும் சேர்ந்து அதிகரிக்கும்.

மதிப்பு மிகுந்த கார்களின் மலிவு விலை

கார்களின் பெட்ரோல் பசிக்கு அளவே இல்லை. அது எல்லை இல்லாத நிலப்பசியையும் கொண்டிருக்கிறது. கார் ஆலை, அதன் உலோகங்களுக்கான சுரங்கம், இரும்புக்கனிமம், இந்தக் கழிவுகளை கொட்டி வைக்கும் நிலம், ராவானால் கார்களைக் கட்டி வைக்கிற லாயங்களுக்கான நிலம், அலுங்காமல் பறப்பதற்கு நான்கு வழிச்சாலைகள்.

ஒரிஸாவின் காலிங்கா நகரில் டாட்டாவின் எஃகு ஆலை இருக்கிறது. இந்த நிலம் ஹோ, முண்டா, சாந்தால் மலைஇன மக்களின் பூர்வ நிலம். மக்களின் கடுமையான எதிர்ப்பில் தோல்வியுற்ற டாட்டா தனது கோபால்பூர் திட்டத்தை விலக்கிக் கொண்டு, காலிங்கா நகருக்கு வந்தது. டாட்டாவின் எஃகு ஆலைக்காக சாந்தியா, கோபராஹட்டி, காடாபூர் கிராமங்கள் அகற்றப்பட்டுள்ளன.

காலிங்கா நகரிலும் டாட்டாவின் நில ஆக்கிரமிப்பிற்கு எதிராக மலைஇன மக்கள் 2004இல் கடுமையாகப் போராடினார்கள். 2006இல் டாட்டா 400 போலீஸ் அதிகாரிகளுடன் வந்து நிலத்தை மட்டம் செய்கிற வேலையை நடத்தியபோது பிரச்சனை பெரிதாக வெடித்தது. மலைமக்கள் 400 பேர் திரண்டு வில்அம்பு கொண்டு எதிர்ப்புக் காட்டினார்கள். போலீஸ் வெடிகுண்டுகளையும், ரப்பர் தோட்டாக்களையும் கண்ணீர்ப்புகை குண்டுகளையும் வெடித்தது. மோதலின் விளைவாக 13 மலைமக்களும், ஒரு போலீஸ் அதிகாரியும் கொல்லப்பட்டனர். அதேஅளவில் காயப்பட்டனர். கிராம மக்கள் ஹைவேயில் மறியல் போராட்டம் நடத்தினார்கள். இறந்த உடல்களை போலீஸ் திருப்பித் தரும்போது எட்டு உடல்கள் மட்டுமே அளிக்கப்பட்டதால் கோபத்தில் மீண்டும் கலவரம் வெடித்தது. கைரேகையை

வைத்து அடையாளம் காணமுடியாத அளவிற்கு ஐந்து உடல்களில் இருந்து கைகள் வெட்டப்பட்டிருந்தன. மக்களை இடம்பெயரச்செய்வதற்கு எதிரான போராட்டத்தை விஸ்தபன் விரோதி ஜன மஞ்ச் என்ற அமைப்பு தலைமை தாங்கி நடத்தியது. மக்களை அப்புறப்படுத்துவதை நிறுத்துவது, முதலில் வெளியேற்றப்பட்டவர்களுக்கு நஷ்டஈடு வழங்கல், சம்பந்தப்பட்ட அதிகாரிகள் மீது வழக்குத்தொடுப்பது, பன்னாட்டு நிறுவனங்களை அப்பகுதியில் இருந்து அகற்றுவது, நிலத்தையும், அதன் கனிம வளத்தையும் மலைஇன மக்களின் உரிமையாக்குவது உள்ளிட்ட கோரிக்கை எழுப்பப்பட்டிருந்தது.

காலிங்கா நகர் பிரச்சனை இப்போதுதான் துவங்கி உள்ளது. டாட்டா தனது ஆலையை மேற்கு வங்கம் சிங்கூரில் 998 ஏக்கர் நிலத்தில் முப்போகம் விளைச்சல் காணும் வளமான நிலத்தில் அமைத்துள்ளது. 5000 அதிரடிப்படை போலீஸ் நடவடிக்கை மூலம் 2006 டிசம்பரில் கைப்பற்றி அந்த நிலத்தில் முள்வேலி அமைத்துள்ளது. கிராம மக்கள் பெருமளவில் திரண்டு அரசுக்கு எதிர்ப்பைக்காட்ட முயன்றனர். அதிரடிப்படை கொண்டு லத்திசார்ஜ் செய்யப்பட்டது. (லத்தியின் நீளம் 6இலிருந்து 8 அடி. உலோகப்பூன் போட்டது). கண்ணீர்ப்புகை குண்டுகளும், ரப்பர் தோட்டாக்களும் பறந்தன. மக்கள் தாக்கப்பட்டனர். கூட்டம் கலைந்தது. பெண்கள் மானபங்கப்படுத்தப்பட்டனர். அறுபது பேர் கைது செய்யப்பட்டனர்.

சில நாட்கள் கழித்து தன்னெழுச்சியான போராட்டம் வெடித்தது. மக்கள் கடைகளை அடைத்தனர். ஐநூறு பேர்கொண்ட ஊர்வலத்தை போலீஸ் வன்முறையால் கலைத்தது. உண்ணாவிரதம் இருந்த பாஜேமில்லியா சந்தோஷிமட்லா முகாமிலிருந்து 6 பேர் வல்லடியாக அப்புறப்படுத்தப்பட்டனர். சிங்கூர் முழுதும் உண்ணாவிரதம் மேற்கொள்ளப்பட்டது. விவசாயிகளும் அவர்களது குடும்பத்தினரும் அரசுக்கு எதிராகக் குரல் கொடுத்தனர். இதில் தொடர்பில் இல்லாத 12 கிராம விவசாயிகளின் 347 ஏக்கர் நிலம் பறிக்கப்பட்டது. பட்டினிப் போராட்டம் நாளுக்கு நாள் தொடர்ந்தது. அனைத்து வயதையும் சேர்ந்தவர்கள் ஆண்கள், பெண்கள், குழந்தைகள் 7வயதில் இருந்து 85 வயது வரை உள்ளவர்கள் உண்ணாவிரதத்தில் பங்கேற்றார்கள்.

விவசாய நிலத்தை சட்டத்திற்குப் புறம்பாக எடுத்து தொழிற்சாலை நோக்கத்திற்காக வழங்குவது உணவுப்பாதுகாப்பை சிதைக்கும் போக்காகும். துடிப்பான சமூகத்தின், அடுத்து வரவிருக்கிற தலைமுறையின் சமூகக் கலாசார, அரசியல், பொருளாதார நடவடிக்கையைச் சிதைக்கும் போக்காகும். விவசாயிகளுக்கும் தொழிற்சாலை நிறுவனங்களுக்கும்

இவ்வளவு பெரிய பாகுபாடு காட்டப்பட்டது இதற்கு முன்னர் எங்கும் காணப்படாதது. இது உரிமை மீறல். ஜனநாயக விரோத, மனிதாபிமானமற்றதன் விளைவேயாகும். வளர்ச்சியும், முன்னேற்றமும் அனைவருக்கும் சமமான பலன்களைத் தரக்கூடியதாக இருக்க வேண்டும். அதைத் துப்பாக்கியின் நிழலில் கொண்டு வரமுடியாது.

சர்வாதிகாரத்திற்கான ஹைவே
காந்தி தாத்தா போனாரு
ஹிட்லர் தாதா வந்தாரு

தற்கால இந்தியாவின் உருமாற்றத்தின் தெளிவான அடையாளச் சின்னமாக சூப்பர் ஹைவேக்கள் நீண்டு விரைகின்றன. இந்தக்கருத்த நீட்சிதான் ஒளிரும் இந்தியாவின் இதயம். இந்தியாவை உலகத்தின் சந்தையாக்குவதற்கு இதைத்தான் கனவாக 2004 தேர்தல் முழக்கமாக முன்வைத்தது பாரதீய ஜனதாக் கட்சி. முன்னாள் பிரதமர் அடல் பிகாரி வாஜ்பாய் சாலைகள் கையின் ரேகை போன்றவை என்று கூறினார். அவை நமது தலைவிதியைத் தீர்மானிக்க ஸ்ரீநகரில் இருந்து கன்னியாகுமரி வரை ஓடிக்கொண்டிருக்கின்றன என்றார். நாமும் கன்னியாகுமரியில் இருந்து ஸ்ரீநகருக்கு எளிதாகச்சென்று சேரும் நாள் எப்போது துவங்க இருக்கிறது என்பதைப்பார்க்க விரும்புகிறோம். காங்கிரஸ் அரசை மத்தியில் தலைமை தாங்கி நடத்தும் பிரதமர் மன்மோகன் சிங்கும் தொடர்ந்து கார்கள் மீதும், பெருவழிச்சாலைகள் மீதும் தீராத காதல் கொண்டவராக இருக்கிறார்.

ஹைவேக்கள் கைரேகைகள் அல்ல. வெளியில் இருந்து குத்தப்பட்ட பச்சைகள். நமது நிலத்தின் மீது செதுக்கப்பட்டுள்ளன. உலக வங்கியும் சர்வதேச நிதியமும் தாங்கள் விரும்பும் வண்ணம் நமது நிலத்தின் மீது செலுத்திய வன்முறை சாலைகள். பாரதத்தின் வரலாற்றை மறந்தவர்கள் மறுவிளக்கம் செய்த இந்தியாவின் அடையாளம் இந்தச்சாலைகள். நமது விதியை இந்த மண்ணில் இருந்து, நமது நிலத்தில் இருந்து, நமது சூழலில் இருந்து துடைத்து எடுக்கிறோம். நமது விதிகள் சிமெண்டால் எழுதப்படுகின்றன. நமது மலைகளை, நமது ஆறுகளைத் தான் நாம் நமது ரேகைகளாகப் பார்க்கிறோம். அவை நமது தாய்நிலத்தில், அதன் சூழலில், அதன் புவியியலில் இரண்டற ரேகைகளாகக் கலந்து உள்ளார்ந்தும், புடைத்தும் இருக்கின்றன. அவைகள் நமக்கு அளிக்கப்பட்டுள்ளன. அவைகள் நமக்கு அளிப்பவைகள். நாம் நம் நிலத்துடன் பிணைக்கப்பட்டிருக்கிறோம். இந்த நிலம் நமது விதியை வடிவமைத்து இருக்கிறது. அவற்றுடன்

உள்ள பிணைப்பால் நாம் கன்னியாகுமரியில் இருந்து ஸ்ரீநகர் வரை கன்னிகளாக குடிமை அடைந்துள்ளோம்.

கங்கை தனது வளத்தை நமக்கு ஆதாரமாக வழங்கி உள்ளது. இந்நாட்டின் மக்கள் இமாலயத்திற்கும், யமுனோத்ரி, கங்கோத்ரி, கேதரிநாத், பத்ரிநாத் வழியாக ஆன்மீக யாத்திரை மேற்கொள்கிறார்கள். இந்த யாத்திரைகளுக்கு தெற்கிலிருந்து மக்களை ஹைவேக்கள் எடுத்துச்செல்வதில்லை. அவர்கள் ஆறுகள் மூலமாக, மலைகளைக் கடந்து, அதன் மீது நடப்பதைப் புனிதமாக எண்ணி கால்களில் செருப்புகூட இல்லாமல் நடக்கிறார்கள். நெடுங்காலமாக இந்தியா அதைப் பாதயாத்திரை என்று கொண்டாடுகிறது. காந்தியின் தண்டிப்பயணம் பாதயாத்திரை தான். மரங்களை நடும் சிப்கோ இயக்கம் மலைகளில் பரவச்செய்வதற்கு பாதயாத்திரைதான் இமயமலை மீது மேற்கொள்ளப்படது. இன்றும் கூட மக்கள் ஆயிரக்கணக்கானோர் நடந்து சென்று கங்கா ஜலம் கொண்டு வந்து சிவராத்திரி கொண்டாடுகிறார்கள். இந்தியா முழுதும் பெண்கள் நடந்து சென்றுதான் உணவு, நீர், விறகு சேகரித்து வந்து தங்கள் குடும்பத்தைக் காக்கிறார்கள். இன்று அவர்கள் நடக்கும் தூரம் அதிகரித்து விட்டது. அவர்கள் அலையும் நிலத்தில் மலைகள், மரங்கள் வெட்டப்பட்டுவிட்டன. சிமெண்ட், தார்ச்சாலைகள் போடப்பட்டதால் கிணறுகளும், ஓடைகளும் மூச்சடக்கி மரணித்து விட்டன.

நமது புனித ஆறுகளின் இடத்தை பெருவழிச்சாலைகள் பிடித்துக்கொண்டன. நமது புனித நிலங்களை பெருவழிகள் இணைக்கின்றன. நமது மலைகளும் ஆறுகளும் வாகனங்களால் இணைக்கப்படுகின்றன. சிமெண்டுகளும், நிலக்கரித்தாரும் நமது சூழலுக்கு, கலாசாரத்திற்கு, நமது வரலாற்றிற்கு ஆப்பு குத்தி விட்டன. அவை முற்றிலும் வெளிச்சாயல் கொண்டவைகளாக இருக்கின்றன. நிலையற்றதன்மை கொண்ட வளர்ச்சியாக அதிக சமூக, சூழலிய விலைகொடுத்து மேற்கிலிருந்து இறக்குமதி செய்யப்பட்டவைகளாக இருக்கின்றன.

தாகூர் இந்தியாவின் தனித்த சிறப்புகளை நினைவூட்டுகிறார். காரணம் அதன் ஆரண்யா சம்ஸ்கிருதம். இந்தியா தனது இயங்கு ஆற்றலை காடுகளில் இருந்து, உயிர்த்த உலகில் இருந்து பெறுகிறது. அதன் கலாசாரம் இறுகிய செங்கல்லும், காரைக்கலவையும் கொண்டு கட்டப்பட்ட மேற்கத்தித்தன்மை வாய்ந்ததல்ல. உயிர்ப்புமிக்கது. இன்று வரையிலும் நூற்றாண்டுத் தொன்மையுடன் நின்று கொண்டிருந்த ஆல, அரச, வேப்ப மரங்கள் பெருவழிச் சாலைகளுக்காக வெட்டி வீழ்த்தப்பட்டுள்ளன.

காந்தி சொன்னது போல இன்றைய நவீன நாகரீகம் புறத்தோற்றத்தில்

தனது சௌகர்யங்களை அதிகரித்துக் கொண்டிருக்கிறது. அதேஅளவில் அகவளர்ச்சி பெறத்தவறி விட்டது. நாகரீகம் என்பது பரிதாபத்திற்கு உரியவகையில் தன்னைச் சுயமாக அழித்துக் கொள்வதில் தான் இருக்கிறது. இந்தச் சுய நெருப்பில் நாகரீகத்திற்காக தன்னை எரித்துக் கொள்வது முடிவில்லாமல் நீள்கிறது. அதன் மரண விளைவால் எரியூட்டிய வெளிச்சத்தில் மக்கள் எல்லாம் சிறப்பாக இருப்பதாக நம்பிக்கொண்டு இருக்கிறார்கள்.

இந்திய மக்கள் நாகரீகம் அற்றவர்கள், அறிவற்றவர்கள், எழுச்சியற்றவர்கள் என்று குற்றம் சாட்டப்படுகிறது. இந்தக் குற்றச்சாட்டு உண்மையில் நம் வலிமைக்கு எதிரானது. நமது உண்மை என்பது உறைக் கல்லின் மீது அனுபவத்தால் சோதித்துக் கண்டடைந்த உண்மை. நாம் அந்த உண்மைகளை மாற்றிக்கொள்ளப் போவதில்லை. பலர் இந்தியாவிற்கு புத்தி சொல்ல தாகம் கொண்டிருக்கிறார்கள். ஆனால் அவள் முன்னிலும் உறுதியாய் நிற்கிறாள். இதுதான் அவளுடைய அழகு. இதுதான் நமது நம்பிக்கையின் நங்கூரம்.

இந்தியாவின் தொன்மை இக்கோளத்தின் சூழலியல் கேட்டில் குறைவான சுவட்டையே பதித்துள்ளது என்ற பெயரை இந்திய மேட்டுக்குடியினர் அழித்துக் கொண்டுள்ளனர். பூமியின் ஆற்றலை நுகரும் தவறான மேற்கத்திய தொழிற்பாதையை பின்பற்றி வருகிறார்கள். கோளத்தின் சூழல் வெளியில் பிற உயிரினங்களுக்கான, பழங்குடி கிராமப்புற ஏழை மக்களுக்கான, நகர்ப்புற ஏழை மக்களுக்கான வானவெளியை ஆக்கிரமித்துக் கொண்டுள்ளனர்.

நகருக்கு வெளியே கருத்து நீண்டு கிடக்கும் ஹைவேக்களும், அதில் திருட்டுத்தனமாக விரைந்து ஓடும் தானியங்கி வாகனங்களும், நிலை தடுமாறுகிற, சூழலியலைப் புறக்கணித்த கலாசாரத்தின் உச்சபட்ச அடையாளமாக இருக்கிறது. ஒரு காலத்தில் நமது சாலைகள் மாடுகள், குதிரைகள், ஒட்டகங்கள், யானைகள், நடந்து போவோர், சைக்கிள் இவற்றுடன் காருக்கும் என்றிருந்தது. இன்று சாலைகளை கார் உடைமையாளர்களுக்காகத் தாரை வார்த்து விட்டோம். இன்று டெல்லித் தெருக்களில் மாடுகளைப் பார்க்க முடியாது. சுத்தத்தின் பேரால் தடை செய்யப்பட்டு விட்டன.

ரிக்ஷாக்களும், கை வண்டிகளும் போக்குவரத்தில் உயர்ந்தபட்ச சூழலியல் வெளிப்பாடு. பருவநிலைக்கு இயைபானது. கார்களின், வாகனங்களின் விரைவிற்காக சாலைகளில் இருந்து அவை தடை செய்யப்பட்டுள்ளன. இந்தச் சுத்த நடவடிக்கையில் சைக்கிள் ரிக்ஷாவும், கைவண்டிகளும் 2006இல்

கொல்கத்தாவிலும் டெல்லியிலும் தடைசெய்யப்பட்டுள்ளன. உண்மையில் மனிதனால் இயக்கப்பட்ட ரிக்ஷாக்களை அகற்றுவதற்காக அதிக மாசு கக்கும் இரட்டைவிசை மோட்டார் ரிக்ஷாக்கள் முன்னிறுத்தப்பட்டன. மொபட்டுகளும் இந்திய சட்டப்படி தானியங்கிகளாகக் கருதப்பட்டு சாலையில் அனுமதிக்கப்படுகின்றன. மிதி ரிக்ஷாக்கள் மாசு வெளியேற்றுவதில்லை. பிற எண்ணெய் வண்டிகளுடன் ஒப்பிடும்போது மீள்ஆற்றல் கொண்டவை. இந்தியப் பெருநகரங்களில் 25இலிருந்து 80 சதவீத வாகனங்கள் போக்குவரத்து வேலைவாய்ப்பில் 10 சதவீதம் மட்டுமே வழங்குகின்றன. பாட்னாவில் 28000 பேர் பொதுப்போக்குவரத்தில் பணிபுரிகிறார்கள். இதில் பெரும்பாலானவர்கள் மிதி ரிக்ஷா ஓட்டுனர்கள். இதல் மறைமுக வேலை வாய்ப்பைக் கணக்கிட்டால் 42000 பேர். ஆக மொத்தம் 150000 மக்களுக்கு வாழ்வாதாரமாக இருக்கிறது. ஒரு பஸ்ஸுக்கான முதலீடு 100000. ஆனால் அது அளிக்கும் வேலைவாய்ப்பு இரண்டு பேருக்கு. அதே முதலீட்டில் ஆட்டோ ரிக்ஷாக்கள் வாங்கினால் ஆறு பேருக்கு வேலைவாய்ப்பு கிடைக்கும். மிதி ரிக்ஷாக்கள் வாங்கினால் 75 பேருக்கு வேலை கிடைக்கும். இந்தியாவிலும் பாகிஸ்தானிலும் நகரப் போக்குவரத்தில் 10இலிருந்து 20 சதவீதம் மிதி ரிக்ஷாக்கள் மூலமாக நடக்கிறது. பங்களாதேஷில் 1988இல் ஆறு லட்சமாக இருந்த மிதி ரிக்ஷாக்களின் எண்ணிக்கை 2000த்தில் 10 லட்சத்தைத் தாண்டிவிட்டது. ஆண்டு தோறும் சைக்கிள் ரிக்ஷாக்கள் 30000 பயணிகள் மைல்கள் கடக்கின்றன. 100 டன் பொருட்கள் சுமக்கின்றன. மிதிவண்டிகள், மாட்டு வண்டிகள், நாட்டுப்படகுகள் பொருளாதார மதிப்பில் 75 சதவீதமும், வேலை வாய்ப்பில் 80 சதவீதமும் வழங்குகின்றன. போக்குவரத்துத்துறையில் முதலீட்டு மதிப்பில் 40 சதவீதமாக இருக்கின்றன.

பெருவழிச் சாலைகளும், தானியங்கி வாகனங்களும் ஒற்றைக் கலாசாரத்தின் சின்னமாக இருக்கின்றன. அவை மக்களின் இயக்கத்திலும் போக்குவரத்திலும் நிலைத்த, சமத்தன்மை வாய்ந்த மாற்று ஆற்றலை மறுக்கின்றன. கன்னியாகுமரியில் இருந்து ஸ்ரீநகர் போவதற்கு ரயில்வே இணைப்பு வசதி பெரிய அளவில் இருக்கின்றன. இருந்தாலும் அரசாங்கம் பெருவழியை முன்வைக்கும் விதத்தைப் பார்த்தால் அதுகுறித்து மீண்டும் மீண்டும் பேசுவதைப் பார்த்தால் மக்களுக்கு ஹைவேயை விட்டால் பயணத்திற்கு வேறு வழியே இல்லை என்றுதான் தோன்றும். நமது தலைவர்கள் கண்மூடித்தனமாக மேற்கத்திய சிந்தனை கொண்டிருக்கிறார்கள். அதிக நிலைத்தன்மை கொண்ட, மக்கள் நட்பான முறைகளை போக்குவரத்தில் கைவிட்டு விட்டார்கள். காற்றில் உண்டாகும் மாசுபாட்டில் ஜெர்மனியில் 91 சதவீதம் சாலைப் போக்குவரத்தினால் ஏற்படுகிறது. சப்த மாசில் 64 சதவீதமும், கட்டுமானம் பராமரிப்பு

மாசில் போக்குவரத்தினுடையது 56 சதவீதமும் விபத்தில் 98 சதவீதமும் நடக்கிறது.

ஜெர்மனியில் மேற்கொண்ட ஒரு ஆய்வில் போக்குவரத்து எட்டுமடங்கு மாசு ஏற்படக் காரணியாகிறது. பத்துமடங்கு நிலத்தைப் பாழடிக்கிறது. ரயிலில் விபத்தே நடப்பதில்லை. போக்குவரத்தில் 20 மடங்கு விபத்து நடக்கிறது. மொத்த கார்பன் மாசில் 17 சதவீதம் சாலைப் போக்குவரத்தினால் ஏற்படுவது. புறஅம்சங்கள் அனைத்தும் அறிந்தது தான். என்றாலும் இந்திய ஆட்சியாளர்கள் முற்றிலும் மூர்க்கமாக செலவு அதிகம் பிடிக்கும் வடிவத்தைப் பின்பற்றிக்கொண்டு சாலைப் போக்குவரத்து இந்திய ஒளிர்வின் அடையாளம் என்கின்றனர்.

பாரதீய ஜனதாக் கட்சியின் சட்டமன்ற தேர்தல் முழக்கத்தில் சாலை முக்கியமான இடம் பிடித்துக் கொண்டது. அதுவே 2004 பொதுத்தேர்தல் நடந்தபோது, பெருவழிச்சாலையும் தானியங்கி வாகனங்களும் துணிச்சல் மிகுந்த புதிய இந்தியாவின் சின்னமாக பெருவழிச்சாலை விளம்பரத்தில் உத்திரவாதப்படுத்தப்பட்டது. ஆனால் நாம் நமது வரலாற்றில் இருந்தும் பிற சமூகத்திடம் இருந்தும் பாடம் கற்றுக்கொள்ள வேண்டி இருக்கிறது. நமக்கு தானியங்கி வாகனத்தின் சூழலியல், சமூக வன்முறையின் நூற்றாண்டு அனுபவம் இருக்கிறது. அந்த அனுபவத்தில் இருந்து தானியங்கியின் அடிமையாக மாறாமல் நம்மைக் காத்துக்கொள்ள முடியும். பெருவழி வடிவமைக்கப்படுகிறது என்றால் அதிகாரம், பாஸிசம், சர்வ அதிகாரம் மையம் நோக்கிக் குவிக்கப்படுகிறது என்று பொருள். அது மக்கள் சுதந்திரமாகவும் ஜனநாயகப் பூர்வமாகவும் இயங்குவதற்கான வழியல்ல என்பதை நாம் நாஜி ஜெர்மனியிடம் இருந்து பாடமாகக் கற்றுக்கொள்ள வேண்டும்.

பார் த லவ் ஆப் த ஆட்டோமொபைல் என்ற உன்னதப் படைப்பில் வோல்ப்காங் சாட்ஸ் எழுதினார்:

> சர்வாதிகாரம் என்பது படைகளின் ஆயுதங்கள் மூலமாக மட்டும் வாழ்வதல்ல. அதற்கான தனித்த ஒரு ஈர்ப்புணர்வும் கொண்டிருக்கிறது. தெருவில் போகிற மனிதனின் கண்கள் ஒளிர்வது பெரும்பகுதி ஒற்றர் படையின் எழுச்சி காலத்தை நினைவூட்டுகிறது. ஜெர்மன் பாசிசக் காலத்தில் நிலவிய அந்த வெறியின் வரலாறு இன்னும் எழுதப்பட வேண்டியிருக்கிறது. யாராவது அடக்குமுறை அதிகாரத்தை மேலும் கீழும் நுணுகிப்பார்த்து எழுத முற்படுவார்களென்றால் அதிலொரு அத்தியாயமாக தேசிய சோசலியவாதிகளின் (ஹிட்லரின் கட்சி மொ-ர்)தானியங்கி வாகனக்கொள்கை குறித்தும் எழுதவேண்டும்.

முன்னாள் பிரதமர் வாஜ்பாயி தனது செல்லத் திட்டமான பெருவழிச் சாலைகளுக்காக நிலத்தை வெட்டிப்போட்டது, 1933இல் பிராங்க்பர்ட் -பாசெல் ஹான்சியாட்டிக் ஹைவேக்காக ஹிட்லர் நிலத்தை வெட்டிப் போட்டிருந்த சித்திரத்தை நினைவூட்டுகிறது. வாஜ்பாயி துவக்கிய வேலைகளை மன்மோகன்சிங்கும் தொடர்கிறார். ஜெர்மன் ரீய்ச் (பாராளுமன்றம் -மொ.ர்) வாகனச்சட்டம் ஹைவேயைச் சாத்தியப்படுத்தியது. சாலைகள் கட்டுகிற பொறுப்பு மாநிலங்கள் துவங்கி தேசம் முழுதும் நிறைவேற்றப்பட்டது. இந்தியா ஹைவேஸ் சட்டம் 2003 ஹிட்லரின் சட்டத்தைப்போலவே அதிகாரத்தை மையப்படுத்திக் குவிப்பதை உறுதி செய்தது.

ஜெர்மனியும் இந்தியாவும் வாகனங்களுக்கு மட்டுமே என்றிருந்த சாலையை போக்குவரத்து ஜனநாயகம் என்று பிரச்சாரம் செய்தன. ஜெர்மன் தன் தீவிரமான நடவடிக்கைகளின் வாகனப் பயன்பாட்டிற்கு கிராமப்புறங்கள் தடையாக இருப்பதாகக் கருதியது.

> தெருக்கள் என்பவை குதிரை வண்டிகள் போவதற்கும், சைக்கிள்கள் போவதற்கும் பாதசாரிகள் போவதற்குமானது. நவீன சாலைப் பொறியியல் அறிமுகப்படுத்தியுள்ள சிறப்பு ஹைவேக்கள் நெடுந்தொலைவு பயணிப்போரை மட்டுமே மனதில் கொண்டு அவர்களது வண்டிகள் வெகுவிரைவாக ஓடுவதற்கு (அதன் பெயரே அப்படித்தானே இருக்கிறது) என்றே கட்டப்படுகின்றன.

இது ஒற்றைக் கலாசார மனப்போக்கு. அந்த மனப்போக்கு தான் தோட்டங்களில், காடுகளில் (மக்கள் சமூகத்தில் மொ.ர்) பன்ம உயிர்ப்பை இல்லாது ஒழிக்கிறது. அதுதான் பிற இனத்தின் மீதான வெறுப்பிற்குத் தீனியாக இருக்கிறது. அதுதான் ஹிட்லர் உருவாக்கிக் கொடுத்த கொள்கை. அந்தக்கொள்கை தான் இந்திய நிலவெளிக்கும் சாலைகளுக்கும் கொண்டு வரப்பட்டுள்ளது. காருடைமையாளரும் நெடுந்தூரம் பயணிப்போரும் சிறப்புச்சலுகை வழங்கப்பட்ட குடிமக்கள். மாட்டுவண்டிகளும், சைக்கிள் ஓட்டிகளும், கால்நடையாகப் போவோரும் பெருவிரைவு வாகனங்களுக்காக சாலையில் இருந்து அகற்றப்பட வேண்டும். கார்களும், தானியங்கி வாகனங்களும் இந்தியச் சாலைகளில் மற்ற வாகனங்களைப்போல அதுவும் ஒன்றாக இருந்தது. பி.ஜே.பி.யின் பெருவழிச்சாலைத் திட்டம் இந்தியாவின் இரட்டைப்பன்மைக் கட்டுமானத்தை அடிப்படையிலேயே மாற்றி எழுதி இருக்கிறது. வொல்ஸ் ஜிமீய்ன்ஸ்கப்ட் பாதை உருவாக்கியதைப்போல ஹிட்லரும் தேசியப் பெருவழிக் கொடியை உயர்த்திப் பிடித்தான். மக்கள் தேசிய சமூகமாக ஒன்றாக இணைக்கப்பட வேண்டும், 'ஒரே மக்கள்', 'ஒரே ரீய்ச்', 'ஒரே ப்யூக்ரெர்'.(பி.ஜே.பி.யின் துவக்ககால

முழக்கம் ஒரே மக்கள், ஒரே பாரதம்) நாஜியின் ஜெர்மனி தேசிய நெடுஞ் சாலை பன்மயத்தை, தனித்தன்மையை, பன்ம அதிகாரத்தை துடைத்து ஒழித்தது. ஜெர்மன் மக்கள் அனைவரையும் ஒரே வார்ப்பிற்குள் வைத்து ஜெர்மன் ஒற்றுமை என்றது. இந்தியாவின் தற்போதைய ஆட்சியாளர்கள் தேசிய நெடுஞ்சாலைகளை அதே அர்த்தத்தில், அதே உருவகத்திற்காக, இந்தியாவை ஒற்றைப் பாறையாக மாற்றுவதற்காக, பணக்காரர்களின் ஆடம்பரத் தேவையை நிறைவேற்றுவதற்காக ஏழைகளையும் அவர்களது வாழ்க்கைக்கு ஆதரவான பன்முகத் தன்மையை புறக்கணிப்பதற்காக பயன்படுத்துகிறார்கள்.

தேர்தல் பிரச்சார விளம்பரத்தில் 2004இன் போது பறைசாற்றினார்கள், பெருவழிச்சாலைகள் கட்டுவது அதிகரித்தால் வேலைவாய்ப்பு அதிகரிக்கிறது என்று! நாஜிகளும் இதேபோலத்தான் சாலைகள் கட்டுவதை விளம்பரப்படுத்தினார்கள். ஜெர்மன் பாராளுமன்றத்தின் மதிப்பு உயர்வதாக விளம்பரம் செய்த அதேவழியைக் கண்டுபிடித்து இந்தியா தனது தார்சாலைகளில் ஒளிர்வதாக விளம்பரம் செய்தார்கள். தேசிய சோசலிஸ்ட்டுகள் தேசத்திற்கு சாலைகள் வழங்குவது தொழில்நுட்ப சாதனை என்றும் கலாசார அரும்பணி என்றும் பெருமை அடித்துக்கொண்டார்கள். ஜெர்மன் சாலைகளுக்கான இன்ஸ்பெக்டர் ஜெனரல் ப்ரிட்டோட் முதல் 1000 மைல்கள் சாலைகள் அமைத்ததும் 'இது சாலைகள் கட்டுபவர்களுக்கு மற்றுமொரு பெருமை. ஜெர்மன் பாராளுமன்றம் பெற்றிருக்கும் சாலைகள் பிரமாண்டமானதாகவும், அழகானதாகவும், மனிதகுல கலாசார வரலாற்றில் இப்படியொரு சாலைகள் கட்டப்படவே இல்லை' என்று அறிவித்தார்.

இந்தியாவின் 21 ஆம் நூற்றாண்டு காந்தியின் பாதையில் கட்டப்பட வேண்டியதாக இருக்கிறதே அன்றி ஹிட்லரின் பாதையில் அல்ல. அது மேற்கத்திய நாடுகள் செய்த சூழலிய, சமூக தவறுகளைப் பின்பற்றுவதைத் தவிர்க்க வேண்டும். நிலைத்தன்மை உடையதும், பலவழிகளிலும் பெறக்கூடிய ஆற்றலை இந்தியா அளித்திருக்கிறது. இதனை உணர்ந்த காந்தி கூறினார்:

> எப்போதும் இந்தியா மேற்கத்திய தொழிற்துறைக்குள் புகுந்து விடாமல் கடவுள் தடுத்து நிறுத்தி இருக்கிறார். ஒற்றைக் குட்டித்தீவு (இங்கிலாந்து) தனது பொருளாதார ஏகாதிபத்தியத்தின் மூலம் உலகையே கட்டி வைத்திருக்கிறது. இந்த இந்திய தேசம் முழுவதும் உள்ள 30 கோடி மக்கள் அதேபோன்ற பொருளாதாரச் சுரண்டலில் இறங்கினால் வெட்டுக்கிளி போல கத்தரித்து உலகத்தையே ஒன்றுமில்லாமல் செய்துவிடும்.

இன்று நாம் 100 கோடி மக்கள்தொகை கொண்டிருக்கிறோம். 20 சதவீத மக்கள் 80 சதவீத உலக வளத்தை அனுபவித்து வாழும் வாழ்க்கை முறைக்குள் நாம் வரவேண்டும் என்று கேட்டுக்கொண்டு இருக்கிறார்கள். 100மில்லியன் பணக்கார இந்தியர்களும் மேற்கத்திய எதிரணியினரைப்போல அதிகமான வளங்கள் தங்களுக்கு அளிக்கப்பட வேண்டும் என்று வற்புறுத்தினால், தங்களது சகோதர சகோதரிகள் தங்களது நிலம், நீர், வீடு, வாழ்வாதாரம் அனைத்தையும் விட்டுக்கொடுக்க வேண்டி இருக்கும். பெருவழிச்சாலைகள் இந்தியாவை இணைக்கவில்லை. பிரிக்கிறது. அது மோட்டார் வாகனங்களில் செல்வோரை தனி இனமாக ஒதுக்கும் வேலையைச் செய்கிறது. அதில் செல்லும் பணக்காரர்கள் அதிக வேகத்தில் போவதற்கான பெருவழிச் சாலைகளைப் போடுவதற்காக கிராமங்கள், காடுகள், கண்ணீருடன் பிரியும் வீடுகள், தோட்டங்கள், மரங்கள் அனைத்தையும் விட்டுத்தரவேண்டி இருக்கிறது. தாங்கள் யாருடைய நிலத்தில் யாருடைய வாழ்வாதரத்தைப் பறித்து இப்படிப்பறந்து கொண்டிருக்கிறோம் என்பதைக்கூடக் காணாமல் பறந்து கொண்டிருக்கிறார்கள். சூப்பர் ஹைவேக்கள் நமது தலைவிதியைத் தீர்மானிப்பவை அல்ல. அவை நம் தேசத்தின் ரேகைகளும் அல்ல. அவை தாராலும், சிமெண்டாலும் கட்டப்பட்ட புதைகுழிகள். அவை நம் மண்ணைப் பறித்துள்ளன. நமது கிராமத்தை, நமது மரங்களை, நமது சுதந்திரத்தைப் பறித்துள்ளன.

எந்த அடிப்படைக்கான உள்கட்டுமானம்

உள்கட்டுமானம் அஸ்திவாரத்தையும் தனது பிடிக்குள் வைத்துள்ளது. ஒரு சமூகத்தின் அடிக்கட்டுமானம் எதைத்தாங்கி நிற்கிறது என்ற தெளிவில்லாமலேயே உள்கட்டுமானம் என்ற சொல்லின் பயன்பாடு அதிகரித்து விட்டது. பெட்ரோல் பயன்பாட்டை அடிப்படையாகக் கொண்ட சமூகம் மேட்டுக்குடியினருக்கு ஆதரவாக நிற்பதுதான் உள் கட்டுமானத்தின் வேலை என்று உலக வங்கியின் கலங்கிய புத்தியில் புரிந்து கொள்ளப்பட்டிருக்கிறது. அது ஏழை மக்களின் தேவைகளையும் உரிமைகளையும் கணக்கில் எடுத்துக்கொள்வதில்லை. உள்ளூர்ச் சமூக ஆதரவு நிலை, மீளாற்றல் அடிப்படையிலான மையம் கலைந்த பொருளாதாரம் ஆகிய பிடிமானங்களை உள்கட்டுமானம் தன்னிலிருந்து உதிர்த்து விடவேண்டும என்று கருதுகிறது.

உலகில் அதிகமான பெரும் சாலை வலைப்பின்னலைக் கொண்ட நாடுகளில் இந்தியாவும் ஒன்று. மொத்தநீளம் 3.32 மில்லியன் கிலோ மீட்டர்கள். இப்பெரும் வலைப்பின்னல் கிராமங்களை இணைக்கிறது.

அதில் சிறிய பகுதிதான் பெருவிரைவுச் சாலைகள். அது உலக வங்கித் திட்டத்தின் பகுதியாக தனியார் மயப்படுத்தப்பட்டுள்ளது.

இப்பெருவிரைவுச் சாலைகள் சாலைவலைப் பின்னலில் 2 சதவீதமாக மட்டுமே இருந்தாலும், வாகனப்போக்கில் 48 சதவீதத்தைச் சுமந்து செல்கிறது. நீங்கள் தேசிய நெடுஞ்சாலையைப் பிடித்துவிட்டால் நீங்கள் பிற மாட்டுவண்டி, குதிரை வண்டி, சைக்கிள், சைக்கிள் ரிக்ஷா, நடந்துபோகிறவர்கள் யாரையும் பார்க்க முடியாது. இப்படியான மில்லியன் கணக்கான வாகனங்கள் எதுவுமே சாலைப்போக்குவரத்தில் அடங்காது, அவர்களுடைய கணக்கில் தானியங்கி வாகனங்கள் மட்டுமே வரும். உள்ளூர் பொருளாதாரப் புறக்கணிப்பைத் தொடர்ந்து போக்குவரந்தையும் திருப்பியதில் 65 சதவீதம் பொருள் போக்குவரத்தும், 80 சதவீதம் பயணிகள் போக்குவரத்தும் தானியங்கிக்கு மாற்றப்பட்டுள்ளது. சைக்கிள் ரிக்ஷாவையும், மாட்டு வண்டியையும் சேர்த்தால் உள்ளூர் போக்குவரத்தில் 80 சதவீதம் தானியங்கி இல்லாமல்தான் நடக்கின்றன.

உள்ளூர் பொருளாதாரத்தில் இருந்து உள்கட்டுமானம் துண்டிக்கப்பட்டதும், உள்கட்டுமானத்தில் நெடுந்தூரம் பயணிக்கும் தானியங்கிப் பயன்பாடும், தானியங்கிகளின் எண்ணிக்கையும் அதிகரித்துள்ளன. 1998இல் இருந்து 2003க்குள் 10 சதவீதம் அதிகரித்துள்ளன.

அதிகாரப்பரவல், ஜனநாயகம, புதுப்பிக்கத்தகுந்த பொருளாதாரம், தாவரங்கள், விலங்குகளின் உயிர்ப் பன்மம் ஆகியவை அடங்கிய உள்கட்டுமானம் மீள் வளங்களையும், ஆற்றல்களையும் வழங்கும். அது உள்ளூர் உற்பத்தியையும் உள்ளூர்ச் சந்தை பரிமாற்றத்தையும், உள்ளூர் நுகர்வையும் அதிகரித்து மக்கள் நலவாழ்விற்குத் தேவையான அறிவையும் திறனையும் பெருக்கும். ஆனால் எந்த அதிகாரப்பூர்வ புள்ளி விபரங்களிலாவது மரங்களும், மாடுகளும் உள்கட்டுமானத்தின் பகுதியாக ஏற்றுக் கொள்ளப்பட்டிருக்கிறதா?

பெட்ரோலின் தத்துவத்தில் உள்கட்டுமானம் என்றால் ஹைவேக்கள், மேம்பாலங்கள், விமான நிலையம், துறைமுகம் ஆகியவை மட்டுமே. நிலைத்தன்மையற்ற பெட்ரோலை மையமாகக் கொண்ட பொருளாதாரத்தால் கட்டப்படும் அடிக்கட்டுமானத்தில் பிற உள்கட்டுமானங்கள் மறைக்கப்பட வேண்டும், அழிக்கப்பட வேண்டும். இதில் பன்ம உயிர் உள்கட்டுமானம் பொருட்படுத்தப்படாது. பெரிய பயன்பாட்டு வலைப்பின்னலான ரயில்வே கூட மறைக்கப்படும். (மேட்டுக்குடி) மக்கள் நடமாட்டங்கள் காருக்குள், ஹைவேக்குள் சுருக்கப்படும். (வெகுமக்களுடனான அவர்களது உறவு துண்டிக்கப்பட்டு டிராபிக் சிக்னலில் வண்டி நிற்கும் போது பிஞ்சு

விரல்களில் பிச்சைக்காசு போட்டும், சாப்பிட்ட பில்லுடன் தாராள டிப்ஸ் வழங்கியும் தனது சமூகக்கடமை நிறைவேறியதாகப் பெருமிதம் கொள்வர்).

மக்களைப் பெயர்த்துப் போட்ட பெருவழிச்சாலை இணைப்புகள்

நிலம் விவசாயத்தின் அடிப்படை. சுமார் 70 சதவீத இந்திய மக்கள் நிலம் சார்ந்த விவசாயத்தை நம்பி வாழ்கின்றனர். அதில் 42.4 சதவீத மக்கள் நிலமற்றவர்கள். சுமார் 53.7 சதவீத மக்கள் பகுதி நிலமற்றவர்கள். மேலும் நேரடி உணவையும், மரம், எரிபொருள், கால்நடைத் தீவனம் இவை அனைத்தையும் நிலமே அவர்களுக்கு வழங்குகிறது. மக்களுக்கு தனிமனித அளவிலும், சமூக அளவிலும் நியாயமான இயற்கையை ஆதாரமாகக் கொண்ட உணவுப் பாதுகாப்பை உருவாக்குவதில் நிலத்திற்கு உயிர்ப்பான முக்கியத்துவம் இருக்கிறது. தனிமனித, பிரதேச, தேசிய உணவுத்தேவையை நிறைவேற்றுவதில் நிலத்தின் வளம் முதன்மைப் பங்காற்றுகிறது.

தனியார் மயமும், உலகமயமும் நிலச்சீர்திருத்த சட்டத்தை உருவாக்குவதில்லை. எதிராக காலனிய இந்தியாவில் நிலவிய நிலவுடைமை ஜமீன்தாரிய முறையில் அக்கறை கொண்டுள்ளது. பிரிட்டிஷ் அரசு அறிமுகப்படுத்திய ஜமீன்தாரி முறை இந்திய விவசாய உணவுப்பாதுகாப்பு முறையில் பேரழிவிற்கு வழிவகுத்தது. அதன் விளைவாக 18, 19 ஆம் நூற்றாண்டுகளிலும், 20 ஆம் நூற்றாண்டின் துவக்கத்திலும் அடுத்தடுத்த உணவுப் பஞ்சத்தை உருவாக்கியது. பெரும்பாலான இந்தியர்களுக்கு நிலம்தான் வாழ்வின் அடிப்படை என்ற முக்கியத்துவத்தைப் புரிந்து கொண்டதன் விளைவாகத்தான் தெபாகா இயக்கத்தால் (1946,47) சட்டஅவையில் தீர்மானம் கொண்டுவரப்பட்டு, ஏகமனதாக ஜமீன்தாரி முறை ஒழிக்கப்பட்டது. விவசாய சீர்திருத்தத்தைப் பொறுத்தவரையில் உலக வங்கியின் முக்கியமான இலக்கு நில உச்சவரம்பு சட்டத்தை நீக்குவதுதான். அது நீக்கப்படுமானால் நிலம் சில உடைமையாளர்கள் கையில் குவிந்து அது ஏகபோகமாக்கப்பட்டு பழைய ஜமீன்தாரி முறையின், 18, 19ஆம் நூற்றாண்டின் துயரத்தை இந்த தேசம் மீண்டும் எதிர்கொள்ள வேண்டி இருக்கும். அந்த மாற்றத்திற்காகத்தான் கட்டுமானங்களை ஒழுங்கு செய்கிற வேலைகளைத் துவங்கி உள்ளனர்.

சாலை, நகர வளர்ச்சி, புதிய பெருவழிச்சாலை, உள் கட்டுமானச் சீரமைப்பு என்ற பெயரில் பரவலாகக்கிடந்த நிலம் இன்று சிலர் கைகளுக்குள் குவிக்கப்படுகிறது. நிலம் கையகப்படுத்துவது பெரும்பாலும்

வல்லடியாகவும், வன்முறையாலும் செய்யப்படுகிறது. அது பெரும்பகுதி விவசாய நிலமாக இருக்கிறது. மேலும் வரி செலுத்துவோரின் பணத்திற்கும், சர்வதேச நிதிக்கும் ஆதரவாக இந்த வேலைகள் செய்யப்படுகின்றன. பெருவழிச்சாலைகள் போடும் தனியாருக்கு அரசாங்கங்கள் பல ஒத்துழைப்புகளையும் சலுகைகளையும் வழங்குகின்றன.

திட்டங்களை அமலாக்குவதற்கான நடவடிக்கையில் பாதிக்கப்பட்ட மக்களுக்கு மாற்றுத்திட்டம் உத்திரவாதப்படுத்தப்பட வேண்டும். இடம் பெயர்வு செய்யப்பட்டவர்களுக்கு பழைய உற்பத்தி நிலையை அடையும்வரை, பழைய வருமான அளவை எட்டும்வரை, பழைய வாழ்க்கைத் தரத்தை எட்டும்வரை ஒத்துழைப்பு வழங்க வேண்டும். ஒரு பகுதி மக்களை ஏழ்மைக்குள் தள்ளும் எந்த வளர்ச்சித் திட்டத்தையும் நியாயப்படுத்த முடியாது. ஒருவரது நிலம் எடுக்கப்பட்டால் அவரது வாழ்வாதாரமும் பறிக்கப்படுகிறது. புதிதாக நிலம் எடுத்தவரைச் சார்ந்தோ அல்லது பொதுச்சொத்தின் வளத்தைச் சார்ந்தோதான் இருந்தாக வேண்டும் என்பது விதியாக்கப்பட்டிருக்கிறது. நிலம் எடுக்கப்பட்டால் அதற்கான நஷ்ட ஈடும், அவரது மறு அமர்விற்கான ஏற்பாடுகளும் செய்வதை சட்டப்படியானதாக உருவாக்க வேண்டும்.

மறுவாழ்வுக் கொள்கை ஏதேனும் இருக்குமானால் அதன் விதிகள் நடைமுறைக்குக் கொண்டுவரப்பட வேண்டும். பாதிக்கப்பட்டவர்களுக்கு மறுவாழ்வு தரவேண்டியது அரசின் கடமை. மறுவாழ்வு ஏற்பாடுகள் இல்லாமல் இடம்பெயர்வு செய்யப்படக் கூடாது. காலங்காலமாக காடுகளில் வாழ்கிறவர்களுக்கு அவர்கள் வாழும் இடம் அவர்களது உடைமையாக ஆக்கப்பட வேண்டும். பொதுவளத்தை உரிமையாகக் கொண்டிருப்பவர்களை ஆக்கிரமிப்பாளர்களாக முறையற்று முத்திரை குத்தக்கூடாது. அவர்கள் பயன்பாட்டை சட்டப்பூர்வமாக்கி அதற்கான ஆவணங்கள் வழங்க வேண்டும். அரசாங்கமோ திட்ட அதிகாரிகளோ அவர்களை இடம்பெயரச் செய்யும்போது, அவர்களது மறுவாழ்விற்கான கடப்பாடு கொண்டிருக்க வேண்டும். அவர்களது அனுபவ பாத்தியதைகளுக்கு பொருளாதார மதிப்பீட்டையும் அளவு மதிப்பீட்டையும் கணக்கிட்டு தற்கால தேய்வு மதிப்பையும் சேர்த்து வழங்க வேண்டும். இடப்பெயர்விற்கு நிலத்திற்கு நிலம் என்ற கொள்கையை அமலாக்கம் செய்ய வேண்டும். நஷ்ட ஈடும், மறுவாழ்வும் திட்ட அதிகாரவர்க்கத்தினரால் சம பொறுப்புணர்வுடன் நிறைவேற்றித் தரப்பட வேண்டும். தனது கடமையை நிறைவேற்றும் அரசின் கடப்பாட்டின் மீது இடப்பெயர்வு செய்யப்பட்டவர்கள் நம்பிக்கை இழந்த நிலையில் தான் இருக்கிறார்கள்.

வெளியை, நிலத்தை, மக்கள் நடமாட்டத்தை தனியார் மயப்படுத்துவதே

வந்தனா சிவா | 97

பெருவழிச் சாலைத்திட்டம். லாகூரையும் கொல்கத்தாவையும் இணைக்கும் பழைய நெடுஞ்சாலையுடன் சேர்ந்த ஆறுவழிச் சாலைத்திட்டம் ஒப்பந்தங்களை அழிக்கும் மதிப்பீட்டுடனே கொண்டுவரப்படுகிறது. வல்லடியாக விவசாயிகளிடம் இருந்து நிலத்தைப் பறிக்கிற தன்மையுடன் வருகிறது.

குற்றமும் ஊழலும்
ஹைவே கொள்ளை
கார்ப்பரேட் ஆட்சி

உலக வங்கி, ஆசிய வளர்ச்சி வங்கி ஆகியவற்றின் கட்டுப்பாடுகளையும், நிதியையும் கொண்டு ஹைவேக்களை எக்ஸ்பிரஸ் சாலைகளாக விரிவாக்கம் செய்யும் திட்டம் ஏற்கனவே இருக்கும் எண்ணெய்க்கும் மண்ணுக்குமான முரண்பாட்டை தீவிரப்படுத்துகிறது. உலக வங்கி 2000ஆம் வருடம் ஆகஸ்ட் மாதத்தில் மூன்றாவது தேசிய நெடுஞ்சாலைக்காக 516 மில்லியன் டாலர் கடனாக வழங்கியது. அடுத்த கடன் ஜூலை 2001இல் நெடுஞ் சாலை மேம்பாட்டிற்காக வழங்கப்பட்டது. ஆசிய வளர்ச்சி வங்கி 245 மில்லியன் டாலர்களை 1995இல் வழங்கியது. அது வழங்கிய மொத்தக்கடன் 2002இல் 740 மில்லியன் டாலர்கள். தேவையான நிலம் விவசாயிகளிடமிருந்து ஆர்ஜிதம் பெறுவதற்கு வசதியாக சட்டங்கள் மாற்றப்பட்டு, உலக வங்கி, ஆசிய வளர்ச்சி வங்கியின் நெருக்குதலால் நெடுஞ்சாலைகள் தனியார் மயப்படுத்தப்பட்டது. இந்தத் தனியார் மயப்படுத்தல் நடந்த பின்னர் இதுவரை இல்லாத அளவு அதிகபட்ச ஊழல் அதில் நடந்துகொண்டிருக்கிறது.

தாஜ் விரைவுச்சாலை: இது இதுவரை பார்த்திராத பெரும் நில மோசடிக் கதைகளில் ஒன்று. இதில் மில்லியன் கணக்கான ரூபாய் பெறுமானமுள்ள நிலம் உ.பி மாயவதி அரசினால் ஜெயப்பிரகாஷ் இண்டஸ்ட்ரீஸ் லிமிடெட் கம்பெனிக்கு வழங்கப்பட்டது. இந்தியாவின் அணை கட்டுமான பெரிய நிறுவனம் ஒன்று இதன் பேரில் விசாரணை கோரியது. அந்த விசாரணையை மேற்கொண்ட தலைமை நீதிபதி மிஸ்ரா தனது தீர்ப்பில் அதை வெளிப்படையான நிர்வாண வடிவத்தில் நடந்த மோசடி என்று கூறினார்.

நொய்டாவிற்கும் ஆக்ராவிற்கும் இடையில் 160 கிலோமீட்டர் தூரத்திற்கு ஆறுவழிச்சாலை கட்டும் நோக்கத்துடன், தாஜ் எக்ஸ்பிரஸ்வே எனும் பெயரில் திட்டம் துவங்கப்பட்டது. தாஜ்மகாலுக்கு போதிய சாலை

வசதியும் தெற்கிலிருந்து டெல்லி போகும் வழியில் ஆக்ராவைக் கடந்து போகும் ரயில்வே வசதி இருந்தாலும் இது துவக்கப்பட்டது. சாலையைத் தனியார் மயப்படுத்தியதன் விளைவாக உருவாக்கப்பட்ட இத்திட்டம் புதிய மட்டத்திலான மோசடிக்கு ஊற்றுக்கண்ணாக இருந்தது. இந்தச்சாலை ஜெயப்பிரகாஷ் நிறுவனத்தாலும், மாநில அரசுக்குச் சொந்தமான தாஜ் நெடுஞ்சாலைத் துறையாலும் ஏழு ஆண்டுகளில் போட்டுமுடிக்கப்பட்டது. இதற்குக் கைமாறாக ஜெயப்பிரகாஷ் நிறுவனத்திற்கு நொய்டாவின் முக்கியமான பகுதியில் 600 ஏக்கர் உட்பட தாஜ் நெடுஞ்சாலையை ஒட்டிய பகுதியில் 6000 ஏக்கர் உ.பி. அரசால் அளிக்கப்பட்டது. நொய்டா என்பது டெல்லியின் ஒருபகுதி. அந்தப்பகுதியில் ராக்கெட் வேகத்திற்கு நிலத்தின் விலை உயர்ந்து கொண்டு போகிறது. மிஸ்ராவின் அறிக்கைப்படி இத்திட்டத்தின் முதல் நோக்கமே ஏழைமக்களிடமிருந்து நிலத்தை எடுப்பதுதான். சாலை என்பது இரண்டாம்பட்சமே.

நிலம் தொடர்பான பணம் எதுவும் முறையாகக் கையாளப்படவில்லை. கடைசி நிமிடத்தில் விதிகளை மீறி ஜெயப்பிரகாஷ் நிறுவனத்தால் ஒரு பக்கமாக எழுதப்பட்ட பத்திரம் உ.பி. அரசால் ஒப்புக் கொள்ளப்பட்டிருந்தது. ஏற்பு கையெழுத்திடப்பட்ட 72 மணிநேரத்தில் ஒப்பந்தப்பத்திரம் உருவாக்கப்பட்டிருந்தது. ஜெயப்பிரகாஷ் நிர்வாகத்தால் அரசாங்கத்திடம் நொய்டாவில் இடம் கேட்கப்பட்டதும் அரசு 600 ஏக்கர் வழங்குகிறது. (இதன் சந்தை மதிப்பு ரூபாய் 150 கோடிக்கு குறையாது) நிலம் கேட்கப்பட்ட அதே நாளில் தங்கத்தட்டில் வைத்து அரசு அதிகாரிகளால் ஜெயப்பிரகாஷ் நிறுவனத்தாருக்கு வழங்கப்படுகிறது.

இதற்கான பணம் ஏற்பாடு செய்யப்பட்ட விதமும், விவசாயிகளின் நிலமும் பொதுச்சொத்துக்களும் கொள்ளையடிக்கப்பட்ட விதமும் ஒரு தனிக்கதை. மிஸ்ராவின் அறிக்கைப்படி ஒருபக்கப் பத்திரமாக இருப்பதால் வளர்ச்சித் திட்டத்தை வெற்றிகரமாக முடிப்பதற்கு எவ்வித உத்திரவாதமும் அளிக்கப்படவில்லை. இத்திட்டத்தில் ஏதேனும் சிக்கல் ஏற்பட்டாலோ, அல்லது தவறானது என்று கருதினாலோ கைப்பற்றப்பட்ட நிலத்தைத் திருப்பி அளிப்பதற்கான ஷரத்தும் அதில் சேர்க்கப்படவில்லை. தாஜ் எக்ஸ்பிரஸ்வே இன்னும் முடிக்கப்படவில்லை. அது யமுனா எக்ஸ்பிரஸ்வே என்று பெயர்மாற்றம் பெற்று 2010இல் முடிப்பதாக திட்டமிடப்பட்டுள்ளது. தாஜ் எக்ஸ்பிரஸ்வே திட்டத்தின் மேல் விசாரணை நடைபெற்றுக் கொண்டிருக்கும் காலகட்டத்தில் ஆட்சி மாறி மீண்டும் அதே முதலமைச்சர் அதிகாரத்திற்கு வந்து, அதே ஜெயப்பிரகாஷ் நிறுவனம் மற்றொரு சாலைக்கு ஒப்பந்தம் பெற்றுள்ளது.

பெங்களூர் - மைசூர் பெருவழி: பெங்களூருக்கும் மைசூருக்கும் இடையிலான தொழிற்சாலைகள் வெளி மிகப்பெரிய தனியார் நில விற்பனை உள்கட்டுமானத்திட்டம். இந்த பெங்களூர், மைசூர் இடைவெளிப் பகுதியை இணைக்கும் பகுதியில் ஐந்து புதிய நகரங்கள் உருவாக்கப்பட உள்ளன. இத்திட்டத்திற்காக 1997இல் அரசு 21000 ஏக்கர் நிலம் ஒதுக்கியது. இதில் மூன்றில் ஒரு பங்கு அரசுக்குச் சொந்தமான காடுகள், கிராமப் புறம்போக்கு நிலம். மீதமுள்ளவை சிறு விவசாயிகளுக்கும், பசுமைப்புல் வெளிக்கும் உரிய நிலம். அது சிறிய விவசாயிகளுக்கும் நிலமற்ற கூலிகளுக்கும் ஆதரவான நிலம். இத்திட்டத்திற்காக மக்களை நிலத்தில் இருந்து வெளியேற்றுவது பெரும் பிரச்சனையாகத்தான் இருந்தது என்று நிலமேம்பாட்டாளர்கள் ஒப்புக்கொள்கிறார்கள். நிலத்தை ஆக்கிரமிக்கும் அதிகாரம் 170 கிராமப் பஞ்சாயத்துகளுக்கு அரசின் உயர்மட்ட கமிட்டியின் தலைமையின் கீழ் அமைக்கப்பட்டது. சுங்கத்திற்கு கட்டுப்பட்டஇரண்டு நகரங்களுக்குமான இணைப்பு விரைவுச்சாலை 60 பில்லியன் செலவில் திட்டமிடப்பட்டது. இதற்காக எடுத்துக் கொள்ளப்பட்ட 8000 ஹெக்டேர் நிலத்தில் நிலவிற்பனைக்கு அளித்த வகையில் மோசடி நடந்துள்ளது. எடுக்கப்பட்ட நிலத்திற்காக அரசு விவசாயிகளுக்கு அளித்தது சந்தை மதிப்பிற்குக் குறைவான தொகை (ஏக்கருக்கு 2இலிருந்து 3லட்சம். உண்மையான மதிப்பு 5லட்சத்திலிருந்து 10 லட்சம்) நில விற்பனை முகவருக்கு அளிக்கப்பட்டது. அவர்கள் அதிலும் குறைத்து (ஏக்கருக்கு 1லட்சம்) விவசாயிக்கு அளித்தார்கள். பத்திரத்தொகையும், பதிவுத்தொகையும் சாதுர்யமாக அரசின் பக்கத்திற்குத் தள்ளப்பட்டு அதிலும் ஒரு கணிசமான மோசடி நடந்தது.

இதற்குப் பதிலாக பெங்களூர்-மைசூர் ரயில்வே திட்டத்தை மேம்பாடு செய்திருந்தால் செலவு குறைவாகவும், சூழலியல் விளைவுகள் குறைவாகவும் முடிக்கப்பட்டிருக்கும். பெங்களூர் ஐஐடி சுயேச்சையாக மேற்கொண்ட ஆய்வின்படி இருக்கும் மின்சார பாதையை இரட்டிப்பாக்கும் பணி பத்தாண்டுகளில் பாதி முடிக்கப்பட்டுவிடும். சாலை அமைக்கும் செலவில் கால்வாசி மட்டுமே ரயில்வே லைனுக்குத் தேவைப்படும். அதற்காக யாரையும் இடம் பெயர்க்க வேண்டிய அவசியம் இராது.

இந்த விரைவுச்சாலைத் திட்டத்திற்காக நேர்மையான பொறியாளர்கள் கொல்லப்பட்டு இருக்கின்றனர். உலக வங்கி நிதியின் கீழ் இயங்கும் ஹைவே திட்டத்தின் பொறியாளர் கயாவில் 2003 டிசம்பர் 27 அன்று கட்டுமான மாபியாக்களால் கொல்லப்பட்டார். உ.பி ஹைவே திட்ட மேலாளரை ஒப்பந்ததாரர்கள் கொன்றார்கள். வேறுசில பொறியாளர்கள் எல்.என்.சிங், இந்துபூஜன், எஸ்.சி.ராய், மசூத் ஆலம் சித்திக், எஸ்.கே. பாஜ்பாய், அன்வார் மெஹ்டிரிஹ்வி ஆகியோரும் கொல்லப்பட்டவர்கள்.

தானியங்கி பெருவழிச்சாலை உருவாக்க விரும்பும் கலாசாரத்தின் ஒருபகுதி இது.

சக்கரங்களில் விரைந்து வரும் சாவு சாலை விபத்துப் போக்குகள்

சாலைப்போக்குவரத்துக் கல்வி நிறுவனத்தின் ஆய்வின்படி நாள்தோறும் இந்தியச் சாலை விபத்துகளில் 230 மரணங்களும், 3500 பயங்கரமான காயங்களும் ஏற்படுகின்றன. மரண விகிதம் 100,000 வாகனங்களுக்கு அமெரிக்காவில் 2, பாகிஸ்தானில் கூட 32, ஆனால் இந்தியாவில் 140. கொல்லப்படுபவர்கள் 15இலிருந்து 44 வயதிற்கு இடைப்பட்டவர்கள். இழப்பு தடுப்பு அமைப்பின் அறிக்கையின்படி ஆண்டிற்கு 130,000 மக்களின் வாழ்க்கை முடமாக்கப்படுகிறது. நான்கு சக்கர வாகனங்களைப் போல ஐந்து மடங்கு விபத்துக்கள் இரண்டு சக்கர வாகனங்களில் நடக்கின்றன. இந்தியாவில் பதிவு செய்யப்பட்ட இரண்டு சக்கர வாகனங்களின் எண்ணிக்கை 47 மில்லியன். மொத்த தானியங்கிகளில் இது 70 சதவீதம்.

உலக வாகன எண்ணிக்கையில் இந்தியாவின் பங்கு 1 சதவீதம். ஆனால் விபத்து 6 சதவீதம். ஒவ்வொரு மூன்று நிமிடத்திற்கும் ஒரு விபத்து பதிவாகிக் கொண்டே இருக்கிறது. ஆண்டுதோறும ஒரு லட்சம் இந்திய மக்கள் சாலை விபத்தில் பலியாகிறார்கள். தேசிய மாநில நெடுஞ்சாலைகளில்தான் விபத்து அதிகமாக நடக்கிறது. தேசிய நெடுஞ் சாலைகள் கட்டப்பட்ட பிறகு விபத்துக்களின் விகிதம் அதிகமாகி இருக்கிறது. ஆக்ராவிற்கும் மதுராவிற்கும் இடைப்பட்ட மாடுகள் நடமாடும் பகுதியில்தான் அதிகமான விபத்துக்கள் நடக்கின்றன. தேசிய பெருவழிச்சாலை ஆணையத்தின் கணக்கெடுப்பில் சாலைகளில் அதிக விபத்து நடக்கும் பகுதிகள் கரும்புள்ளிப் பகுதி என்று குறிக்கப்படுகிறது. கால்நடைகள் அதிகம் நடமாடும் கிராமப்புறங்கள் நிறைந்த பகுதிகளில் தான் கரும்புள்ளிகள் அதிகமாக வைக்கப்படுகிறது. மக்களும் மாடுகளும் தேசிய நெடுஞ்சாலையில் கரும்புள்ளிகளாக மாற்றப்பட்டு விட்டனர். கார்கள் புனிதமாகி விட்டன.

வாகனங்களில் போவோரை விட கால்நடையாகப் போவோர்தான் விபத்துக்களில் அதிகமாக கொல்லப்படுகின்றனர். அதிலும் வயதான முதியவர்கள் கொல்லப்படுதல் அதிகம்.

சாலைவசதிகள் மேம்பட்டிருந்தும் விபத்துக்கள் அதிகரிக்கக் காரணம் என்ன? உள்கட்டுமான வடிமைப்புதான் குற்றச்சாட்டிற்கு உள்ளாகிறது.

அதிவிரைவு, மெதுவிரைவு வாகனங்களுக்கான ஏற்பாட்டில் உள்ள குழப்பம்தான் காரணமாகச் சொல்லப்படுகிறது. விரைவான பயணம் விரைவான மரணம். கால்நடைகளுக்கும், மெதுவிரைவிற்கும், இருசக்கர வாகனங்களுக்கும் என்ற ஒதுக்கீடு வசதி சாலை வடிவமைப்பில் புறக்கணிக்கப்பட்டிருக்கிறது. சமூகத்தில் நிலவும் பயண ஏற்றத்தாழ்வுகள் குறித்த நுட்ப அறிவு சாலை வடிவமைப்பாளர்களுக்கு இல்லை. சாலை என்றால் அதிவிரைவு வாகனங்கள் செல்வதற்கானது என்ற கருத்தோட்டம் தான் அவர்களுக்கு இருந்திருக்கிறது. சாலை உள்கட்டுமானத்தின் அடிப்படையில் சைக்கிள், நடந்துபோகும் மனிதர்கள், கால்நடைகள் இவைகள் எல்லாம் கணக்கிற்கு வரவில்லை. அதிவிரைவு பாதுகாப்பானது என்று சூழலியல் ரீதியாக கேடுகள் விளைவிக்கும் அதிவிரைவு வாகனங்களே பயணத்திற்கு ஊக்குவிக்கப்படுகிறது.

புற்றுநோய்க்கு இட்டுச்செல்லும் வாகனப்புகை

வாகன விபத்துக்களாலும், பருவப்பேரிடர்களாலும் மட்டும் கார்கள் மனிதனைக் கொன்று போடுவதில்லை. தனி மனித அளவில் கார்களின் புகையும் மிகவும் ஆபத்தானவைதான். மித மிஞ்சிய வாகனப்புகையால் டெல்லி போன்ற பெருநகரங்களில் சுவாசத்தொற்று, தொண்டைச்சளி போன்ற நோய்கள் அடிக்கடி தாக்குகின்றன.

ஆரோக்கியக் கேடுகள் குறித்து மேற்கொள்ளப்பட்ட ஆய்வில் டெல்லியில் காற்று மாசுபாடு பற்றி எச்சரிக்கை விடுக்கப்பட்டுள்ளது. 26 சதவீத டெல்லிவாசிகளுக்கு குரோமோசோம்களில் மாற்றம் ஏற்பட்டு புற்றுநோய்க்கான சாத்தியங்கள் இருப்பதாகக் கண்டுபிடிக்கப்பட்டுள்ளது. வாகனப்புகையால் 77 சதவீத டெல்லிவாசிகளுக்கு எதிர் விளைவுகள் ஏற்படுகின்றன. இந்த மாற்றங்கள் கீழ்த்தட்டு மக்களிடம் தான் அதிக ஆரோக்கியக் கேடுகளை உருவாக்கி இருப்பதாக காணப்பட்டுள்ளது. அதிலும் குறிப்பாக ஆண்களை விட பெண்களே அதிகம் பாதிப்பிற்கு உள்ளாகின்றனர். காற்றுமாசு அதிகம் நிலவும் சாலைகளில் தங்கள் வாழ்க்கைச் சேவையைச் செய்யும் போக்குவரத்துப் போலீசாருக்கும், நடைபாதைக் கடை வியாபாரிகளுக்கும் மாசுத்தொடர்பான நோய்கள் அதிகமாக வருகின்றன. நகரங்களில் தோன்றும் காய்ச்சலில் 40இலிருந்து 50 சதவீதம் வரை மூச்சுத்திணறலால் எற்படுபவை தான்.

பொதுப்போக்குவரத்து அறிமுகப்படுத்தப்பட்ட நாளில் இருந்து கார்பன் மோனோக்ஸைடின் அளவு அதிகரித்துக் கொண்டே போகிறது. மூச்சுத்திணறல் ஏற்படுவதில் டெல்லியின் அளவு மிக அதிகமாக இருக்கிறது.

மூச்சுத்திணறல் ஏற்படுத்தும் கரித்துகளின் அளவு டெல்லியில் ஒரு சதுர மீட்டருக்கு 250 மைக்ரோ கிராமாக இருக்கிறது. அமெரிக்க சூழலிய பாதுகாப்பு முகமை சதுர மீட்டருக்கு 65 மைக்ரோ கிராம் என்பதை பாதுகாப்பான அளவாக அறிவித்துள்ளது. காற்றின் ஈரப்பதத்தைப் பொறுத்து போக்குவரத்து அளவிற்கு ஏற்றவாறு இந்த அளவு உயரும்.

டெல்லிவாசிகள் உலக சுகாதார நிறுவனம் அறிவித்துள்ள தரத்திற்கு அதிகமாக தங்களது ஓசோன் மட்டத்தை அதிகரித்துள்ளனர். ஓசோன் வெளியீட்டு மண்டலம் அதிகரிக்க அதிகரிக்க நுரையீரலை மாசு தாக்குவது அதிகரிக்கும். வாகனங்கள் நேரடியாக ஓசோனில் புகையை வெளியிடுவது இல்லை என்றாலும் புகையில் உள்ள நைட்ரஜன் ஆக்ஸைடு பிறகூறுகளுடன் இணைந்து சூரியக் கதிர்களால் வினையாக்கம் பெற்று ஓசோனில் படிவமாகப் படியும்.

வாகனப்புகை தூண்டும் மூச்சிழைப்பு (ஆஸ்த்மா)

வாகனப்புகைக்கும் ஆஸ்த்மாவிற்கும் தொடர்பு உண்டு. இது இந்தியாவிலும், உலகில் மற்ற இடங்களிலும் மேற்கொள்ளப்பட்ட ஆய்வில் உறுதி செய்யப்பட்டுள்ளது. டெல்லியின் காற்று மாசு 41 சதவீத மூச்சிழைப்பிற்கும் நீடித்த மூச்சுத்திணறல் நோய்க்கும் காரணியாக இருக்கிறது என்று தனது ஆய்வு மூலமாக அகில இந்திய விஞ்ஞானக் கழக முன்னாள் பேராசியர் ஜே.என்.பாண்டே கூறுகிறார். நிறுவப்பட்ட இந்த எண்ணிக்கையையும், காற்று மாசு அதிகரிக்கும் நாளில் அவசர நிலைப்பிரிவில் அனுமதிக்கப்படும் நோயாளிகளின் எண்ணிக்கையும் ஒத்துப்போகிறது. காற்றில் கார்பன் மோனாக்ஸைடு அதிகரிக்கும் நாளில் மக்கள் அதிகமான அளவில் மூச்சுத் திணறலுக்காக மருத்துவமனையில் சேர்க்கப்படுகின்றனர்.

ஆஸ்த்மா நோய் பல நாடுகளில் பொருளாதாரச் சுமையையும் ஏற்றி விடுகிறது. நேரடியாகவும் மறைமுகமாகவும் அமெரிக்கா ஆண்டிற்கு 6 பில்லியன் டாலர்களுக்கும் மேலாக செலவு செய்கிறது. குழந்தைகளின் ஆஸ்த்மாவிற்காக அந்நாடு செலவிடும் தொகை சராசரியாக 3.2 பில்லியன். பிரிட்டன் 1.8 பில்லியன் டாலர்கள் ஆஸ்த்மா நோய்க்காக செலவிடுகிறது. ஆஸ்திரேலியாவில் ஆண்டிற்கு நேரடியாகவும், மறைமுகமாகவும் ஆஸ்த்மா தொடர்பான நோய்க்குச் செலவிடும் தொகை 460 மில்லியன். இந்தியாவில் தெளிவாக அளவு தெரியவில்லை. ஆனால் நிச்சயமாக அதிகம்தான்.

ஆஸ்த்மா தொடர்பான செலவுகளை சைக்கிள் விடுவதன் மூலமாகவும், நடையின் மூலமாகவும் கண்டிப்பாக குறைக்க முடியும். உலக சுகாதார அமைப்பின் ஐரோப்பிய மண்டல அறிக்கையில் சுட்டிக்காட்டப்படுவது: சைக்கிள் ஓட்டுவதையும், நடப்பதையும் ஊக்குவிப்பதன் மூலம் அதிகமான சுற்றுச்சூழல், ஆரோக்கியப் பலன்களைப் பெறமுடியும். ஆனால் அதிகார மட்டத்தில் இதுகுறித்து போதுமான கொள்கை முடிவிற்கான நடவடிக்கை இதுவரை எடுக்கப்படவில்லை. மேலும் சொல்வதானால் ஆஸ்திரேலியா, பிரான்ஸ், சுவிட்சர்லாந்து ஆகிய நாடுகளின் இறப்பு வீதத்தில் 6 சதவீதம் பேர் காற்று மாசுபாட்டினால் இறக்கிறார்கள். அவற்றில் கிட்டத்தட்ட பாதி அளவு வாகனப்புகையினால் ஏற்பட்ட மாசு ஆகும். அதேபோல இரண்டு மடங்கு சாவிற்குக் காரணம் சாலைவிபத்துக்கள். போக்குவரத்து தொடர்பான காற்று மாசுபாடு பெரியவர்களில் 25,000 பேர்களுக்கும், குழந்தைகளில் 2,90,000 பேர்களுக்கும், 5,00,000 பேர்களுக்கும் நீண்ட கால மூச்சுத்திணறல் நோயான ஆஸ்த்மா தாக்கத்திற்கு காரணியாகிறது. ஆஸ்த்மாவில் இருந்து முற்றாக நிவாரணம் பெறமுடியாது. ஆனால் மாசுபாட்டினால் தூண்டப்படுவது தடுக்க முடிகிற ஒன்றுதான்.

தேசியப் நெடுஞ்சாலை வழியாக ஈயவிஷத்தை நோக்கி

தேசிய நெடுஞ்சாலையை ஒட்டியுள்ள பஞ்சாப் பகுதியில் யாரும் நல்ல ஆரோக்கியத்துடன் இல்லை. அம்பாலா தொடங்கி அமிர்தசரஸ் (வாகா) வரை வடக்கு தெற்கு நெடுஞ்சாலை நெடுகிலும் சாலையின் இருபுறங்களிலும் மண்ணில் அடர்த்தியான வாகனப்புகை படிந்துள்ளது. இந்தச்சாலையில் ஈயக் கலப்பற்ற எண்ணெய் மட்டுமே பயன்படுத்தப்பட வேண்டும் என்ற போதிலும் பாதிப்புகள் குறையவில்லை. போக்குவரத்துச் சாலைகளில் அதிகமான பயணங்கள் நிகழும்போது வாகனங்களில் இருந்து வெளியாகும் புகை வழியாக மண்ணில் ஈயத்தின் அளவு அசாதாரணமான அளவில் உயர்ந்து விடுகிறது. வாகா பகுதியில் வீடுகளும், தோட்டங்களும் அடுத்தடுத்து நெடுஞ்சாலைகளுடன் கலந்து இருக்கின்றன. பெரும்பாலான ஈயப்படிவிற்குக் காரணமான எரிவாயுவிலிருந்து வெளியாகும் புகை மூலமாக கரையும் தன்மையுள்ள குளோரமைடு சாலையின் இரண்டு ஓரங்களிலும் கலந்திருக்கின்றது.

பஞ்சாப் பல்கலைக்கழகம், லூதியானா ஆய்வாளர்கள் பஞ்சாப் முழுதும் செல்லும் நெடுஞ்சாலை மண்ணில் படிந்துள்ள ஈய மாசு தொடர்பான பிரச்சனைகள் குறித்து ஆய்வுநடத்தி அதிர்ச்சியூட்டும் தகவல்களை வெளியிட்டார்கள். சாலையில் இருந்து 50 மீட்டர் தொலைவில் உள்ள

மண்ணை மாதிரியாக எடுத்துக் கொண்டார்கள். தாவரங்களில் இருந்தும் (கோதுமைத்தாள், யூகலிப்டஸ் மரம்) மாதிரி எடுத்துக்கொண்டு சோதனை செய்ததில் ஏற்றுக்கொள்ளப்பட்ட அளவான கிலோவிற்கு 10மில்லி கிராமை விட மிக அதிகமாக ஈய மாசு இருந்தது ஆய்வு முடிவில் தெரியவந்தது. ஈயத்தின் அடர்த்தி ஒன்றில் 38.75 மில்லிகிராம் அளவிற்கு இருந்தது. இந்த அளவு சுவாசத்தில் ஏறும்போது சாலையை ஒட்டிய பகுதிகளில் வாழ்கிற மக்களுக்கு கடுமையான மருத்துவ விளைவுகளை உண்டாக்கும். மலட்டுத்தன்மை, கருக்கலைதல், விரைஓதம், உதடு நிறம் மாறுதல், பெண்கள் விரைவில் பூப்படைதல் போன்ற பிரச்சனைகளுக்கு காரணிகளாக இருக்கும்.

மண்ணில் நீண்ட காலத்திற்கு ஈயம்படிவது அந்தப்பகுதியில் பிறக்கும் குழந்தைகளுக்கு மூளை வளர்ச்சி பாதிப்பையும் ஏற்படுத்தும். சாலைக்கு நெருக்கமாக வசிப்பவர்களுக்கு இந்தபாதிப்பு அதிகமாக இருக்கும். ஈயக்கலப்பு எரி எண்ணெய்ப் பயன்பாடு காற்றிலும் மண்ணிலும் ஈயம் தொடர்பான பிரச்சனைகளுக்குக் காரணியாக இருக்கும். ஈயக்கலப்பற்ற எண்ணெயும் வேறுசில கன உலோகங்களின் கழிவை வாகனப்புகை வழியாக வெளியேற்றுகிறது.

விலங்குகள் பயணத்திற்கான உயிர்ச் சக்தி

பெட்ரோல் யுகத்தின் முக்கியமான சின்னமாக தானியங்கி வாகனங்கள் திகழ்கின்றன. என்றாலும் அதன்போக்கு அதற்கு முன்னர் பல்வேறு கலாசாரங்களில் பயணத்திற்காகப் பயன்படுத்தி வந்த நூற்றுக்கணக்கான மீள் ஆற்றல் வாகன முறைகளைப் புறக்கணித்து விட்டது. கழுதைகள், கோவேறு கழுதைகள், ஒட்டகங்கள், யானைகள், எருதுகள், திமிலில்லா ஒட்டகங்கள், காட்டெருமைகள், நாய்கள், மான்கள் ஆகியவை மனிதன் பல நிலப்பரப்பில் பயணம் புரிவதற்காக பல தன்மைகளில், பல சூழல்களில் பயன்பட்டு வந்துள்ளன. இந்தியாவில் பல லட்சம் யானைகள் பொருட்களை எடுத்துச் செல்வதற்காக பல்லாயிரம் ஆண்டுகளாகப் பயன்படுத்தப்பட்டுள்ளன. நான் குழந்தையாக இருந்த போது என் தந்தையுடன் அடர்ந்த காடுகள் வழியாக யானையில் சென்றது நினைவிருக்கிறது. அந்த பகுதிகளில் சாலைகள் கிடையாது. காட்டு இலாகா நாங்கள் பள்ளிக்குப் போவதற்கு யானைகளைக் கடனாக கொடுத்திருந்தது. நாங்கள் பள்ளிக்கு யானையில் தான் செல்வோம்.

நாங்கள் சிறிய மலை நகரமான நைனிடாலில் இருந்த போது இரண்டு மைல்கள் பள்ளிக்கு நடந்து செல்ல வேண்டும். பின்னாளில் டேராடூனில்

இருந்தபோது குதிரை வண்டியில் பள்ளிக்குப் போவோம். கொஞ்சம் வயத கூடிய பிறகு எங்களது பயணத்திற்கு சைக்கிள்கள் பயன்பட்டன.

பள்ளி விடுமுறை நாட்களில் எங்களுக்குப் பயணம் என்றாலே குதிரைச்சவாரி தான். சமவெளியில் நாங்கள் பயணிக்கும் போது பழங்கால ஆஸ்டின் வண்டியில் பயணிப்போம். காளைமாடு அடிக்கடி எங்களை இழுத்துக்கொண்டு போய் மூடப்படாத சாக்கடையில் தள்ளி விடும். ஒருபோதும் கார்களில் பயணிப்பது உயர்வானது என்ற எண்ணம் எனக்கு வந்ததில்லை. பாலைநிலத்தைக் கடப்பதற்கு ஒட்டகம் பயன்படும். கலைமான் எங்களை பனிமலைகள் ஊடாகச்சுமந்து சென்றுள்ளது.

பொருளாதாரத்தின் தவறான போக்கினால் இன்று உயிர்பன்ம அடிப்படையிலான கால்நடைகளில் பயணிப்பது கேவலமானதாகவும், தானியங்கி வாகனங்களில் பயணிப்பது உயர்ந்தது என்ற எண்ணம் உருவாக்கப்பட்டிருக்கிறது. இயந்திர யுகம் கார்களை வழங்கியிருக்கிறது. மக்களின் பொதுக்கொள்கையே சூழலியல் வாகனங்களைப் புறக்கணித்து விட்டு கார்களை முன்னுக்குக் கொண்டு வந்துள்ளது. வேகம் என்பது ஒரு கொலைக் கலாசாரமாக இருந்தபோதிலும், மக்களின், இக்கோளத்தின் வாழ்வாதாரத்தையே சிதைக்கிற போதும், அது பெருமைக்குரிய ஒன்றாக இருக்கிறது.

ஒட்டகம் பாலையின் கப்பல் என்று அழைக்கப்படுகிறது. அது வாழ்கிற இடங்களில் வேறு சில மிருகங்கள் மட்டுமே வாழமுடியும். ஒட்டகம் சூழலுக்கு இயைந்து வாழும். 38 டிகிரி செல்சியஸ் வெப்பத்திலிருந்து ஆர்டிக் குளிர் வரை தாக்குப்பிடித்து வாழும் தன்மை உடையது. ஆறிலிருந்து எட்டுமணி நேரம் வரை வேலை செய்யும் ஆற்றல் உடையது. ஒரு ஒட்டகம் ஆயிரம் பவுண்டு எடையைச் சுமந்து கொண்டு 25 மைல்கள் தூரம் நடக்கக்கூடியது. பலநாட்கள் தண்ணீர் குடிக்காமல் அதனால் இருக்க முடியும். ஒருவினாடி பெட்ரோல் இல்லாமல் கார் ஓடுவதை நம்மால் கற்பனை செய்ய முடியுமா?

இன்றைக்கு ஆப்கானிஸ்தானின் ஒரு பகுதியாக இருக்கிற பாக்டிரிய பிரதேசத்தில் இருந்துதான் பாக்டிரியன் ஒட்டகம் தோன்றியது. இன்று அது வெடிப்பின் ஆபத்தில் இருக்கும் பிரதேசமாக மாறிவிட்டது. ஒட்டகத்தின் விசேசமான குணம் அதி பாலைநிலச்சூழலில் வாழ்வது தான். காரணம் அது தனது திமிலில் கொழுப்பைச் சேகரித்து வைத்துக்கொள்ளும். சேகரிக்கப்பட்ட கொழுப்பைக் கொண்டு ஐந்து நாட்களில் இருந்து ஏழு நாட்கள் வரை அதனால் உண்ணாமல் குடிக்காமல் இருக்க முடியும். பாக்டிரியன் ஒட்டகத்திற்கு இரண்டு திமில்களும், அரேபிய ஒட்டகத்திற்கு

ஒரு திமிலும் இருக்கிறது. பெரிய ஒட்டகம் ஒன்று 21காலன் தண்ணீரைப் பத்து நிமிடங்களில் குடித்து அந்த நீரைத் தனது ரத்த நாளங்களில் சேமித்துக்கொள்ள முடியும். உணவும் நீரும் எடுக்காமல் இருக்கும் நாட்களில் தனது எடையைக் கால்பங்கு கரைத்து விட்டு ஒட்டகத்தால் இருக்கமுடியும்.

ஒட்டகத்தின் மொத்த எண்ணிக்கை 19 மில்லியன். அதில் கிட்டத்தட்ட 74 சதவீதம் அதாவது 14 மில்லியன் இன்று ஆப்பிரிக்காவில் வாழ்கின்றன. 4.5 சதவீதத்திற்கும் அதிகமான அளவு ஆசியாவில் வாழ்கிறது. மீதி உலகம் முழுதும் பரந்து வாழ்கிறது. வளரும் நாடுகள் என்று சொல்லப்படுகிறவைதான் 99சதவீதம் ஒட்டகங்கங்களின் வீடாக இருக்கின்றன. ஒட்டகங்களின் வசிப்பிடத்தில இந்தியா மூன்றாவது இடம் வகிக்கிறது.

இந்தியாவில் ஒட்டகம் உழும் ஆற்றலாகப் பயன்படுகிறது. விவசாயப் போக்குவரத்திற்குப் பயன்படுவது போலவே விவசாய உற்பத்திக்கும் பயன்படுகிறது. கிணற்றில் இருந்து நீர் இறைக்க, எண்ணெய் வித்துக்களில் இருந்து எண்ணெய் எடுக்கும் செக்கு இழுக்கப் பயன்படுகிறது. ஒட்டகம் நமக்குப் பால், கம்பளி, தோல், சாணம், அதன் எலும்பு எனப் பல பயன்களை அளிக்கிறது.

இந்தியாவில் பிலகனேரி, ஜெய்சால்மரி, குர்சி என்று மூன்று முக்கிய வகைகளாக இருக்கிறது. பிலகனேரி அற்புதமாக வறட்சியைத் தாங்கக் கூடியவை. எனவே அதிகமாகத் தார்பாலையில் இருக்கிறது. ஜெய்சால்மரி எல்லைப் பாதுகாப்புப் படையினரால் இப்போதும் ராணுவத்திற்குப் பயன்படுத்தப்படுகிறது. குட்சி வகை பால் அதிகமாக வழங்கும் இயல்புடையவை. ஒட்டகங்களின் மற்ற வகைகள் மேவரி, மார்வாரி, சிந்தி, செகாவதி, மவாட்டி, மற்றும் ரிவேரின்.

கழுதைகள் பாலை நிலத்திலும், மலைகளிலும் முக்கியமான ஆற்றல் வளமாக இருக்கின்றன. தனது உடல் எடையில் கால்பங்கு அளவை ஒருநாளைக்கு ஏழு மணிநேரம் சுமந்து செல்லும் ஆற்றல் உடையவை. எருது தன் உடலில் 18 சதவீத எடை அளவை ஒருநாளைக்கு நான்கரை மணி நேரமே சுமந்து செல்பவை. கழுதைகள் 30 வருடங்கள் உழைப்பவை. எருது 15 வருடங்கள் மட்டுமே உழைக்கும். மக்கள் நினைப்பதற்கு மாறாக கழுதைகள் மிகவும் புத்திக் கூர்மையானவை.

முன்னால் பிரதமர் சந்திரசேகர் தனது வீட்டின் முன் கழுதைச் சிலையை வைத்திருக்கிறார். அதற்கு அவர்கூறும் காரணம், நாம் கழுதையை மதித்தால் வேலைசெய்யும் உழைப்பாளிகளை மதிப்பதாகப் பொருள் ஆகும்.

கழுதை என்பது உழைப்பாளிகளின் உரிமைச்சின்னம். கிரேக்கர்களுக்கு வைனுக்கான கடவுள் டையோனசிஸ் உடன் இணைந்தது. கழுதை எனும் பொருள்தரும் கிரேக்கச்சொல் ஹமோர் பைபிளில் கிட்டத்தட்ட 100 முறை வருகிறது. ஏமாளியின் முட்டாள்தனத்தை உணர்த்துவதற்கு பழைய ஏற்பாட்டில் கழுதை மூலமாகப் பேசுகிறார். புதிய ஏற்பாட்டில் கழுதை முதுகில் ஏறி ஜெருசலேம் செல்கிறார்.

ராஜஸ்தானில் ஜெய்ப்பூரில் இருந்து 25 கி.மீ தொலைவில் கனோடா எனும் இடத்தில் கழுதைச்சந்தை நாள்தோறும் நடக்கிறது. அங்கே கழுதைகள் சலவைத்தொழில் செய்வோர், பானை வனைவோர், கட்டட வேலை செய்வோருக்கு விற்கப்படுகின்றன. பல வேலைகளை தானியங்கிகள் எடுத்துக்கொள்ள கழுதைகள் காணாமல் போய்விட்டன. டிராக்டர்களும், மோட்டார் வண்டிகளும் கழுதைகளின் இடத்தைப் பிடித்துக் கொண்டன. கழுதைக் கண்காட்சி குறித்து ஆசியன் இண்டர்நேஷனல் பத்திரிகை வழக்கமாக இங்கு வழக்கமாக 4000 திலிருந்து 5000 கழுதைகள் வரை விற்கப்பட்டு வந்தன. ஆனால் இப்போது 800, 900 கழுதைகள் தான் விற்கப்படுகின்றன. இந்த எண்ணிக்கையும் நாளுக்கு நாள் குறைந்து வருகிறது. இந்த கழுதை விற்பனை குறைந்து முடிவிற்கு வந்து குதிரைச் சந்தையாக மாறிவிட்டது என்று எழுதியுள்ளது.

குதிரையும் முக்கியமான ஆற்றல் வளம்தான். குதிரையில் பாரம்பரியமான வகைகள் மார்வாரி, ஹெய்த்வாரி, மனிப்புரி, ஸ்பிடி, பூட்டியா, ஜான்ஸ்காரி ஆகியன உண்டு. இதில் இந்திய வகைகள் டெக்கானி, ச்சும்மார்டி, சிகாங் ஆகியவை கிட்டத்தட்ட அழிவின் விளிம்பில் இருக்கின்றன. மார்வாரி, காத்வாரி இரண்டும் அழகிற்காகவும், ஓட்டப் பந்தயத்திற்காகவும் தேர்வு செய்யப்படுகின்றன. ஸ்பிடி, ஜான்ஸ்காரி குதிரை வகைகள் நிதானமானவை. மலைப்பாதைகளில் சரக்குகள் ஏற்றிச்செல்ல பயன்படுத்தப்படுகின்றன. மணிப்புரி வகை போலோ விளையாட்டிற்கானவை. விரைவும் கம்பீரமும் உடையவை.

விரிவாகப் பார்க்கப்போனால் விலங்குகள் உயிர்ப்பு ஆற்றலின் ஒருபகுதி. அவற்றின் பன்மைத் தன்மையுடன் பாதுகாக்கப்பட வேண்டும். இழுவை விலங்குகள் மீள் ஆற்றலை தனித்தன்மையுடன் அளிக்கின்றன. சூரிய சக்தியை தாவரங்களின் வாழ்வின் மூலமாக உற்பத்தியாகவும், சேவையாகவும் மாற்றுகின்றன. இழுவை ஆற்றல் உள்ள விலங்குகள் சுயமாகச் சரிசெய்து கொள்ளும். சுயமாக வெளிப்படுத்திக் கொள்ளும். விவசாய உற்பத்தியின் உப பண்டங்கள் மூலமாக தன்னைத் தக்க வைத்துக் கொள்ளும். மூன்றாம் உலக நாடுகளில் 2 பில்லியன் மக்கள் விலங்குகளின் ஆற்றலைச் சார்ந்து வாழ்கின்றனர். உலக உணவு உற்பத்தியில் 50 சதவீதம்

விலங்கு ஆற்றலைச் சார்ந்து இருக்கிறது. விலங்கு ஆற்றல்களில் 80 சதவீதமானவை பலநாடுகளில் பயன்படுத்தப்பட்டு வருகின்றன. அதிலும் 95 சதவீதம் தெற்கு ஆசியா, தூரக்கிழக்கு நாடுகள்தாம். 300 மில்லியன் இழுவை விலங்குகள் இருப்பதாகக் கணக்கிடப்பட்டுள்ளன. இந்தியாவில் இழுவை விலங்குகள் 84 மில்லியன். அதில் 72 சதவீதம் எருதுகள். அவை தான் மூன்றில் இரண்டு பங்கு உழவு வேலைகளைச் செய்கின்றன. மூன்றில் இரண்டு பங்கு கிராம போக்குவரத்தை அளிக்கின்றன. இந்தியாவில் 10 மில்லியன் இழுவை வாகனங்கள் இருக்கின்றன.

நான் 1980களின் துவக்கத்தில் இந்திய நிர்வாகவியல் கல்வி நிறுவனத்தில் இருந்தபோது எங்கள் இயக்குனர் என்.எஸ்.ராமசாமி மாட்டுவண்டிக்காரரை மிகவும் அன்புடன் அழைப்பார். காரணம் அவரது வாழ்க்கையின் இலக்கு இந்திய நிலப்பரப்பு முழுதும் விலங்கு ஆற்றல்களால் நிறைந்திருப்பதைக் காணவிரும்புவதே. இன்றும் அவரது கார்ட்மேன் வெளியீட்டின் மூலமாக விலங்குகள் ஆற்றல் குறித்து நிறைய தகவல்கள் வெளியிடப்பட்டு வருகின்றன.

இந்தியாவின் சிறிய தோட்டங்களின் 100 மில்லியன் ஹெக்டேர் நிலப்பரப்பை விலங்குகள் தான் உழுகின்றன. 25 பில்லியன் கிலோ டன் சரக்குகள் 15 மில்லியன் மாட்டு வண்டியில் ஏற்றிச் செல்லப்படுகின்றன. 74 மில்லியன் மாடுகளும், 8 மில்லியன் எறுமைகளும், 40 மில்லியன் பெறுமான குதிரைசக்தியை அளிக்கின்றன. அவற்றின் பணமதிப்பு ஆண்டிற்கு ரூபாய் 100 பில்லியன். விலங்குகள் 120 பில்லியன் மதிப்புள்ள 6 மில்லியன் டன் பெட்ரோல் செலவை மிச்சப்படுத்துகின்றன. இது பெரும்பாலும் அந்நியச் செலாவணித் தொகை. இழுவை விலங்குகளின் சொத்து மதிப்பு 250 பில்லியன் ரூபாய். இழுவை விலங்கு எங்கிருந்தாலும் 0.4லிருந்து 0.8 குதிரைசக்தியை அளிக்கின்றன. சுமார் 300 மில்லியன் விலங்குகளும் 150 மில்லியன் குதிரைசக்தியை அளிக்கின்றன. இந்த வேலைகளை இயந்திரங்கள் செய்ய வேண்டுமென்றால் 200லிருந்து 300 பில்லியன் டாலர்கள் முதலீடு செய்ய வேண்டும்.

சோயாபீன்ஸ் பயிர்செய்வதற்கு விலங்குகள் பயன்படுத்துவதானால் 6.3 மடங்கு அதிகமான ஆற்றல் செலவிடப்பட வேண்டும்.

விலங்குகள் உழைப்புசக்தி மட்டுமல்ல. அவை உணவாகவும், உரமாகவும் பயன்படுகின்றன. இந்தியக் கால்நடைகள் பால், உழைப்பு, சாணம், நார்ப்பொருள்கள், முட்டை, இறைச்சி ஆகியவற்றை அளிக்கின்றன. இவற்றின் மதிப்பு ரூபாய் 1.2 டிரில்லியன். நாட்டின் வளர்ச்சி விகிதத்தில் கால்நடைகளின் பங்கு 8 சதவீதம்.

மீள் ஆற்றல் அடிப்படையைப் புதுப்பித்துக் கொண்டதற்குச் சரியான முன்னுதாரணம் கியூபா நாடு. 1960இல் இருந்து 1990வரை பத்து மடங்கு டிராக்டர்களின் எண்ணிக்கையை அதிகரித்து இருந்தது. எருதுகளின் எண்ணிக்கை 70000திலிருந்து 7000 ஆக குறைந்திருந்தது. சோவியத் யூனியன் வீழ்ச்சியைத் தொடர்ந்து அதன் ஆதரவு நின்றதையொட்டி எரிபொருளில், உதிரிபாகங்களில், உரத்தில் கடுமையான தட்டுப்பாடு ஏற்பட்டது. கியூபா அவசரமாக டிராக்டரில் இருந்து எருதுக்கு மாறியது. புதிய விவசாயத் தொலைநோக்குத் திட்டக் கொள்கையை வகுத்தது. புதிய வகையிலான திட்டம் துவங்கியது. புதிய விலங்கு ஆற்றல் அமுலாக்கப்பட்டது. புதிய வளர்ச்சி காணப்பட்டது. கொல்லர்களும், தச்சர்களும், புதிய திறனாளர்களும் பயிற்றுவிக்கப்பட்டனர்.

இன்று கியூபாவில் 3,85,000 எருதுகள் இருக்கின்றன. அவை 40,000 டிராக்டரின் வேலைகளைச் செய்கின்றன.

மாடு போய்
டிராக்டர் வந்தது
டிராக்டர் போய்
மாடு வந்தது
காரு போய்
மாடும் வரும்.

அத்தியாயம் 3

உணவு கார்களுக்கா? மக்களுக்கா?

பருவநிலை மாற்றத்திற்குத்
தவறான தீர்வு தாவர எண்ணெய்
உணவுப் பாதுகாப்பிற்கு அச்சுறுத்தல்

சூழலிய பன்மய பரவல்மயத் தாவர எண்ணெயும் - தொழிற்மயப்பட்ட தாவர எண்ணெயும்

உயிர்நிறையின் மூலம் பெறப்படும் தாவர எண்ணெயைத் தொடர்வது உலகில் உள்ள ஏழைமக்களுக்கு முக்கியமான ஆற்றல் வளமாக இருக்கும். சூழலிய பன்ம உயிர்ப்பண்ணை உணவு வளம் மட்டுமல்ல. அது ஆற்றல் வளமும் கூட. உணவைச் சமைப்பதற்குத் தேவையான ஆற்றல் எண்ணெயல்லாத தாவர சக்தியாகக் கிடைக்கிறது. உதாரணமாக தானிய, பயிறுகளின் கழிவுகள், வளர்க்கப்பட்ட மரங்கள், கிராமப்புற புதர்கள் போன்றவற்றின் மூலம் ஆற்றலைப் பெறமுடியும். கிராமப்புறங்களில் பொதுவாக இப்பரவலான ஆற்றலை காலங்காலமாக பயன்படுத்தியும், பராமரிப்பைப் பேணியும் வருகின்றனர். புதைவு எரிபொருளில் இருந்து மாறுவதற்கு பரவல்பட்ட இயற்கை எரிபொருள் மீள் ஆற்றலாக துடிப்பான பங்கை ஆற்ற முடியும். இயற்கை எரிசக்தியை நேரடியாக சமைப்பதற்கான எரிபொருளாகவும், சூடேற்றிய எரிபொருளாகவும் பயன்படுத்தலாம். அதை இயற்கை எரி வாயுவாகவும்

மாற்றலாம். மையம் சிதைத்த ஆற்றலை மாற்று சக்தியாக காந்தியால், மற்றவர்கள் மத்தியில் முன்வைக்கப்பட்டிருக்கிறது. தாவர எரி சக்தியை மையம் சிதைத்த பயன்பாட்டிற்கான மின்சாரமாக மாற்ற முடியும். புதைவு எண்ணெய்க்கும், நியூக்கிளியர் ஆற்றலுக்கும் நிலைத்த மாற்றாகப் பயன்படுத்தலாம். நிர்வாகச் செயல்பாடும், முடிவு எடுக்கும் அதிகாரமும் ஜனநாயகப்பூர்வமானதாக, பரவலாக்கப்பட்ட சட்டக அடிப்படையினுள் அமையுமானால் அதில் தாவர எண்ணெய் உயிர்ப்பன்மம், கார்பன் சுழற்சி, விவசாய உற்பத்தி ஆக்கம் அனைத்தும் துடிப்புள்ளதாக இருக்கும். பருவநிலை மாற்றத்தை மீட்கவல்ல வேளாண்-சூழலிய முறைத்திறனை அதிகரிக்கும். சாமானிய மக்களுக்கான உணவு மற்றும் ஆற்றல் பாதுகாப்பையும் அதிகரிக்கும்.

இன்றைக்கு நிலவும் ஐரோப்பிய இயந்திர அதீத தொழில்மயத்தில் தாவர எரி எண்ணெய்ப் பயன்பாடு ஒற்றைக் கலாசாரத்தை வளர்க்கும், உயிர்ப்பன்மத்தை அழிக்கும். பணக்காரர்களின் ஆடம்பர நுகர்விற்காக, சாமானிய மக்களின் அடிப்படைத் தேவையான உணவு, உள்ளாற்றல் செலவிடப்படும். மையப்படுத்தப்பட்ட கார்ப்பரேட் உடைமையை வளர்க்கும். நிலத்தையும் இயற்கை எரிசக்தியையும் சாமானிய மக்களிடம் இருந்து கைப்பற்றி தனது கட்டுப்பாட்டை மேலும் அதிகரித்துக்கொள்ள வழிவகுக்கும்.

1995இல் 34 நாடுகளைச் சேர்ந்த மக்கள் தங்களுக்குத் தேவையான எரி ஆற்றலில் 70 சதவீதத்தை மரங்களின் மூலமாகப் பெற்றுக்கொண்டிருந்தார்கள். 13 நாடுகள் 90 சதவீதம் மரங்களைச் சார்ந்து இருந்தன. பன்மப் பயிர் வகைகளும், மரவகைகளும், கிராமப்புறங்களில் எரிசக்தியாகப் பயன்பட்டு வந்ததை தாவர எரிஆற்றல் அடைவிற்குள் கொண்டு வரவில்லை. கிராம மக்களின் எரித்தேவையை ஈடு செய்ய தாவர எரிசக்தி ஒருபோதும் விவசாய உற்பத்திப்பொருளாக இருந்ததில்லை. உண்மையில் உணவுப்பொருட்களின் உபதயாரிப்பாகவும் கூட இருந்ததில்லை. ஆனால் அதற்கு மாறாக இன்று தொழிற்மயப்பட்ட தாவர எரிஎண்ணெய் உணவு உற்பத்தியுடன் போட்டிக்கு நிற்கிறது. அவை விவசாய பன்மத்தின் ஒருபகுதியாகவோ, மையம் சிதைக்கப்பட்டதாகவோ, நிலைத்தன்மை வாய்ந்ததாகவோ, உணவுடன் சமநிலையிலோ, ஆற்றல் முறையாகவோ இல்லாமல் முழுநிலத்தையும் ஆக்கிரமிக்கக் கூடியதாக, விவசாய உணவு உற்பத்தியையே நிர்மூலம் செய்யக்கூடியதாக இருக்கிறது.

தாவர எண்ணெய் ஏழைமக்களின் எரிபொருள் அல்ல. அது ஏழைமக்களின் உணவை வெப்பமாகவோ, மின்சாரமாகவோ மாற்றி பணக்காரர்களுக்கு எரிபொருளாக வழங்கப்படுகிறது. குறிப்பாக தாவர

டீசல், எத்தனால் போன்ற நீர்ம தாவர எரிஎண்ணெய் வகைகள் உற்பத்தித் துறையில் மிகவேகமாக வளர இருக்கிற ஒன்று. புதைஎரிவிற்கு மாற்றான ஆய்வினால் உந்தப்பட்ட ஒன்று. தாவர எரிபொருள் ஆட்சியாளர்களின் கொள்கையாலும், சட்டத்தினாலும் உயர்த்திப் பிடிக்கப்படுகிற ஒன்று. உணவு உற்பத்திக்குப் பயன்படுகிற நிலங்களை நீர்ம எரிவிற்காக மாற்றம் செய்து அதைத்தயாரிப்பதற்கான சட்டபூர்வமான அனைத்தும் செய்யப்படும். வடக்கில் உள்ள பணக்கார நாடுகள், தெற்கில் உள்ள ஏழை நாடுகளில் புதைவு எரிவிலிருந்து தாவர எரிவு தயாரிப்பிற்காக உள்கட்டமைப்புகளை மாற்றி அமைக்கும் வேலையில் ஈடுபடும். ஏழைநாடுகளின் உணவு உற்பத்தி மறக்கடிக்கப்படும். புதைஎரிக்குக் கட்டப்பட்டிருந்த மொத்த கட்டமைப்புகளும் எண்ணெய் வித்து தயாரிப்பிற்காக விரிவாக்கம் பெற்று பராமரிக்கப்படும்.

ஜனாதிபதி புஷ் 2017இல் 35 பில்லியன் காலன் தாவர எண்ணெய் தயாரிப்பிற்கான சட்டத்தை நிறைவேற்ற முயற்சித்தார். இது 2004இல் பயன்பாட்டு திட்டமான 4 பில்லியன் காலனிலிருந்து அபரிமிதமான அதிகரிப்பாகும். அலெக்சாண்டர் மூல்லர் என்ற ஐ.நாசபையின் உணவு மற்றும் விவசாய அமைப்பின் நிலைத்த வளர்ச்சித் துறையைச் சேர்ந்தவர் கூறினார்:

> கொஞ்சம் கொஞ்சமாக உணவில் இருந்து எரி எண்ணெய் நோக்கி நகர்வது துவங்கிவிட்டது. இன்னும் 15 அல்லது இருபது ஆண்டுகளில் நமக்குத் தேவையான எரி ஆற்றலில் 25 சதவீதத்தை தாவர எண்ணெய் மூலமாகப் பெற்றுவிடுவோம். தாவர எண்ணெயின் உலகலாவிய உற்பத்தி கடந்த ஐந்து ஆண்டுகளில் இரண்டு மடங்காகி இருக்கிறது. அடுத்த 4 ஆண்டுகளில் மீண்டும் இரண்டு மடங்காகும். தாவர எண்ணெய்க்கு ஆதரவான கொள்கை சமீப ஆண்டுகளில் அர்ஜன்டைனா, ஆஸ்திரேலியா, கனடா, ஈகுவடார், இந்தியா, இந்தோனேசியா, ஆலாவி, மெக்சிகோ, முசாம்பே, சீனா, கொலம்பியா, மலேசியா, பிலிப்பைன்ஸ், செனகல், தென்னாப்பிரிக்கா, தாய்லாந்து, ஜாம்பியா நாடுகளினால் ஏற்கப்பட்டுள்ளது.

உலக வங்கியின் முன்னாள் தலைவர் பால் வோல்போவிட்ச் ஒருமுறை கூறினார்:

> உலகத்திற்கு ஆற்றலை வழங்குவதில் தாவர எண்ணெய் இணைந்து கொள்ளும். அளவில்லாது வளரும் தேவையை குறைவான விலையில் எதிர்கொள்ளும் என்ற நம்பிக்கை உள்ளது. இது கார்பன் வெளியேற்றாத சூழலியலுக்கு ஆதரவான வாய்ப்பாக அமையும்.

பிரேசில் போன்ற வளரும் நாடுகளுக்கு நல்ல வேலைவாய்ப்பையும், வருமானத்தையும் தேடிக்கொள்ளும் வாய்ப்பாக அமையும்.

ஆனால் தாவர எண்ணெய் கார்பன் வெளியேற்றாதா? இதன் மூலமாக ஏழைமக்கள் பலன் அடைவார்களா அல்லது திடீர்த் தொழில்மய உற்பத்தியினால் நஷ்டம் அடைவார்களா? தொழில்முறையில் உற்பத்தி செய்யப்பட உள்ள தாவர எண்ணெய்ப் பசியால் இந்த மண்ணுக்கும் சூழலுக்கும் நேர இருப்பது என்ன? எண்ணெய்த் தயாரிப்பு நடைமுறைக்கு வரும்போது ஏழைமக்களின் நிலத்தின்மீதான இறையாண்மை, உணவின் மீதான இறையாண்மையின் நிலை என்ன?

தாவர எண்ணெய் பச்சை நிறமா?

தொழில்மயத் தாவர எண்ணெய் மீள்ஆற்றல் வளம் என்றும் பசுமைக்குடில் வாயுவைக் குறைவாக வெளியேற்றுகிறது என்றும் தீவிரமாக முன்வைக்கப்படுகிறது. இந்த இரண்டு சூழலியல் காரணங்களுக்காக சோயாவையும், சோளத்தையும், பனையையும் நீர்ம எண்ணெயாக மாற்றும்போது உண்மையில் கார்பன் சுமை அதிகரிக்கத்தான் செய்யும். பருவநிலை நெருக்கடி மேலும் அதிகரிக்கும் அத்துடன் உயிர்பன்மத்தையும் அழித்து விடும். நீர்வளத்தில் பற்றாக்குறை அதிகமாகும்.

முதலாவதாக சோயா, பனை மரங்கள் பயிரிடுவதற்காக காடுகளை அழிக்க வேண்டும். காடுகளை அழித்தால் கார்பன் கவரப்படுவது குறைந்து கார்பன் சேர்மானம் உயரும். உலகக் காடுகள் அமைப்பு கூறுவது என்னவென்றால் காடுகள் அழிப்பு மூலமாக ஒவ்வொரு ஆண்டும் கார்பன் கழிவுகள் பசுமைக்குடில் வாயுவில் அதிகரிப்பது 1.6 பில்லியன் டன்கள் அல்லது 25லிருந்து 30 சதவீதம்.

உலகில் உள்ள ஈரநில இருப்பின்படி தென்கிழக்கு ஆசிய நாடுகளில் பனை(சமையல்) எண்ணெய்க்காக ஈரநில அழிப்பினால் கார்பன் அளவு உலகளவில் உயர்ந்தது 8 சதவீதம். 2022இல் எண்ணெய்த் தாவரம் பயிரிடுவதற்காக 98 சதவீத இந்தோனேசிய மழைக்காடுகள் அழிக்கப்பட்டு விடும். ஒவ்வொரு டன் பாமாயிலையும் தாவரஎரி எண்ணெயாகப் பயன்படுத்தும்போதும் அது வெளியிடும் கார்பன் அளவு 30 டன். இது பெட்ரோல் கழிவைப்போன்று 8 மடங்கு அதிகம். உண்மையில் இந்த புதிய சுமை அதிகரிப்பினால் பயனடையப் போவது கியோட்டோ முன்னுரிமைப்படி தூய்மை வளர்ச்சி செயல்பாட்டாளர்கள் தான். தாவர எண்ணெயும் புவிவெப்பத்தை அதிகரிக்கத்தான் செய்யும்.

தாவர எரி எண்ணெய் - பசுமைக்குடில் மிரட்டல்

பிப்ரவரி 2008 சயின்ஸ் இதழில் பசுமைக்குடில் வாயு அதிகரிப்பிற்குக் காரணியாக தாவரஎரி எண்ணெய் உள்ளது என்பதற்கு ஆதாரமாக இரண்டு முக்கியமான ஆய்வு முடிவுகள் வெளியிடப்பட்டுள்ளன. மாற்று தாவர எண்ணெய் முழு அளவில் பயன்பாட்டிற்கு வரும் என்று கணக்கிட்டால் நிச்சயமாக கார்பன் அளவு அதிகரிக்கத்தான் செய்யும். அந்த அறிக்கை எத்தனால், தாவர டீசல் இரண்டும் கார்பன் வெளியீட்டை எப்படி அதிகரிக்கின்றன என்பதைத் தொடர்புபடுத்தி தொடர் ஆய்வுகளின் முடிவைத்தருகிறது. அவை பன்ம உயிர்க்காடுகளை அழிக்கின்றன. நீரையும் காற்றையும் மாசுபடுத்துகின்றன. இயற்கைச் சூழலியலையும் சிதைக்கின்றன. வெப்ப மண்டல மழைக்காடுகளானாலும் சரி அல்லது தென்னமெரிக்காவில் உள்ள பசுமைப் புல்வெளிகளானாலும் சரி அவை அழிக்கப்பட்டால் அதிலிருந்து பசுமைக்குடில் வாயுக்கள் அதிகரிப்பது மட்டுமல்ல, இக்கோளத்தில் இயற்கையாக கார்பனை ஈர்க்கும் பஞ்சுப் பொதிகளுக்கும் சேர்ந்த அழிமானமாக இருக்கும். புதியதாக உருவாக்கப்படும் (தாவர எண்ணெய்) பயிர்நிலத்தின் கார்பனை உறிஞ்சும் அளவு மழைக்காடுகளை விட மிகவும் குறைவாகவே இருக்கும் அல்லது புதர்காடுகள் அளவிற்கு இருக்கும் என்று ஒரு ஆய்வு கூறுகிறது. இரண்டு ஆய்வுகளும் சேர்ந்து பழைய முடிவுகளைத் துடைத்து எறிந்துவிடுகிறது. தாவரஎரி எண்ணெய் தயாரிப்பிற்கு புதிய நிலம் அத்தியாவசியமாகிறது. அவை மழைக்காடுகளையோ அல்லது புதர் நிலங்களையோ அழித்து பசுமைக்குடில் வாயுவை ஒரே அளவில் அதிகரிக்கச் செய்ய இருக்கிறது.

ஆய்வாளர்களில் ஒருவரும், இயற்கைப்பாதுகாப்பு அறிவியலாளரும் ஆன ஜோசப் பார்ஜியோன் பசுமைப் புல்வெளியை அழித்து தாவர எண்ணெய் தயாரிப்பதன் மூலமாக வெளியாகும் பசுமைக்குடில் வாயுவை விட பசும்புல் நிலம் அழிக்கப்படாமல் இருந்தால் அது 93 மடங்கு இயற்கைப்பாதுகாப்பு அளிக்கும் என்று கூறுகிறார். இந்தோனேசியாவிலும் மலேசியாவிலும் தற்போது தயாரிக்கப்படும் பனைத் தாவரஎரி எண்ணெய் அதிகமான முரண்பாடுகள் உடையது. காரணம் அது மழைக்காடுகளை அழித்து உருவாக்கப்பட்ட நிலங்களில் தயாரிக்கப்படுகிறது. எனவே 423 வருட கார்பன் சேர்கிறது. அமேசான் மழைக்காடுகளை அழித்து தயாரிக்கப்படும் தாவர எண்ணெய் 319 வருட கார்பனை அதிகரிக்கிறது. இதுவரை கார்பன் அதிகரிப்பு மிகவும் துரித கதியில் போய்க்கொண்டிருக்கிறது. புதைவு எரி எண்ணெய்க்குப் பதிலாக நிலங்களை தாவரஎரி எண்ணெய்க்காக மாற்றினால் பசுமைக்குடில் வாயு முன்னிலும் வேகமாக அதிகரிக்கும். நிலங்களை வேளாண்மைக்காக மாற்றிய முதல் ஐம்பது ஆண்டுகளில் வெளியான கார்பன் சேர்மானம்

குறித்துப் பேசப்படவில்லை. நிலத்திலும் தாவரங்களிலும் இருப்பதை விட மூன்று மடங்கு கார்பன் காற்றில் இருப்பதை மக்கள் உணரவில்லை. நாம் காட்டு மரங்களை வெட்டி அவற்றை எரிக்கும்போது, மண்ணைச் சூடாக்கும் போது அவை காற்றில் கார்பனை வெளியேற்றி இருக்கும் என்கிறார் டாக்டர் பார்ஜியோன்.

பார்ஜியோன் அறிக்கைப்படி அமெரிக்காவில் உணவுப் பயிர் நிலங்கள் நிறைய தியாகம் புரியப்பட்டுவிட்டன. எத்தனாலுக்காக மக்காச்சோளம் வளர்ப்பில் வெகுதூர மாற்றங்களுக்குக் காரணியாக நிலம் மறைமுக மாற்றம் பெறுகிறது. முன்னர் மத்திய மேற்கு விவசாயிகள் தங்களது உணவுப்பயிர் நிலங்களில் சோளத்தையும் சோயாவையும் அடுத்தடுத்த ஆண்டுகளில் வளர்த்தார்கள். இப்போது எல்லோரும் சோயாவே வளர்த்துக் கொண்டிருக்கிறார்கள். அப்படியானால் சோளம் வேறு எங்கோ வளர்க்கப்படுவதாக அர்த்தம். தாவர எண்ணெய்க்காக ஐரோப்பாவும், அமெரிக்காவும் எண்ணெய் வித்துக்கள் வாங்குவது மறைமுகமாக வெகுதொலைவில் உள்ள இயற்கைக் குடிகளின் உணவு ஆதாரத்தைச் சிதைக்கிறது. இதைத்தான் எங்கள் நவ்தான்யா அமைப்பு உணவிற்கும் எரி எண்ணெய்க்கும் மோதல் என்று ஆய்வில் நிரூபித்தது. பசும் புல்வெளிகளும், பொது வெளிகளும் சட்டீஸ்கரில், ராஜஸ்தானில் அழிக்கப்பட்டு தாவர எண்ணெய்க்கான ஆமணக்கு வளர்க்கப்படுகிறது.

கார்னல் மற்றும் பெர்க்லேயில் பேராசிரியர்களாக இருக்கும் டேவிட் பிமெண்டல், டெட் பட்ஜெக் இருவரும் தங்கள் ஆய்வில் உணவுப்பயிர் நிலங்கள் தாவர எண்ணெய்க்கு மாற்றப்பட்டதில் எதிர்மறையான ஆற்றல் விளைவுகளையே அளித்துள்ளதாகக் காட்டியுள்ளனர். தாவர எண்ணெய் தயாரிப்பதற்காக அதிக புதைஎரி எண்ணெயும் சேர்த்தே பயன்படுத்தப்பட்டதாகக் கூறியுள்ளனர். ஒரு காலன் எத்தனால் தயாரிப்பிற்கு 1.5 காலன் கேஸோலின் எடுத்துக்கொள்ளப்பட்டிருக்கிறது. 0.688 சுவிட்ச் புல் எத்தனாலுக்கு, 0.534 சோயா எத்தனாலுக்கு, 0.778 யூனிட் சோள எத்தனால் தயாரிப்பிற்கு ஒரு யூனிட் புதைவு எரி எண்ணெய் செலவிடப்பட்டிருக்கிறது. எண்ணெய் சுத்திகரிப்பிற்கு அமெரிக்க அரசு செலவிடும் ஆற்றலை பிமெண்டலும், பட்ஜெக்கும் விமர்சித்து உள்ளனர். ஒருவகையில் இந்த புதிய ஆற்றலுக்கான முதலீடும் புதிய கழிவுகளைக் காற்றுமண்டலத்தில் நிரப்பிக்கொண்டிருக்கிறது. பிமெண்டலும், பட்ஜெக்கும் ஒட்டுமொத்த ஆற்றல் சமநிலையைக் கணக்கிட விமர்சிக்க உரிமை பெற்றுள்ளனர்.

2006இல் அமெரிக்க அரசு தனது 20 சதவீத சோள எண்ணெயைச் செலவிட்டு 5பில்லியன் காலன் எத்தனால் உற்பத்தி செய்துள்ளது. தனது

எண்ணெய்ப் பயன்பாட்டில் ஒரு சதவீத அளவிற்கு மட்டுமே இது ஆதரவளிக்கும். அமெரிக்காவில் விளையும் 100 சதவீதம் சோளத்தையும் செலவிட்டு எத்தனால் தயாரித்தால் அது எரி எண்ணெய்ச் செலவில் 7 சதவீதத்தை மட்டுமே ஈடுசெய்யும். அமெரிக்காவின் மொத்த சோயாவையும் சோளத்தையும் தாவர எண்ணெயாக மாற்றினால் அதன் பயன்பாட்டில் 12 சதவீதம் கேஸோலின்னையும் 6 சதவீதம் டீசல் செலவீனத்தையும் மட்டுமே அது நிறைவு செய்யும். அமெரிக்காவின் மொத்த செலவீட்டையும் அது தாவர எண்ணெய்க்கு மாற்றினால் சோள எத்தனால் தயாரிக்க 1.4 மில்லியன் சதுர மைல்கள் சோளம் பயிரிட வேண்டும் அல்லது சோயா டீசல் தயாரிக்க வேண்டும் என்றால் 8.8 மில்லியன் சதுர மைல்கள் சோயா பயிரிட வேண்டும். இந்தப்பரப்பளவு அமெரிக்காவின் மொத்த விவசாய நிலப்பரப்பையும் விட அதிகம். அமெரிக்காவின் காடுகளில் பசுந்தாவரங்களில், புல் வெளிகளில் செலவிடப்படும் சூரிய சக்தியைத் திரட்டினால் அந்த சக்தியில் பாதி அளவுதான் அமெரிக்கா ஒரு ஆண்டிற்கு புதைஎரி எண்ணெயைச் செலவிடுகிறது. எனவே பெட்ரோல் மாற்றிற்கும் பருவநிலை நெருக்கடிக்கும் தாவரஎரி எண்ணெய் சரியான தீர்வாக இருக்கமுடியாது.

தேவைப்படும் எல்லா ஆற்றல்களுக்கும் எத்தனால் பயன்படுத்துவதென்றால் அது வேறுவிதமான நெருக்கடியை உருவாக்கும். ஒரு காலன் எத்தனால் தயாரிக்க 1700 காலன் தண்ணீர் செலவிட வேண்டும். சோளத்திற்கு மற்ற பயிர்களைவிட அதிக நைட்ரஜன் உரமும், பூச்சி மருந்துகளும் இடவேண்டும். அமெரிக்காவில் தயாரிக்கப்படும் அனைத்துத் தாவர எரி எண்ணெய்களிலும் 99 சதவீதம் எத்தனால்தான் தயாரிக்கப்படுகிறது. 2004இல் 3.4 பில்லியன் காலன் எத்தனால் தயாரிக்கப்பட்டு அதனுடன் கேஸோலின் கலக்கப்பட்டது. அந்த கேஸோலின் அளவு அமெரிக்காவின் எரிவாயு நுகர்வில் 2 சதவீதம்.

மேற்கத்திய நாடுகளில் தாவர எண்ணெய்த் தயாரிப்பிற்கு மானியம் வெள்ளமாக அளிக்கப்படுகிறது. எத்தனாலுக்கான ஆதரவு விலை அமெரிக்காவில் லிட்டருக்கு 0.29 டாலரிலிருந்து 0.36 டாலர். ஐரோப்பாவில் ஒரு லிட்டருக்கு 1 டாலர். தாவர டீசல் கனாடாவில் 0.20 டாலர், ஸ்விட்சர்லாந்தில் 1 டாலர். அமெரிக்காவில் 2007இல் மக்களின் வரிப்பணம் 6 பில்லியன் டாலர் எத்தனால் தயாரிப்பாளர்களுக்கு மானியமாக வழங்கப்பட்டது.

2008இல் அரசாங்கம் வரிக்கடன் அறிமுகப்படுத்தியது. ஒரு காலன் எத்தனாலுக்கு 0.51 டாலர். கேஸோலின் பயன்பாட்டை 2012இல் இரட்டிப்பாக்க வேண்டும் என உத்தரவிடப்பட்டுள்ளது. சோள எத்தனால்

பயன்பாட்டிற்காக நுகர்வோர் அளிக்கும் மானியத்தொகை ஆண்டிற்கு 8.4 பில்லியன் டாலர்கள்.

அமெரிக்காவில் தாவர எண்ணெய்க்கான மானியம் அளித்தல் உணவு பொருட்களில் பெரும் தாக்கத்தை ஏற்படுத்தி இருக்கிறது. உதாரணத்திற்கு 2007இல் சோள எத்தனால் தயாரிப்பினால் உலக அளவில் சோளத்திற்கு பாதி அளவு நெருக்கடியானது. அதே உண்மை ஐரோப்பாவிலும், அமெரிக்காவிலும் தாவர டீசலுக்குப் பயன்படும் எண்ணெய் வித்துக்கள் விசயத்திலும் ஏற்பட்டது. இந்த விலை உயர்வு ஒருவகையில் உணவு உற்பத்தியாளர்களுக்கு நல்லது தான். ஆனால் நுகர்வோருக்கு குறிப்பாக ஏழை மக்களுக்கு, உணவு இறக்குமதி நாடுகளுக்கு துயரம் தருகிற ஒன்றாகும். தாவர எண்ணெய் தயாரிப்பினால் நிலமும் நீரும் நெருக்கடிக்குரிய ஒன்றாகி விட்டது.

மானியங்கள் விவசாயக் கொள்கையில் பல திருப்பங்களை உருவாக்கும். விவசாயிகள் உணவுப்பயிர் வேளாண்மை செய்வதில் இருந்து எரி எண்ணெய் பயிர்களுக்கு ஊக்குவிக்கப்படுவார்கள். அது ஒற்றைக் கலாசாரத்திற்கும், விவசாயத்தைத் தொழில்மயப்படுத்தலுக்கும் வழிவகுக்கும். அதனால் பருவநிலை நெருக்கடி மேலும் அதிகரிக்கும். இறுதி விளைவாக தாவர எண்ணெய் பருவநிலைத் தடுமாற்றத்தையும் நெருக்கடியையும் குறைப்பதற்குப் பதிலாக அதிகரிக்கவே செய்யும்.

பட்ஜெக் கூறுவது அமெரிக்கா அதிகளவு காலம், பணம், இயற்கை ஆற்றல் திருப்பிச்செலுத்த முடியாத அளவு புதைஎரி எண்ணெய் என பலதையும் வீணாக்கி விட்டது. ஒரேதீர்வு இனி புதை எண்ணெய்ப் பயன்பாட்டைக் கட்டுப்பாட்டிற்குள் கொண்டு வருவதுதான். அது தவிர்த்த எந்த முயற்சியும் தேசிய அழிவிற்கே இட்டுச்செல்லும்.

இத்தாலியை எடுத்துக்கொண்டால் எரிவாயுவிலும், டீசலிலும் ஐரோப்பியத் தேவையில் 5 சதவீதமே எடுத்துக்கொள்கிறது. அதை தாவர எண்ணெய்க்கு மாற்றுவதானால் 69 சதவீதம் அதிகமான நிலம் எண்ணெய்ப் பயிர் வளர்ப்பதற்குத் தேவைப்படும். அதற்கு தேசத்தின் மொத்த நிலத்தையும் பயன்படுத்த வேண்டும். 102 சதவீதம் அதிகமான நீர், 40 சதவீதம் அதிகமான இரசாயன உரம் தேவைப்படும். இங்கிலாந்து 2008இல் 2.5 சதவீதம் தாவர எண்ணெயைப் பயன்படுத்துவது என்று இலக்கு நிர்ணயித்து உள்ளது. அதை 2010இல் 5சதவீதமாக மாற்றுவது எனவும் திட்டம் வைத்துள்ளது. தாவர எண்ணெய்ப் பயன்பாட்டை கட்டாயப்படுத்துவது அழிவிற்கு அஸ்திவாரம். நோயைத் தீர்ப்பதற்குப் பதிலாக மேலும் தீவிரமாக்கும் நடவடிக்கை.

இக்கோளமும் ஏழைமக்களும் தங்களது மழைக்காடுகளை இழக்கின்றனர். இக்கோளத்தின் இதயம், நுரையீரல், ஈரல் அனைத்தும் சோயாவிற்காக, சோளத்திற்காக புல்டோசர் கொண்டு நிரவப்படுகின்றன. பிரேசிலில் 22.2மில்லியன் ஹெக்டேர் சோயா தாவரத்திற்காக மாற்றப்பட்டு, 2004-5இல் 50 மில்லியன் டன்னுக்கும் மேலாக உற்பத்தி செய்யப்பட்டுள்ளது. பிரேசிலில் மேலும் 60 மில்லியன் ஹெக்டேர் நிலம் சோயா தங்க வேட்டைக்காக தயார்படுத்தப்பட்டு வருகிறது. 1995இல் இருந்து பிரேசிலில் ஆண்டிற்கு 3.2 சதவீதம் சோயா வேளாண்மை உயர்த்தப்பட்டு வந்தது. பிரேசிலின் நிலத்தில் 21 சதவீதம் சோயா வைக்கப்பட்டுள்ளது. 300000 மக்கள் சோயா பயிர் வைப்பிற்காக ரியோ கிரேண்டே டு சல் பகுதியில் இருந்து இடப்பெயர்வு செய்யப்பட்டுள்ளனர். 2003 ஜனவரியில் இருந்து 70,000 கிலோமீட்டர்கள் பிரேசிலின் அமேசான் மழைக்காடுகள் அழிக்கப்பட்டு சோயா தாவர எண்ணெய்க்காக பயிர் செய்யப்படுகின்றது. பெரும் நிறுவனங்களான கார்கில், ஏடிஎம், பங்கே நிறுவனங்கள் பசுமை அமைதியின் பெயரால் அமேசான் அழிப்பின் மூளையாக இருந்து செயல்படுகிறார்கள். 1990லிருந்து இந்தோனேசியாவில் 28 மில்லியன் ஹெக்டேர் நிலம் காடுகள் அழிக்கப்பட்டு பனை மரங்கள் நடப்பட்டுள்ளன. இதில் அனைத்திலும் ஏழைமக்களே இழப்பிற்குள்ளாகின்றனர். அவர்களுக்குத் தேவையான உணவு உற்பத்திக்கான நிலம், நீர் அனைத்தும் காருக்கு எண்ணெயாகி எரிய, மக்கள் பட்டினியால் வயிறு எரிகின்றனர்.

தானியங்கி வாகனத்திலும், வேளாண் வர்த்தகத்திலும் லாபம் ஈட்டுபவர்கள் ஒருவரே. பெட்ரோல் முடிவிற்கு வருவதும், பருவநிலை மாற்றமும் ஒருபுறம் இருந்தாலும் தாவர நீர்ம எண்ணெய் உற்பத்தியால் கார் தயாரிப்பு செய்து தொடர்ந்து விற்பனை செய்யமுடிகிறது. எரிபொருள் விளைவால் ஏதேனும் நடந்திருந்தால் அதையெல்லாம் தவிர்த்துவிட்டு முன்னேற தாவர எண்ணெய் அவர்களுக்கு இன்னொரு வழியைத் திறந்து விட்டிருக்கிறது. *தி கார்டியன்* பத்திரிகையில் சூழலியல் பத்தி எழுகிற ஜார்ஜ் மோன்பியாட் எழுதுகிறர்:

> ஐரோப்பியன் கமிஷன் பெட்ரோல் ஆற்றல், தாவர எண்ணெய் இரண்டிற்கும் இடையில் நேரடியான வாய்ப்பை தெரிவு செய்திருக்கிறது. அது கார் கம்பெனிகளுக்கு அடுத்துத் தயாரிக்கும் புதிய கார்கள் வெளியேற்றும் கார்பன் அளவை 2012க்குள் கிலோமீட்டருக்கு 120 கிராமாகக் குறைக்க வேண்டும் என்று வலியுறுத்தி உள்ளது. ஆனால் இதுகுறித்து ஏஞ்சலா மார்கெல் கார் கம்பெனிகள் சார்பாக அரசிடம் பேச்சுவார்த்தை நடத்தி அந்த நிர்ணய அளவை 130 கிராமாக உயர்த்தி இருக்கிறார். தாவர எண்ணெய்ப் பயன்பாடு அதிகரிக்கும் போது கார்பன் கழிவு வெளியேற்ற அளவு மேலும் குறைக்கப்பட

வேண்டும் என்று வலியுறுத்தப்பட்டுள்ளது.

சோயா, சோள, பனை தாவர எண்ணெய்கள் சந்தையை விரிவாக்குவதன் மூலம் வேளாண் வியாபாரம் பலனடைகிறது. மேலும் அதிகமான முளைப்புத்திறன் கொண்ட விதைகளை விற்று மான்சாண்டோ அர்ஜென்டினா, பிரேசில் நாடுகளில் இருந்து நல்ல ராயல்டி லாபம் பெறும். உரங்கள், வேளாண் வேதிப்பொருட்கள், தாவர எண்ணெய்க்குத் தேவையான பொருட்களின் விலையை உயர்த்தி லாபத்தின் அளவை கார்கில் அதிகரித்துக் கொள்ளும்.

தாவர எண்ணெய் வித்துக்களில் கார்ப்பரேட்டுகளின் கட்டுப்பாடு

	உயர் கார்ப்பரேட்டுகள்	கார்ப்பரேட் கட்டுப்பாடு
சோள விற்பனை ஏற்றுமதியில்	கார்கில், ஏடிஎம், கான்ஆக்ரா	யுஎஸ் (யுஎஸ்) 80சதவீதம்
சோள விதைகள்	மான்சாண்டோ, டூபான் சின்ஜண்டா	மான்சாண்டோவிற்கு 41% உலகச்சந்தை
சர்க்கரை வர்த்தகம் (பிரேசில்)	கார்கில், லூயிஸ்ட்ரேபஸ் கோஸன், டெரிரோஸ், சக்டன்	பிரேசிலிலிருந்து கப்பல் ஏற்றுவது கார்கில்
உலக பனை எண்ணெய்	வில்மர், ஐஒஐ, கார்கில் சினர்ஜிடிரைவ்	மலேசியாவில்60% வர்த்தகம் கார்ப்பரேட்டுகளும், 9% தனியாரும்.
உலக சோயா வர்த்தகம்	பங்கே, ஏடிஎம், கார்கில் லூயிஸ்ட்ரேபஸ்	மூன்று கார்ப்பரேட்டுகள் ஐரோப்பாவை கட்டுப் படுத்துகின்றன
சோயா வித்துக்கள்	மான்சாண்டோ, டூபான்	மான்சாண்டோ உலக சந்தையை 25% கட்டுப்படுத்துகிறது.

தாவர எண்ணெயின் தொழில் விரிவாக்கம் தொடர்ந்த பயன்பாட்டிற்கும்

மரபீனிப் பயிர்களைச் சட்டபூர்வமானதாக மாற்றுவதற்கும் பின்புலத்தை உருவாக்கித் தருகிறது. பல்வேறு நிறுவனங்களும் மான்சாண்டோவுடன் இணைந்து எண்ணெய்த் தாவரங்கள் மாற்றுருவாக்கத்திற்கும், உற்பத்தியை அதிகரிப்பதற்கும், இரண்டாம் தலைமுறை உணவல்லாத செதிற்புல் உமி, மரப்பட்டை போன்றவற்றில் இருந்து எண்ணெய் எடுப்பதற்குமான முயற்சிகளில் ஈடுபட்டு வருகின்றன. குறைவான தரமுடைய தாவரச்சொதி, கூட்டுத்தாவரச் செல்கூடு ஆகியவற்றில் எண்ணெய்க் கூறுகளையுடைய மரபுப் பொறியியல் தாவரங்களை உருவாக்குவதற்கும் முயற்சிகள் மேற்கொள்கிறார்கள்.

உணவுப் பயிர்களில் இருந்து எண்ணெய் எடுக்கப்படுவதால் உணவுப் பாதுகாப்பிற்கு ஏற்படும் அச்சம் குறித்த குரலுக்குச் செவிசாய்த்து இப்போது இரண்டாம் தலைமுறை தாவர எண்ணெய் நுட்பத்தொழிலில் தீவிரம் காட்டப்பட்டு வருகிறது. மாற்று முயற்சிகள் வெற்றி அடைந்தாலும் அவற்றைப் பயிர்செய்வதற்கு எடுக்கப்படும் நிலம் உணவு வேளாண்மை செய்யும் நிலம் என்பதால் அப்போதும் உணவுக்கான அச்சத்தை நிராகரிப்பதற்கில்லை. பெரிய அளவில் ஒரேவிதமான பயிர் விவசாயம் செய்யப்படும்போது மண்ணின் உயிர் மூலகப் பாதுகாப்பு சிதைக்கப்படும், மீண்டும் அந்நிலத்தை உணவுபயிர் வைப்பதற்கான நிலமாக மாற்றுவது கடினமாகிவிடும். உணவுப் பயிருக்கு ஏற்றதாக மாற்றுவதற்கு நிலத்தில் போடப்படும் செயற்கை நைட்ரஜன் உரங்களும், நைட்ரஸ் ஆக்ஸைடுக் கழிவும் சேர்வதால் மீண்டும் பருவநிலை நெருக்கடி கூடுதலாகும்.

வேளாண் வியாபாரமும், தானியங்கி, எண்ணெய் ஆலைகளும் பருவநிலை நெருக்கடிக்கு ஆதாரமாகிறது. பருவநிலை நெருக்கடியைப் பயன்படுத்தி தமது சந்தை வாய்ப்புகளை மேலும் விஸ்தரித்துக் கொள்வார்கள். சந்தைச்செலவினங்கள் ஏழைமக்கள் தலையில் விடிவதால் மக்களிடம் பசியும் பட்டினியும் அதிகரிக்கும். பருவப் பேரிடர்களை மோசமான நிலைக்குத் தள்ளும்.

உணவுப்பாதுகாப்பை அச்சுறுத்தும் தாவர எரி எண்ணெய்

தாவர எண்ணெய்த்துறை மிக வேகமாக வளர்ந்து வருகிறது. அமெரிக்காவிலும், பிரேசிலிலும் எத்தனால் தொழிற்சாலைகள் நிறுவப்பட்டு வருகின்றன. ஐரோப்பாவும் இதை வேகமாக பின்பற்ற முயல்கின்றது. தாவர எண்ணெய் உற்பத்தியை பல அரசாங்கங்கள் ஊக்குவிக்கின்றன. தாங்கள் வழங்கும் எண்ணெயில் குறிப்பிட்ட சதவீதம் தாவர எண்ணெய் இருக்கும் என்று உத்தரவிடுகின்றன. தாவர

எண்ணெயை மிக அதிகமாக பெரிய அளவில் அமெரிக்கா கொண்டு வருவதற்குக் காரணம், அதற்கு இருக்கும் ஆற்றல் பற்றாக்குறை. அமெரிக்கா தாவர எண்ணெய் பயன்படுத்துவதை பிடல் காஸ்ட்ரோ கடுமையாக விமர்சிக்கிறார். அமெரிக்காவிற்கும் பிரேசிலுக்கும் இடையே நடந்த எத்தனால் ஒப்பந்தத்தில் நடந்த வஞ்சகத்தை இனப்படுகொலையை சர்வதேசியமாக்குதல் என்கிறார்.

அவ்வொப்பந்தம் புஷ்ஷின் காலுக்குக்கீழ் வந்ததும் அவர் மேற்கொண்ட இலத்தீன் அமெரிக்காப் பயணம் விரிவான எதிர்ப்பை உருவாக்கியது. பயணத்தின் நோக்கம் வளரும் நாடுகளில் தாவர எண்ணெய் உற்பத்தியை ஊக்குவிப்பது. குறிப்பாக கரீபியன், மத்திய அமெரிக்க நாடுகளில், உற்பத்தியை ஊக்குவிப்பது. உலகளாவிய தாவர எண்ணெய்ச் சந்தையை மேம்படுத்துவது. பிரேசிலும் அமெரிக்காவும் தாவர எண்ணெய் நுட்பத்தை வளர்ப்பதில் கூட்டாகப் பணியாற்றுவது என்று முடிவு காணப்பட்டது.

வாசிங்டனின் எத்தனால் மீதான ஈடுபாட்டை விரைவுபடுத்துவது என்று புஷ் ஏற்றுக்கொண்ட பின் அமெரிக்காவின் எண்ணெய்ப் பித்து தேசிய பாதுகாப்புப் பிரச்சனையை உருவாக்கி உள்ளது. காரணம் எண்ணெய் எப்போதும் அரசியல் நிலைத்தன்மை அற்ற பகுதிகளில் இருந்துதான் இறக்குமதி செய்யப்பட்டு வருகிறது. 2006இல் அமெரிக்கா 53 மில்லியன் டன் சோளத்தில் இருந்து 18மில்லியன் டன் எத்தனால் உற்பத்தி செய்தது. சோளம் எண்ணெய் உற்பத்திக்காகப் பயன்படுத்தப்பட்டதால் மற்ற உணவுப் பண்டங்களின் விலை உயர்ந்தது. உலக வங்கியின் உள்ளறிக்கை தாவர எண்ணெயால் உலக உணவு பொருட்களின் விலை 75 சதவீதம் உயர்ந்துள்ளது என்று கூறுகிறது.

தாவர எண்ணெய் உற்பத்திக்காக சோளமும், சோயாபீன்சும் பயன் படுத்தப்படுவதால் உலக அளவில் உணவுப்பொருட்களின் விலை 10 சதவீதம் உயர்ந்துள்ளது என்று சர்வதேச நிதி நிறுவனம் கூறுகிறது. தாவர எண்ணெய் உணவு தானியங்களின் விலையை அதிகரித்துள்ளது. அதற்கு மிகச்சரியான உதாரணம் மக்காச்சோளம். அதன் விலை 2000இல் 23%ம், 2005 - 6இல் 50சதவீதமும் உயர்ந்தது. காரணம் அமெரிக்காவின் எத்தனால் திட்டம். மானிய அறிவிப்பும், மீள் ஆற்றல் அறிவிப்பும் 2005இல் செய்யப்பட்டதை அடுத்து அமெரிக்கா முன்னிலும் கூடுதலாக சோள எண்ணெய்த் தயாரிப்பின் பக்கம் திரும்பியது. உலகின் மிகப்பெரிய சோள ஏற்றுமதியாளர் அமெரிக்கா. அது தாவர எண்ணெய் சோளத்தில் தயாரிப்பதை விரிவாக்கியதால் உலகின் தானிய இருப்பு குறைந்து சோளமாவுத் தயாரிப்பு உணவுபொருட்களின் விலை உயர்ந்தது. தாவர டீசல் தயாரிப்பும் பெரிய அளவில் செய்யப்பட்டதால் தாவர சமையல்

(சோயா, பனை எண்ணெய், வித்துக்கள் எண்ணெய்) எண்ணெயின் விலையும் உயர்ந்தது. சிரீல் (சோள அவல்) மீதான விலை உயர்வு அடுத்த வரத்து இல்லாததால் தொடர்ந்து நெருக்கடியிலேயே இருந்தது.

உலகளவில் வேளாண் பொருட்களின் விலை உயர்விற்கான அறிகுறி 2004-2006க்கு இடையில் தெரியத் தொடங்கிவிட்டது. சோள விலை 54 சதவீதம், கோதுமை 34%, சோயாபீன்ஸ் எண்ணெய் 71%, சர்க்கரை 75%. தாவர எண்ணெய் நெருக்கடி தொடர்ந்ததாலும், வேளாண் உற்பத்தி செய்யும் நாடுகளில் வறட்சி நிலவியதாலும் இந்தப்போக்கு 2007 வரை நீடித்தது. 2006க்கும் 2008க்கும் இடைப்பட்ட காலத்தில் உலக அளவில் உணவுப்பண்டங்களின் விலை 83 சதவீதம் உயர்ந்ததாக உலக வங்கி அறிக்கை கூறியது. 2008 இல் மத்திய மேற்கு அமெரிக்காவில் வெள்ளம் ஏற்பட்டதால் தொடர்ந்து இந்த நெருக்கடிப்போக்கு நீடிக்கும் என்று கூறப்பட்டது. கோதுமையின் விலை 2006 அறுவடைக்காலத்தில் இருந்தே 35 சதவீதம் உயர்ந்து வந்தது. அதே காலகட்டத்தில் சோளத்தில் விலை 28% உயர்ந்தது. சோயாபீன் எண்ணெய் உயர்ந்ததற்குக் காரணம் அதற்கான நெருக்கடி சீனா, அமெரிக்கா, ஐரோப்பா மூன்று இடங்களிலும் ஒரே நேரத்தில் ஏற்பட்டதுதான். ஹாம்பர்க்கைச் சேர்ந்த உலக எண்ணெய் அமைப்பின் எண்ணெய்வித்துக்கள் நிபுணர்கள் முன்னுரைத்தது. 2007, 2008 இல் எண்ணெய் வித்துக்கள் 17,18 மில்லியன் டன்கள் வரவு இருந்தாலும் உணவு நெருக்கடி உறுதியான ஒன்றாக இருந்ததற்குக் காரணம் வேளாண் உற்பத்தியை அமெரிக்கா தாவர எண்ணெய்க்கு எடுத்துக் கொண்டதுதான். அப்படி எடுக்காமல் இருந்திருந்தால் 2008 அதீத விளைச்சல் கண்ட ஆண்டாக இருந்திருக்கும்.

விரும்பத்தகாமல் உணவுத்தானிய நெருக்கடியின் விலை சந்தைக்கு அப்பால் ஏழைமக்கள் மீது இறங்கியது. பிரேசிலைச் சேர்ந்த நில உழைப்பாளர்களின் இயக்கம் போராட்டத்தை அறிவித்தது. தாவர எண்ணெய் உற்பத்தி அதிகரிப்பு உலகிற்கு பசியைத் தூண்டிவிட்டிருக்கிறது. வயிற்றைக் காலியாக வைத்துக்கொண்டு எங்களால் தானியக் கிடங்குகளை நிரப்ப முடியாது.

எரிபொருளுக்காக தானியங்களைத் திருப்பியது சோயா, சோள தானியங்களின் விலையை உயர்த்தி இருந்தது. பொருட்களின் விலை உயர்ந்ததால் மெக்சிகோவில் கலவரம் வெடித்தது. நாற்பது நாடுகளுக்கும் மேலாக உணவுக்கலவரம் வெடித்தது. ஆனால் இது ஒரு தொடக்கம் மட்டுமே.

வேளாண் தானியங்களின் விலை உயர்விற்குக் காரணம் தாராள வர்த்தக

மயம், உலக மயம். இந்தியாவிலும் உணவுத் தானியங்கள் எத்தனாலுக்கு மாற்றப்பட்டது. ஒருபுறம் விலை உயர்வினால் விவசாயிகளுக்கு நல்ல விலை கிடைக்கும் என்று கூறப்படுகிறது. இந்தியாவில் தாவர எண்ணெய்க்கான பயிர் கரும்பு, சோளம். இந்தியா கிட்டத்தட்ட பிரேசில் அளவிற்கு அதிகமாக கரும்பு பயிர்செய்கிறது. ஆனால் பிரேசிலில் கரும்பு 55 சதவீதம் எத்தனாலுக்கும் பயன்படுத்தப்படுகிறது. இந்தியா பெரும் சர்க்கரை உற்பத்தியாளர். இந்திய ஆலைகள் இப்போது மனிதர்களுக்கு சக்தி அளிக்கும் சர்க்கரையை கார்களுக்கு எண்ணெய் அளிப்பதற்காக மாற்றுவதற்கு ஊக்குவிக்கப்படுகின்றன. மித வெப்பமண்டலப் பகுதிகளில் வளர்க்கப்படும் சோளம் எண்ணெய்த் தயாரிப்பில் அடுத்த இலக்காகக் கொண்டு ஊக்குவிக்கப்படுகின்றது. உலக வங்கியின் கீழ் இயங்கும் மிதவறண்ட பகுதிகளுக்கான சர்வதேச தானிய ஆய்வு நிறுவனம் பொதுநிதியைப் பயன்படுத்தி உணவு தானியமாகப் பயன்பட்டு வந்த சோளத்தை தாவர எண்ணெய்க்காக பயிர் செய்ய ஊக்குவிக்கிறது. டாட்டா, சீக்கிராம் போன்ற கார்ப்பரேட்டுகள் இப்போது சோள தாவர எண்ணெய்த் தயாரிப்பு வளையத்தினுள் குதித்துள்ளன. டாட்டா 60,000 லிட்டர் தாவர எண்ணெய்த் தயாரிப்பு ஆலை ஒன்றை நந்தேதில் அமைத்துள்ளது.

இந்திய அரசாங்கம் 2002இல் எத்தனாலுடன் இணைந்த எரிவாயு வழங்கல் கொள்கையை அறிமுகப்படுத்தியுள்ளது. தானியங்கி வாகனங்களின் வெடிப்பை ஒட்டி இந்தியாவில் பெட்ரோல் விலை உயர்ந்துவிட்டதால் எத்தனால் வாயுவிற்குத் தேவை ஏற்பட்டுள்ளது. தேவையையொட்டி வழங்கும் சூழல் உருவாகி வருகிறது. எத்தனாலின் தேவை 132 மில்லியன் காலனாக இருக்கும்போது உற்பத்தி வெறும் 32 சதவீதமாக இருக்கிறது.

அர்ஜெண்டினாவில் மிகப்பெரிய சூழலியப் பன்மப் புல்வெளிப் பகுதி சோயா பயிர் வளர்ப்பிற்கு விரிவாக்கம் செய்யப்படுவதால் அழிவின் கட்டத்தில் உள்ளது. அர்ஜென்டினா சோயா ஏற்றுமதியில் பெரிய நாடாக வளர்ந்து வருகிறது. காடுகள் அழிப்பு இந்த வேகத்தில் தொடரும் என்றால் யங்காஸ் காடுகள் 2010இல் காணாமற்போய்விடும். இங்கு 1995இல் 2.3 மில்லியன் ஹெக்டேருக்கும் மேலான உலர், ஈர நிலங்கள் சோயா உற்பத்திக்காக எடுத்துக்கொள்ளப்பட்டிருக்கிறது. காடுகள் கரைகின்றன. மக்கள் இடம் பெயர்க்கப்படுகிறார்கள். ஐந்திற்கு மூன்று பேர் கிராமங்களில் இருந்து அர்ஜெண்டினா சேரிகள் நோக்கித் துரத்தப்படுகிறார்கள்.

மரபீனி மாற்றம் செய்யப்பட்ட சோயா தாவர எண்ணெய்க்காக சட்ட

அடிப்படையில் விஸ்தரிக்கப்படுகிறது. பிரேசில் ஜனாதிபதி லுலா மரபீற்று சோயா தாவர எண்ணெய்க்கும் நல்ல சோயா மக்கள் உணவிற்கும் நல்லது என்று கூறியுள்ளார். அமேசான் காடுகள் சோயாவிற்காக, கால்நடைகளுக்காக, தாவர எண்ணெய்க்காக அழிக்கப்படுகின்றன. போர்னியோ மழைக்காடுகள், சுமத்திரா மழைக்காடுகள் பனை எண்ணெய்க்காக அழிக்கப்படுகின்றன. உலகில் 90 சதவீத பனை எண்ணெய் மலேசியா, இந்தோனேசியாவில் உற்பத்தி ஆகிறது. இந்தோனேசியாவில் உள்ள பனை வளர்ப்புப் பகுதி காடுகள் அளவிற்கு மூன்று மடங்கு விரிவுபடுத்தப்பட்டுள்ளது. அடுத்து மேலும் சுமத்திரா, கலிமந்தான், சூளாவேசி, மேற்கு பாபுவாக காடுகளில் 20 மில்லியன் ஹெக்டேர் காடுகள் பனை வளர்ப்பிற்காக ஒதுக்கப்பட்டுள்ளன. உலகின் மிகப்பெரிய எண்ணெய்ப் பனை வளர்ப்பிற்கான பகுதியாக 1.8 மில்லியன் ஹெக்டேரில் பண்ணை அமைக்கப்பட்டுவிட்டது. தென்கிழக்கு ஆசியாவில் காடுகள் அழிப்பிற்கு பனை எண்ணெய்த் தயாரிப்பு முக்கிய பெரும் காரணியாக இருக்கும். மலேசியாவிலும் பனை எண்ணெய்க்காக மழைக்காடுகள் அழிக்கப்படுவதால் எண்ணற்ற உயிரினங்களும், விலங்குகளும் காணாமற் போய்விட்டன. முற்றிலும் பனை எண்ணெயில் இருந்து பி100 எனும் தாவர டீசல் தயாரிப்பதற்காக 54 ஆலைகள் உருவாக்கப்பட்டுள்ளன.

நீர்ப் பற்றாக்குறையை உருவாக்கும் தாவர எண்ணெய்

சர்வதேச நீர் மேலாண்மை நிறுவனத்தின் ஆய்வு இந்தியாவும் சீனாவும் உணவுப்பயிர்களில் இருந்து பெரிய அளவில் தாவர எண்ணெய் தயாரிக்க வைத்திருக்கும் திட்டங்கள் அதன் நீர்த் தேவையை பெரும் நெருக்கடியில் கொண்டு தள்ளி விடும். எதிர்கால உணவுத் தேவையைச் சந்திக்க முடியாத நிலைக்குத் தள்ளிவிடும். இந்நாடுகளில் பல பகுதிகளில் இப்போதே நீர்ப் பற்றாக்குறை நிலவுகிறது. தாவர எண்ணெய் உற்பத்தி ஆற்றுநீர்ப் பயன்பாட்டு முறைக்கும் நிலத்தடி நீருக்கும் மிகப்பெரிய அச்சுறுத்தலாக மாறும். சீனா தனது தாவர எண்ணெய் உற்பத்தியை 2002இல் இருந்து 2020க்குள் 3.6 பில்லியன் லிட்டரில் இருந்து 15 பில்லியன் லிட்டராக, நான்கு மடங்கு உயர்த்தத் திட்டமிட்டுள்ளது. அல்லது அதன் எரி வாயுத்தேவையில் 9 சதவீதத்தை தாவர எண்ணெய் மூலமாக ஈடுசெய்யத் திட்டமிடுகிறது. இந்தியாவும் இதேபோன்ற மூர்க்கமான கொள்கை கொண்டுள்ளது. இந்த இலக்குகளை இவை அடைய சீனா மேலும் 26 சதவீதம் சோள உற்பத்தியும், இந்தியா 16 சதவீத கரும்பு உற்பத்தியும் செய்தாக வேண்டும். அவ்வாறு உற்பத்தி செய்ய கூடுதலாக தலை

ஒன்றிற்கு 75 லிட்டர் சீனாவிலும், 70 லிட்டர் இந்தியாவிலும் பாசன நீர் தேவைப்படும். உலக சுகாதார நிறுவனம் பரிந்துரைத்த 20 லிட்டர் பல இடங்களில் இன்னும் வழங்கப்படவில்லை. இந்த உயரும் அளவு நிஜத்தில் கடுமையான நெருக்கடியைத் தரும்.

தாவர எண்ணெய்ப் பயிரும், உணவுப்பயிரும் நீருக்காக ஒன்றுக்கொன்று போட்டியிட்டுக் கொண்டிருக்கும். அதன் பயன்பாட்டில் ஏற்றத்தாழ்வான நிலை உருவாகும். இது உலக நீர்மேலாண்மை நிர்வாகம் செய்த மிகவும் குறிப்பிடத்தகுந்த முக்கியமான ஆய்வாகும். அது 700 நீர் நிபுணர்களிடம் இருந்து திரட்டப்பட்டு மேற்கொண்ட முடிவாகும். இப்போதே உலகில் மூன்றில் ஒருபங்கு மக்கள் நீர்ப்பற்றாக்குறையில் இருக்கின்றனர். மேலும் 2, 3 பில்லியன் மக்கள் தொகை உயரும்போது உணவுப் பகிர்வு குறையும். இவர்களின் உணவுத் தேவையை ஈடுகட்டும் உணவு உற்பத்தி செய்ய 20லிருந்து 55 சதவீத நீர்த்தேவை அதிகரிக்கும். தாவர எண்ணெய்த் தயாரிப்பால் இவ்வுயர்வு கணக்கில் எடுக்கப்படவில்லை. நீர் பயன்பாட்டு முறையில் ஏற்படும் பிரச்சனையை வைத்துக்கொண்டு அனைவருக்குமான உணவுப் பாதுகாப்பை எட்டுவது மேலும் சிக்கலான ஒன்றாகும்.

இந்தியாவில் உள்ள ஏழைமக்கள் எவ்வாறு பாதிக்கப்படுகின்றனர்?

உணவுநெருக்கடி குறித்த அச்சம் இந்தியாவில் நிஜமாகிக் கொண்டிருக்கிறது. உலக வங்கியின் 2008 உலக வளர்ச்சி அறிக்கையின்படி வளரும் உணவுத் தேவையை 2030இல் எதிர்கொள்வதற்கு இப்போதுள்ள உற்பத்தியை 50 சதவீதம் அதிகரித்தாக வேண்டும். தாவர எரி எண்ணெய்க்கு மாறினால் நெருக்கடி இன்னும் கூடுதலாகும். கோதுமை இறக்குமதி செய்யுமானால் அதன் உலக விலை எப்போதும் உயர்ந்துகொண்டே இருக்கும். சர்வதேச கோதுமை விலை 2008இல் எப்போதும் இல்லாத அளவிற்கு 83 சதவீதம் உயர்ந்தது. 2008இல் உலக வளர்ச்சி அறிக்கை, விவசாய வளர்ச்சியின் மீது கவனம் செலுத்தி இருந்தது. உணவுப்பொருட்களின் விலையின் வீழ்ச்சிப்போக்கு நீடித்து வருவது முடிவிற்கு வரலாம் என்றும், உலகம் தொடர்ந்து விலை உயர்வை எதிர்நோக்கி இருப்பது உணவுப் பாதுகாப்பின்மையை சேர்க்கும் என்றும் எச்சரித்துள்ளது. ஜூன் 2008இல் எரிவாயுவின் விலையையும், டீசல் விலையையும் 10 சதவீதம் உயர்த்த வேண்டிய நிலைக்கு இந்திய அரசு தள்ளப்பட்டது. அதன் தாக்கம் உணவின் விலை மீதும் இருந்தது. ஏதேனும் ஒன்றின் உயர்வு இறக்குமதியைச் சார்ந்து இருக்குமானால் அதன் மூலமாக

உணவுப்பொருட்களின் விலையும் உயர்ந்து அது அரசியல் பொருளாதாரப் பிரச்சனைக்கு ஆதாரமாகிவிடும். உணவிற்கும், எரிபொருளுக்குமான வீரியமான முரண்பாடு விலை உயர்வுக் கண்ணியாக இருக்கிறது என்று அந்த அறிக்கை எச்சரிக்கை விடுத்துள்ளது. இந்தியாவின் தாவர எண்ணெய்த் திட்டத்திற்குரிய உணவு தானியத்தை, உற்பத்திக்கான நிலத்தை, நீரை வழங்குவது பிரச்சனையை உருவாக்கும். அத்துடன் அது எரிபொருள் பிரச்சனைக்கோ, பருவநிலை நெருக்கடிக்கோ தீர்வளிக்கும் சக்தி மிக்கதாகவும் இல்லை.

இந்தியாவில் உணவு தானிய வேளாண்மையில் இருந்து நிலமோ மற்ற ஆதாரங்களோ தாவர ஆற்றலுக்குத் திருப்பி விடப்படுமானால் தேவையான உணவு வழங்கலுக்கு அது அச்சுறுத்தலாக முடியும் வாய்ப்பு இருக்கிறது. போட்டியின் வேகம் தாவர எண்ணெய் வேளாண்மைக்கும், உணவு உற்பத்தி வேளாண்மைக்கும் இடைநிலையைச் சார்ந்து இருக்கிறது. அதுதவிர தானிய உற்பத்தியைப் பொறுத்து கால்நடைகளுக்கான தீவன ஆற்றலும், தாவர ஆற்றலுக்கு மாற்றும் நுட்பமும் இருக்கிறது. தற்போது பல தானியப்பயிர் வகைகள் நீர்ம தாவர எரி எண்ணெய்க்கான மூல வித்துக்களாகப் பயன்படுகின்றன. அவற்றை உற்பத்தி செய்ய அதிக தரமான விவசாய நிலமும், குறிப்பிட்ட அளவு இரசாயன உரமும், பூச்சி மருந்துகளும், நீரும் தேவைப்படுகின்றன. இவை அனைத்திலும் இந்தியா பின்தங்கிய நிலையில் இருக்கிறது. அதற்கும் மேலாக தானிய விளைச்சல் பருவச்சூழலையும், மழைப்பொழிவையும் பொறுத்து இருக்கிறது. தாவர எண்ணெய்க்காக தானிய உற்பத்தியை அதிகரிப்பது என்றால் நீரை, பூச்சி மருந்துகளை, உரத்தை அதிகரிக்க வேண்டும். இது உரக் கம்பெனிகளுக்கு மட்டுமே பலன் தருவதாக அமையும். தாவர எண்ணெய் உற்பத்தி மூலம் உணவுப்பண்டங்களின் விலை இந்தியாவில் அதிகரிக்குமானால் குடும்பங்கள் போதிய உணவைப்பெற முடியாமல் போகும்.

விலைஉயர்வு ஏழைகளின் உணவுப்பாதுகாப்பை பாதிக்கும். காரணம் உரங்களுக்கு இருக்கும் முக்கியத்துவம், இயந்திரமய உள்ளீடு, விவசாய பொருட்களின் விலை நீண்டகாலமாக எந்த நிமிடத்திலும் ஏற்ற இறக்கம் உடையதாக இருந்து வருகிறது. இதில் தாவர எண்ணெய் உற்பத்தி இன்னொரு கூறாக சேருகிறது. தாவர எண்ணெய்க்கும் உணவு தானியங்களுக்கும் உள்ள உறவு உணவின் விலை உயர்வை அதிகப்படுத்தும்.

ஜாட்ரோபாவும்(காட்டாமணக்கு) நில அபகரிப்பும்

தாவர எண்ணெய்க்கான தாவரங்களில் ஒன்றாக இந்தியாவில் ஜாட்ரோபா முன்னிருத்தப்படுகிறது. ஜாட்ரோபா கார்கஸ் மத்திய அமெரிக்காவின் பூர்வ தாவரம் ஆகும். அங்கிருந்து போர்ச்சுகீசியர்களாலும், டச்சுக் கடலோடிகளாலும் ஆசியாவிற்கும் ஆப்பிரிக்காவிற்கும் கொண்டுவரப்பட்டது. இதை வேலிக்காகப் பயிரிடுகின்றனர். காரணம் இதை கால்நடைகள் மேயாது. அதன் விதை பிளம் பழ அளவில் இருக்கும். விதை 60 சதவீதம் எண்ணெய் அடங்கியது. தாவர எண்ணெய்க்காக கிராமப்புறங்களில் ஜாட்ரோபா பயிரிட விவசாயிகளுக்கு மானியம் அளித்து ஊக்குவிக்கப்படுகிறது. காலங்காலமாக வெற்று நிலங்களை கால்நடைத் தீவனப் புல்வெளிக்காக விட்டுவைப்பது பொதுவான வழக்கம். இப்போது உணவுத் தாவரமாக இல்லாத, சமையல எண்ணெயாகவும் இல்லாத தாவர எண்ணெயாகப் பயன்படும் ஜாட்ரோபா உணவிற்கு, நிலத்திற்கு, ஏழைமக்களின் வாழ்வாதாரத்திற்கு அடுத்தடுத்த ஆபத்தாக வந்து சேர்ந்திருக்கிறது.

சட்டிஸ்கரில் மலைவாழ் மக்களின் நிலத்தில் ஜாட்ரோபா பயிரிட அரசு விரும்புகிறது. அந்தப் பகுதிகளில் கடந்த 40 ஆண்டுகளாக அரிசி பயிரிட்டு வந்த மக்களின் இந்த நிலம் இப்போது பறிக்கப்படுகிறது. ராஜஸ்தானில் கிராமப்புற மக்கள் தங்கள் புல்வெளி நிலங்களை விட்டு வெளியேறுமாறு அரசு நிர்பந்திக்கிறது. அதை கிராமப் பஞ்சாயத்தின் மூலமாக மக்கள் எதிர்க்கிறார்கள். புறம்போக்கு நிலங்கள் ராஜஸ்தானில் பொது ஆதாரவளமாக இருக்கிறது. ஜாட்ரோபா பயிரிடுதல் பல இடங்களில் மக்களின் பொதுவெளியை கால்நடைகளின் வாழ்வாதாரத்தை மொத்தமாக சுருக்குகிறது. கால்நடைகள் ஏழைமக்களின் முக்கியமான வாழ்வாதாரமாக இருக்கிறது. அது அதிகமாக புல்லுக்காக பொதுவெளியைச் சார்ந்து இருக்கிறது. ஜாட்ரோபா புல்வெளிச் சாத்தியத்தை மறுக்கிறது.

தாவர எண்ணெய்க்கான வேளாண்மை இந்தியாவில் சமூகப்பொருளாதார அரசியல் பாதுகாப்பிற்கு அச்சுறுத்தலாக மாறிவருகிறது. இயற்கை ஆதாரவளங்களை மக்கள் உரிமையாக அங்கீகரித்து பரவலாக்கப்பட்ட ஜனநாயகத்தின் மூலம் முடிவெடுக்கும் செயல்பாடுகள் மதிக்கப்படவில்லை என்றால் நிலங்களின் பெயரால் ஏற்படும் மோதல்கள் அதிகமாகும். தாவர எண்ணெய்க்கான பயிர்வைப்பு நிலம் அதிகரிக்கும்போது மக்கள் நிலமும், உணவும் பறிக்கப்பட்ட நிலையில் பூர்வ இடத்தை விட்டு துரத்தப்படுவார்கள். தாவர எண்ணெய் வெகுவிரைவில் சமூக அமைதி குலைந்து வன்முறை நெருப்பில் ஊற்றுவதற்குரிய ஒன்றாகத்தான் இருக்கும். பசியை, பருவநிலை நெருக்கடியை, சூழலியல் மாசினை

உருவாக்கக் கூடியதாக இருக்கும்.

இந்தியாவின் தாவர டீசல் திட்டம்

இந்திய அரசு புதைவு டீசல் பயன்பாட்டில் 20 சதவீதம் தாவர டீசலைக் கொண்டுவரும் இலக்கு வைத்துள்ளது. அத்திட்டம் 4,00,000 ஹெக்டேர் நிலத்தில் 1.5 மில்லியன் டன் ஜாட்ரோபா எண்ணெய் வித்து மகசூலுடன் 2007இல் துவக்கப்பட்டது. அத்திட்டம் தொடர்ந்து 2012க்குள் ஜாட்ரோபா பயிரிடுவதை, எண்ணெய்ப் பிழிவு ஆலைகளை அமைப்பதை அதிகரிக்க அழைப்பு விடுத்துள்ளது. தாவர டீசல் இலக்கை எட்டுவதற்கு 11 மில்லியன் ஹெக்டேர் பயன்படுத்தப்படாத, வெற்று நிலங்களில் ஜாட்ரோபா பயிரிடுமாறு திட்டக் கமிஷன் வேண்டுகோள் விடுத்துள்ளது. பயன்படுத்தப்படாத என்ற சொல்லுக்கு என்ன பொருள் என்பது திட்டக் கமிஷனால் விளக்கப்படவில்லை. ராஜஸ்தானில் ஜாட்ரோபா தன்னிச்சையாக நிலத்தை அபகரித்துக் கொண்டுள்ளது.

தாவர எண்ணெய் போதையூட்டும் சொல்லாகி விட்டது. எண்ணற்ற கம்பெனிகள் ஜாட்ரோபா பயிரிடவும் எண்ணெய் உற்பத்தி ஆலைகள் அமைக்கவும் ரெக்கை கட்டிப்பறந்து கொண்டிருக்கின்றன. ராஜஸ்தான், மகாராஷ்டிரா, சட்டிஸ்கர் போன்ற மாநில அரசுகள் கடைசிப் பெட்டிகளாகத் தங்களையும் இணைத்துக் கொண்டு தங்களது மாநிலத்திற்கான தாவர எண்ணெய்க் கொள்கைகள் உருவாக்கவும், பெரிய அளவில் ஜாட்ரோபா பயிர்வைப்பை மேம்படுத்தவும் முயற்சிகள் மேற்கொண்டுள்ளன. அரசுகள் ஜாட்ரோபா எண்ணெய் வித்துக்கள் கொள்முதல் செய்யும் தனியார், சமூக அமைப்புகளை ஒருங்கிணைக்க முயற்சிகள் மேற்கொண்டுள்ளன. தொழில் முனைவோர், எண்ணெய்க் கம்பெனிகள், வர்த்தகர்கள், நிதித் துறையினர் ஆகிய அனைவரையும் சமையலற்ற எண்ணெய் தயாரிப்புத் துறைக்குள் கொண்டுவருவதற்கு வேகம் காட்டி வருகின்றன.

ஜாட்ரோபாவின் பன்மயக்கொள்ளை

டி1 எனும் உலக வணிக ஜாட்ரோபா விவசாய நிறுவனம், ஜாட்ரோபா பன்மக்கொள்ளையில் ஈடுபட்டுள்ளது. டி1 2005இல் சுனில் பூரி என்ற இந்திரா காந்தி விவசாயப் பல்கலைக்கழகத்தின் காடுகள் வளர்ப்புத் துறைத் தலைவரை சட்டிஸ்கரில் ராய்ப்பூரில் பணிக்கு அமர்த்திக்கொண்டது. சுனில் பூரி பல்கலைக்கழகத்தில் இருந்து பக்கத்தில் உள்ள டி1 பண்ணைக்கு

ஜாட்ரோபாவின் எண்ணெய்ச்சத்து மிகுந்த, நோய்களை உருவாக்கக்கூடிய, வறட்சியைத் தாக்குப் பிடிக்கக்கூடிய வகைகளை மாற்றிக் கொண்டார். உயர்ரக பெண்ட்ராவும் பல்கலைக்கழகத்தில் இருந்து திருடிக் கொள்ளப்பட்டது. ஆனால் அதை ராய்ப்பூரில் உள்ள வாடகைப்பண்ணை நிலத்தில் உருவாக்கியதாக டி1 சொல்லிக்கொண்டது. பூரி ஏற்கனவே இரண்டு ஆய்வுகளில் சட்டிஸ்கரின் பந்த்ரா, சர்குஜா பகுதிகளில் நல்ல விளைச்சல் தரக்கூடிய பயிர் ரகங்களைக் கண்டுபிடித்திருந்தார்.

போலீஸுடன் இணைந்த விசாரணைக் கமிட்டி ஒன்று பல்கலைக் கழகத்தால் அமைக்கப்பட்டது. கமிட்டி பூரியின் வீட்டில் சோதனை இட்டு 43 வகை ஜாட்ரோபா விதை முளைகளைக் கைப்பற்றினார்கள். மற்றொரு சோதனை டி1 ஆய்வுப்பண்ணையில் நடத்தப்பட்டதில் பஞ்ச்தோரி கிராமத்தில் விளையும் 1540 பயிர்களின் 28 ரகங்களைக் கைப்பற்றினார்கள். இவை அனைத்தும் பல்கலைக்கழகத்தின் ரக எண்களும் முத்திரைக்குறிகளும் கொண்டிருந்தன. அரசின் விசாரணைக்குழு சுனில்பூரியும், டி1ம் போதிய ஆதாரமின்றி தாவர வகைகளை வைத்திருந்ததாக முடிவிற்கு வந்தது. நாட்டின் உயிர்ப்பு வளங்கள் அந்நியர்களால் திருடப்படாது பாதுகாப்பதற்காக இந்தியாவின் உயிர்ப்பன்ம சட்டங்கள் வடிவமைக்கப்பட்டன. டி1 இந்தியாவில் ஜாட்ரோபா ஆய்வு மேற்கொள்வதற்காக கொடுக்கப்பட்டிருந்த மனுவும் நிறுத்தி வைக்கப்பட்டது.

உள்ளூர்த் தேவைக்காக ஜாட்ரோபா ஆற்றல் - பொய்யான வாக்குறுதி

ஜாட்ரோபா உற்பத்தியில் ஒருபகுதி கிராம உள்ளூர்த் தேவைக்கு அளிக்கப்படும் என்று கூறப்பட்டது. இருந்தாலும் உற்பத்திக்கு மையப்படுத்தப்பட்ட தொழிற்சாலை நிறுவும்போது பிழியப்பட்ட எண்ணெயெல்லாம் நகரத்தை நோக்கித்தான் வழிவது போல வடிவமைக்கப்பட்டதே அல்லாமல் அக்கிராமத்தில் சின்னசொட்டுக்கூட கசிந்து வரவில்லை. அந்தக் கிராமத்தில் எடுக்கப்பட்ட தாவர டீசலில் இருந்து கார்கள் ஓடின. ஆனால் கிராமத்து மக்களும் விலங்குகளும் பட்டினியாகத்தான் கிடந்தனர்.

தேசிய வளர்ச்சிக் கவுன்சில் 11வது ஐந்தாண்டுத் திட்டத்தில் (2007) தனது வறட்சி பற்றிய அக்கறையுடன் ஜாட்ரோபா விவசாய அணுகுமுறையை மாற்றிக்கொள்ள வேண்டும். ஜாட்ரோபா பயிர் செய்வதன் மூலமாக ஏற்படும் சமூகக் கலாசார சூழலியல் விளைவுகளைக் கருத்தில் கொள்ள வேண்டும்.

நிலத்தின் நிலைத்த பயன்பாட்டின் காரணமாக கிராமப்புற வாழ்க்கை மிகவும் சிக்கலானது. அதன் உயிர்பன்மத்தைப் பாதுகாப்பது வறண்ட நிலத்தில் நிலத்தடிநீரைச் சுரண்டாமல் உணவு உற்பத்தி செய்வது தான். இந்தப்பகுதியை விரிவாக்கம் செய்வதற்கு பல நிர்பந்தங்கள் உள்ளன. காலங்காலமாக பசும்புல் வளர்க்கப்பட்ட இப்பகுதியில் புல்வளர்ப்பு மறுப்பிற்குள்ளாக இருக்கிறது. புல்வெளி நிலங்கள் வனவிலங்குக் காப்பகமாக, தேசியப்பூங்காவாக, ஒருங்கிணைந்த காடுகள் பராமரிப்பிற்காக பாதுகாக்கப்பட்டப் பகுதியாக அறிவிக்கப்பட்டு விட்டது. பூர்வ கிராமத்து நிலங்கள், வளர்க்கப்படும் விலங்குகளுக்கான நீராதாரங்கள் மற்ற காரணங்களுக்காக ஆக்கிரமிக்கப்பட்டுள்ளன. அடுத்தடுத்த விளைவுகள் குறித்த அக்கறை இல்லாமல் இப்பகுதி நிலம் அரசு முகவர்களால் ஜாட்ரோபா பயிர் வளர்ப்பிற்காக மேம்படுத்தப்படுகிறது. விலங்குகள் வலம் வரும் பாதைகள் ஜாட்ரோபாப் பயிர்களால் ஆக்கிரமிக்கப்படுகின்றன.

நமது கவனிப்பின் விளைவாக நவ்தான்யா மூலம் ராஜஸ்தான், விதர்பா, சட்டிஸ்கரில் ஆய்வு மேற்கொள்ளப்பட்டது. நாம் ஜாட்ரோபா கவுன்சிலைக் கேட்டுக் கொண்டதற்கிணங்க மிக வேகமான ஜாட்ரோபா ஆக்கிரமிப்பில் இப்போது நமது கருத்தையும் கவனத்தில் கொண்டிருக்கிறார்கள்.

ஜாட்ரோபாவிற்காக இந்தியா தற்போது ஒற்றைப்பயிர் வைப்பு முறையைப் பின்பற்றத் தொடங்கி உள்ளது. ஜாட்ரோபாவிற்கு வேறு பயன்பாடு இல்லை என்பதால் அதனைத் தாவர எண்ணெய்த் தயாரிப்பிற்கு பெருமளவில் பயிர் செய்வது சூழலியல் மற்றும் வேளாண்மைப் பிரச்சனை மட்டுமல்ல. அதனை வளர்க்கும் விவசாயிகளுக்கும் பிரச்சனை தரக்கூடியது. ஜாட்ரோபாவை பயிர்செய்வதால் விவசாயிகள் நிறைய பிரச்சனைகளைச் சந்திக்க வேண்டியுள்ளது. ஜாட்ரோபா மற்ற தாவர எண்ணெய் பயிர்களைப்போல் அல்ல, இதனை தாவர டீசலுக்கு மட்டுமே பயன்படுத்த முடியும். (மற்ற எண்ணெய் விதைகளில் இருந்து சமையல் எண்ணெயும் பிழியலாம்) ஜாட்ரோபாவிற்குப் போதிய தேவை இல்லாத காலங்களில் அதை வைத்துக்கொண்டு ஒன்றும் செய்ய முடியாது. வீட்டு சமையல் செய்யவோ, சில்லறையில் விற்கவோ முடியாது.

ஜாட்ரோபா பயிரிடுவதில் கிராமப்புற வளர்ச்சியை ஒரு நோக்கமாகக் கொண்டிருந்தாலும், அதில் கிராமப்புறத் தேவையை ஈடுசெய்வது சிறிய அளவே நிறைவேற்றப்பட்டுள்ளது. அதன் பின்னணியில் உள்ள முக்கியமான நோக்கம் எண்ணெய் இறக்குமதியின் பணச் செலவீனத்தைக் குறைப்பதுதான். இந்திய அரசு 28 ஜூலை 2008இல் அறிவித்துள்ள தேசியத் தாவர எண்ணெய்க் கொள்கை, உணவுப் பயிர்களை விட தாவர எண்ணெய்ப் பயிர்களுக்கு முன்னுரிமை அளிக்க ஒப்புக்கொண்டுள்ளது.

இந்தக் கொள்கைரீதியான ஏற்பினால், கிராமப்புறங்களில் இதுவரை இருந்துவந்த உணவுப் பாதுகாப்பை தாவர எண்ணெய்ப் பயிர்கள் சீரழித்துவிடும். தாவர எண்ணெய்த் திட்டம் உணவுப் பாதுகாப்புடன் போட்டியிடாது என்று கொள்கை கூறுகிறது. வளமான பண்ணை நிலம் தாவர எண்ணெய் பயிரிடுவதற்காக திருப்பப்படாது என்றும் அக்கொள்கை கூறுகிறது. ஏனென்றால் ஜாட்ரோபா சமையல் தாவரம் அல்ல. எனவே அது வெற்று நிலத்தில்தான் பயிரிடப்பட வேண்டும் என்பதால் ஜாட்ரோபா மேம்பாடு கொள்கை அடிப்படையில் அப்படியே தொடரும்.

உள்ளூர் சமூகத்தின் உணவு மற்றும் ஆற்றல் உத்திரவாதத்திற்கு உயிர்ப்பன்மம் அவசியமாகிறது. அதனை நிலைத்திருக்கச் செய்வதானால் உள்ளூர்ச் சமூகத்திற்கு முடிவெடுக்கும் அதிகாரம் தேவை. எனவே அதற்காக கிராம சபையை வலுப்படுத்த வேண்டும். வேண்டும் என்பது வெறும் கருத்தாக மட்டும் இல்லாமல் அரசின் கொள்கையாகவும், சட்டப்பூர்வமாகவும் ஆக்கப்பட வேண்டும்.

நீடித்த உயிர்ப் பன்மத்தின் மூலம் இந்தியாவிற்கான பரவலான மாற்று உயிர் ஆற்றல்

உணவுக்கான நிலத்தை தொழில்மய தாவர எண்ணெய் உற்பத்திக்காக மாற்றும்போது ஏழைகளின் நிலம், உணவு மீதான இறையாண்மை, அது உருவாக்கும் சமூக மோதல்கள், ஜனநாயகம் உடைந்து விடுவதற்கான சாத்தியம் ஆகியவை கவனத்தில் கொள்ளப்படுவதில்லை. உணவுப்பொருட்களின் விலை ஏற்றத்தில் எத்தனால் உற்பத்தி முக்கியமான பங்கு வகிக்கிறது. ஏற்கனவே ஒருபில்லியன் மக்கள் பசியில் தள்ளப்பட்டிருக்கிறார்கள். உணவு விலையேற்றம் மட்டிலுமே பசியை மேலும் அதிகரிக்கும். உணவுத்தாவரமாக இல்லாத ஜாட்ரோபா போன்ற தாவரங்கள் வேளாண்மை செய்யாத நிலத்தில் பயிரிடப்பட்டாலும் கூட அது ஏழைகளைப் பாதிக்கத்தான் செய்யும். சாமனிய மக்கள் அவர்களுக்கான கால்நடைகளுக்கான, விறகுகளுக்கான பொதுவெளியை இழக்கிறார்கள். அதில் அவர்களுக்கான வாழ்வாதாரம், உணவுப்பாதுகாப்பு, ஆற்றல் பாதுகாப்பு அடங்கியுள்ளது.

பருவநிலை மாற்றமும், மலிவுப் பெட்ரோலும் முடிவிற்கு வருவதைத் தொடர்ந்து நீடித்த ஆற்றலுக்கு மாறவேண்டி உள்ளது. என்றாலும் தாவரங்களில் இருந்தும் தானியங்களில் இருந்தும் பெறுவது நீடித்த

மாற்று ஆற்றலாக இருக்காது. உணவுடன் போட்டியிடாத ஒன்றைத்தான் நீடித்த ஆற்றலாகக் கருத முடியும். அது அத்தியாவசியமான சூழலியல் முறையைப் பராமரிப்பதை இடையூறு செய்யாததாக இருக்க வேண்டும். உள்ளூர் சமூகத்திற்கு முடிவெடுக்கும் உரிமையை வழங்கும் விதத்தில் அதிகாரப் பரவலை அடிப்படையாகக் கொண்டிருக்க வேண்டும். ஒற்றைக் கலாசாரத்தை அல்ல. உயிர்பன்மத்தை அடிப்படையாகக் கொண்டிருக்க வேண்டும்.

தனித்த ஆற்றல் உற்பத்திக்கு மையப்படுத்தப்படாத ஆற்றல் முறை தேவைப்படுகிறது. மையம் சிதைந்த முறைக்குத் தேவை பன்மத்தன்மை. ஒற்றைக் கலாசாரம் அல்ல. உயிர்ப்பன்மத்துடன் கூடிய பன்முக நடவடிக்கைகளைப் பயன்படுத்துவது சிறப்பான தனித்த ஆற்றல்களை வழங்கும். பல ரகமான எண்ணெய் வித்து மரங்களும், தானியங்களும் இந்தியாவில் வளமாக உண்டு. பலவிதமான எண்ணெய் வித்து மர விளைச்சல் கிராமப்புறங்களின் முக்கியமான ஆற்றலாக இருக்கும். அவை கிராமங்களுக்கு ஆற்றல் பாதுகாப்பினை வழங்கும். உயிர்பன்மயத்தை அடிப்படையாகக் கொண்ட இயற்கை விவசாயம் உணவு உற்பத்தியை அதிகரிப்பதுடன் உயிர்பன்மத் திரட்சியையும், சூழலிய வேளாண்மையையும் அளிப்பதை நவ்தான்யா அறிக்கையில் கூறப்பட்டுள்ளது. உயிர்ப்பன்ம இயற்கை விவசாயம் தாவரங்களிலும் மண்ணிலும் அதிகமான கார்பனை ஈர்த்து வைக்கிறது.

கிராம மட்டத்தில் உள்ள பலவிதமான உயிர்ப்பன்மய ஆதாரங்கள் பலவிதமான மீளாற்றலை வழங்குகின்றன. மாட்டுச்சாணத்தில் பெறும் எரிவாயுவில் இருந்து மின்சாரம் தயாரிப்பதற்கான விலங்குகளின் நிறை ஆற்றல்வரை பலசக்திகளை கிராமங்களில் இருந்து பெறமுடியும். இந்தியாவில் 1950இல் பசுஞ்சாணத்தில் இருந்து மீத்தேன் வாயு வெற்றிகரமாக உருவாக்கப்பட்டது. வாயு போக மீதமாகும் கழிவு வளமான நைட்ரஜன் உரமாக இருக்கும். ஆசியாவில் 15 மில்லியனுக்கும் மேலான சாண எரிவாயுக் களங்கள் சமையல் வாயுவும், உரமும் அளிக்கின்றன.

புதைவு எண்ணெய்க்கு மாற்றாகக் கிடைக்கும் வளங்கள் அளவற்றவை. தொழில்மயத் தாவர எண்ணெய் மாற்றாக அமைய முடியாது. காரணம்,

- ★ஒட்டு மொத்தத்தில் ஆற்றல் தயாரிப்பின் இறுதி விளைவுகள் பாதகமானது.
- ★அது நீர்ம வடிவத்தில் மட்டுமே கிடைக்கும் என்பதால், கிராம மட்டத்தில் தேவைப்படும் பன்ம உயிர் ஆற்றலை அதனால் ஈடு செய்ய முடியாது.

* அது குறுகிய கால தொழிற்சாலை ஒற்றை மயத்தை முன்னிருத்துவதால் பசுமைக்குடில் கழிவுகளை அதிகமாக வெளியிடும்.
* அது எதிர்காலத்தில் நிலமற்றவர்களையும், பசியுற்றவர்களையும் உருவாக்குவதில் முக்கியமான காரணியாக இருக்கும்.

தொழில்மய தாவர எண்ணெய் உயிர்ப்பன்மையையும், அதன் பலன்களையும் குறைப்பதால் புவிக்கோளத்தை வறுமைக்குள் தள்ளுகிறது. பன்மயக் குறைப்பு சூழலியல், பொருளாதார வறுமைக்கு இட்டுச்செல்கிறது. உயிர்ப்பன்மம் சூழலியலை பொருளாதாரத்தை வலுப்படுத்துகிறது. பன்முனை உயிர்ப்பன்மையை அடிப்படையாகக் கொண்ட உயிராற்றல் கொள்கை கிராமப்புற வளர்சிக்கு பெரும் ஆயுதமாக விளங்கும்.

கிராம மட்டத்தில் ஜனநாயகப்பூர்வமாக முடிவெடுக்கும் அதிகாரம் வழங்கப்படுமானால் உள்ளூர்த் தேவைகளை உள்ளூர் மட்டத்திலேயே தீர்த்துக்கொள்ளும் சாத்தியப்பாடுகள் உருவாகும். துரதிர்ஷ்டவசமாக தற்போதைய வடிவிலான, தாவரங்களில் இருந்து செய்யப்படும் தொழில்மய எத்தனால், தாவர டீசல் உற்பத்தி அடிப்படையிலான ஒற்றைத் தன்மை முறையாகும். அது நிலையாற்றலையும், ஜனநாயக நீதியையும் பொருட்படுத்துவதில்லை.

நமக்குப் புதியவடிவம் தேவையாக இருக்கிறது. அது மக்களின் பொதுமைக்கான, உயிர்ப்பன்மத்திற்கான நிலம், உணவு உரிமையை மதிப்பது. அது உயிர்ப்பன்ம அடிப்படையிலான ஜனநாயகப்பூர்வமான உயிர் ஆற்றல் திட்டத்தை, ஏழை மக்களுக்கான உணவுப் பாதுகாப்பை, ஆற்றல் பாதுகாப்பை, வாழ்வாதாரப் பாதுகாப்பை வலுப்படுத்துவது.

அத்தியாயம் 4

எண்ணெய் வேண்டாம் மண் வேண்டும்

பருவநிலை நெருக்கடிக் காலத்தில் நமது உணவைப் பாதுகாப்போம்.

தொழில்மயப்பட்ட வேளாண்மையை, உணவு முறையை உலக மயப்படுத்தினால் பெருமளவு உணவை, மலிவாக அளிப்பதற்கு ஆதாரமாக இருக்கும் என்று முன்னுரைக்கப்பட்டது. ஆனால் இன்னும் உணவின் விலை குறையவில்லை. உணவும், எரி எண்ணையும் மலிவாகக் கிடைத்த காலம் மலையேறி விட்டது. உணவு நெருக்கடி குறிப்பாக உணவின் விலையேற்றம், பலநாடுகளில் கலவரம் வெடிக்கக் காரணமாக இருந்தது. 2007இல் இருந்து 2008க்குள் கோதுமை விலை 130 சதவீதம் அதிகரித்தது. 2008 துவக்க மூன்று மாதங்களில் அரிசியின் விலை இரண்டு மடங்கு அதிகமானது. தாவர எண்ணை, யூகங்கள், கிராமப்புற உணவுப் பொருளாதாரச் சிதைவு, பருவநிலை நெருக்கடி இவை எல்லாம் சேர்ந்து உணவின் விலை அதிகரிக்கக் காரணமானது. பருவநிலை மாற்றத்திற்குக் காரணம் உலகளாவிய தொழில்மயம், புதைவு எரி எண்ணை அடிப்படையிலான வேளாண்மை உலக

மயம், பருவநிலை நெருக்கடியின் விளைவு. இவை பலவழிகளிலும் உணவுப் பாதுகாப்பின்மைக்குக் காரணமாக அமைந்தது. 2008இல் வந்த லாவாப் புயலைப்போன்று அடுத்தடுத்து புயல் வந்ததும், 2007இல் ஆஸ்திரேலியாவில் பஞ்சம் வந்ததும் விலை உயர்விற்கு ஒருகாரணம் ஆகும். உலகமயம் கிராமப்புற உணவுப்பொருளாதாரத்தைச் சிதைத்தது. உணவின் மீதான மான்சாட்டோ, கார்கில் போன்ற கார்ப்பரேட்டுகளின் கட்டுப்பாட்டை அதிகரிக்கச் செய்தது. உலகலாவிய வேளாண் பரிமாற்றத்திற்குப் பதிலாக உலகலாவிய உணவுக்கட்டுப்பாடு குவிவதற்குக் காரணமாக உலக மயம் அமைந்தது.

உலக வங்கி இந்தியாவில் கட்டுமானம் முறைப்படுத்தும் திட்டத்தை 1991இல் திணித்தது. உலக வர்த்தக நிறுவனத்தின் விதிகள் 1995இல் நெருக்குதலைக் கொண்டு வந்தது. இவை இரண்டும் உணவில் மக்களின் இறையாண்மையை உணவுப் பாதுகாப்பைப் பறித்துக் கொண்டன. இந்தியாவிற்குள் நிலவிய உணவு ஒருமைப்பாட்டை, வேளாண்மை முறையை பணக்கார நாடுகளுடன் பகிர்ந்துகொள்ள நெருக்கியது. அதனால் பெரும் விவசாய நெருக்கடியும் உணவுப் பற்றாக்குறையும் ஏற்பட்டது. விவசாயிகளின் வருமானமும், தானியங்களின் விலை உயர்வும் ஒரே கூரையின் கீழ் ஒன்றிற்கொன்று மோதிக்கொண்டன. உணவு மற்றும் விவசாய நெருக்கடிகள் உலகமய கார்ப்பரேட் அரசியலின் நேரடி விளைவுகள் அல்ல. இன்னும் அரசாங்கம் உலகமய நோய்களுக்கு மருந்தாக உலகமயத்தைத்தான் கொடுத்துக் கொண்டிருக்கிறது.

இந்தியச் சந்தைகளை உலகமயச் சந்தைகளுடன் இணைத்ததன் விளைவால் குறிப்பாக சமையல் எண்ணெய் மற்றும் கோதுமை பொருட்களின் விலை கடுமையாக உயந்துள்ளது. உலகமயத்தின் துவக்க நாட்களில் சந்தையைக் கைப்பற்றுவதற்காக வேளாண் பொருட்களின் விலையைக் குறைத்து வைத்தது. அதற்குச்சரியான உதாரணம் 1990களில் சோயாவைக்கொண்டு வந்து குவித்து விலையைக் குறைத்துக் கொடுத்தார்கள். பன்னாட்டு நிறுவனங்களான கார்கில் போன்றவை இறக்குமதியைச் சார்ந்த பொருட்களின் விலையை உயர்த்திவிட்டன. அத்துடன் எதிர்கால யூகவணிகமும் விலையை மேல்நோக்கி உந்தித் தள்ளியது. பருவநிலை மாற்றமும், தாவரஎரி எண்ணெய்க்காக விவசாய நிலங்களின் பயன்பாடும் சர்வதேச அளவில் விலை உயர்விற்காக நெருக்கிக் கொண்டுள்ளன. சர்வதேச விலை உயர்வு நம் உணவில் இறையாண்மையை வலியுறுத்துகிறது. அதற்கு பொருளாதார ரீதியாகவும், அரசியல் ரீதியாகவும் சுயசார்பை உருவாக்கிக்கொள்ள வேண்டி உள்ளது.

மில்லியன் கணக்கான மக்களை பசிக்குள் தள்ளிவிட்டு பன்னாட்டு

நிறுவனங்கள் லாபத்தை அள்ளிக்குவிக்கின்றன. 2007இல் கார்கில் எனும் உணவு நிறுவனம் தனது லாபத்தை 30% உயர்த்திக் காட்டியுள்ளது. அதே ஆண்டில் மான்சாண்டோவின் லாப உயர்வு 44%. லாப உயர்வு கார்ப்பரேட்டுகளின் ஆதிக்கத்தை மேலும் கூடுதலாக உறுதிப்படுத்துகிறது. மான்சாண்டோ தனது மக்காச்சோள விதையின் விலையை மூட்டைக்கு 100டாலரில் இருந்து 300 டாலருக்கு உயர்த்தி உள்ளது. அமெரிக்காவில் 1000 ஏக்கர் பண்ணைக்கு இந்த விதை விலை உயர்வின் மூலம் மட்டும் கூடுதலாக 40000 டாலர் செலவாகும். உணவு நெருக்கடிக்கு உரிய ஒரே தீர்வு சூழலியலை அடிப்படையாகக்கொண்ட உள்ளூர் சார்ந்த விவசாய இறையாண்மையை கட்டுவது தான். இந்தப்பாதை பருவநிலை மாற்றத்தால் விளையும் பேரழிவுச்சூழலில், புதைஎரி எண்ணெய் சார்பில் இருந்து வேளாண்மையை விடுவிக்கும். எண்ணெய்ச்சார்பில் இருந்து மண்ணை நோக்கித்திரும்புவது பருவநிலை, ஆற்றல், உணவு ஆகிய மூன்று நெருக்கடிகளையும் ஒரே நேரத்தில் தீர்ப்பதற்கான முயற்சியாகும்

எண்ணெய்ப் போதை

தொழில்மய, உலகமய வேளாண்மை எண்ணெய் குடிக்க பரிந்துரைக்கிறது. பெட்ரோல் எண்ணெய் உற்பத்திக்குப் பயன்படுத்தப்படுவதால் மண்ணும் நீரும் மாசுபாட்டிற்குள்ளாகிறது. சிறு விவசாயிகளை நிலத்தில் இருந்து வெளியேற்றிவிட்டு பிரமாண்ட டிராக்டர்களையும், அறுவடை எந்திரங்களையும் வரவேற்க எண்ணெய் பயன்படுத்தப்படுகிறது. உணவை பதப்படுத்துவதற்க்கும், பாக்கெட்டுகளாக மாற்றுவதற்கும் எண்ணெய் பயனாகிறது. இறுதியாக உணவு உற்பத்தியான இடத்திலிருந்து அதை எடுத்துச்செல்வதற்காக போக்குவரத்திற்கு எண்ணெய் பயன்படுத்தப்படுகிறது.

தொழில்மய வேளாண்மையின் இதயம் புதைவு எண்ணெய். டிராக்டரில் உழுக, தண்ணீர் இறைக்க, பெரும் இயந்திரங்கள் இயக்க என தொழில்மய வேளாண்மைக்கு பெட்ரோல் அவசியமாகிறது. சூழலியல் சார்ந்த உணவு வேளாண்மையில் பயன்படுத்தப்படுவதைக் காட்டிலும் பத்துமடங்கு ஆற்றல் தொழில்மய வேளாண்மைக்குச் செலவிடப்படுகிறது.

பருவநிலை மாற்றத்தில் பொருளாதாரத்தின் பங்கை ஆய்வுசெய்த ஸ்டெர்ன் ஆய்வு பருவநிலை மாற்றத்திற்குக் கீழ்க்காணும் பசுமைக்குடில் வாயுக்களே காரணம் என்கிறது.

பசுமைக்குடில் வாயுக்கழிவுகளுக்கான ஆதாரங்கள்

ஆற்றல்	*24%*
தொழில்கள்	*14%*
போக்குவரத்து	*14%*
கட்டுமானம்	*8%*
நிலப்பயன்பாடு	*18%*
வேளாண்மை	*14%*
கழிவுகள்	*3%*
மற்றவை	*5%*

இந்த அறிக்கையில் வேளாண் உணவுப் போக்குவரத்து, கட்டுமானங்கள் வெளியேற்றும் கழிவுகள் பற்றி குறிப்பிடப்படவில்லை. வேளாண்மை மூலமாக வெளியாகும் 14%இல் பெரும்பகுதி தொழில்மயப்பட்ட வேளாண்மையால் வருகிறது என்பதை இந்த அறிக்கை குறிப்பிடத் தவறியுள்ளது. தொழில்மயப்படாத, பன்ம உயிர்ச்சூழலியல் சார்ந்த வேளாண்மையில் கழிவுகள் குறைவாக வெளியேற்றப்படுவதுடன் கார்பன் ஈர்க்கப்படுவதும் அதிகரிக்கும். நிலப்பயன்பாட்டில் உருவாகும் 18% கழிவின் பங்கு உயராமலே வெப்ப மண்டலக்காடுகளில் வேளாண்மைக்குத் தேவையானவற்றை வளர்த்துக்கொள்ளும். அத்துடன் அனாவசியமாக உணவுப்பண்டங்களை விமானத்திலும் கப்பலிலும் ஏற்றி அங்கும் இங்கும் அலைந்து கொண்டிருக்கும் போக்குவரத்தின் பங்கைக் குறைக்கும்.

நமது உயிர்ப்பன்ம இயற்கை ஆதாரங்களான நிலம், நீர் இவற்றை ஆற்றல் மிகுந்த பயன்பாட்டிற்குக் கொண்டுவருவதன் மூலம் சூழலியல் உயிர்ப்பன்ம உள்ளூர் வேளாண்மையின் மூலமாக பசுமைக்குடில் வாயு வெளியேற்றத்தைக் குறைக்க முடியும். இயற்கைப் பொருளாதாரத்தை வலுப்படுத்தி, விவசாயிகளின் வாழ்வாதாரத்தைப் பாதுகாக்க முடியும். நமது உணவில் உள்ள சத்துக்களை அதிகரிக்க முடியும். சுதந்திர ஜனநாயகத்தை ஆழப்படுத்த முடியும். அடையச்சாத்தியமான தீர்வை முன்வைப்பதற்குப் பதிலாக கார்பன் வர்த்தக போலி தீர்வுக்கான ஆய்வுகளை ஸ்டெர்ன் அறிக்கை தருகிறது. வழக்கம்போல வேதிஉரங்கள் தயாரிக்கும் பன்னாட்டு நிறுவனங்களின் உலகளாவிய தொழில்மய

வேளாண் பொருட்கள் உற்பத்தி லாப ஈட்டிற்கு வகைசெய்கிறது.

உணவுச்சங்கிலியில் உள்ள ஆற்றல் குறித்த ஆய்வு மேற்கொண்ட ஒரு அமெரிக்க நிறுவனம் கூறுகிறது ஒரு கலோரி ஆற்றல்தரும் உணவை உற்பத்தி செய்வதற்கு 10 கலோரி ஆற்றல் செலவிடப்படுகிறது. இது எதிர்மறையான ஆற்றல் உற்பத்திமுறை. சூழலியல் சார்ந்த இயந்திரமயப்படாத வேளாண்மையில் இரண்டிலிருந்து ஏழு மடங்கு ஆற்றலை மிச்சப்படுத்த முடியும், புதைவு எண்ணெய்ப் பயன்பாடு குறையும். கார்பனைக் கவர்வது அதிகரிக்கப்படும். மண்ணின் இயற்கை வளத்தின் மூலமாக எண்ணெயால் வெளியாகும் கார்பனை 5லிருந்து 15 சதவீதம் வரை கவரமுடியும். மண்ணை இயற்கை வளத்துடன் பாதுகாத்து வந்தால் ஆண்டிற்கு ஒரு ஹெக்டேருக்கு நான்கு டன்கள் கார்பனை ஈர்க்கலாம்.

இன்றுள்ள உலகமய உணவுமுறையில் நிலத்தில் இருந்து சாப்பாட்டு மேசைக்கு வருவது முற்றிலும் எண்ணெய் சார்ந்தே இருக்கிறது. கடந்த ஐம்பது ஆண்டுகளில் உணவு உற்பத்தி, பதப்படுத்தும் முறை, எடுத்துச்செல்லும் முறை அனைத்திலும் மிகப்பெரிய மாற்றங்கள் கொண்டு வரப்பட்டுள்ளன. இதில் குறிப்பிடத்தகுந்தவை பின்வருமாறு:

★ விவசாயம் இயந்திரமயமாக்கலின் மூலமாக வெளியிலிருந்து உணவிற்குள் செலுத்தப்படும் பொருட்கள் அதிகரித்துள்ளன. செயற்கை உரம், பூச்சிமருந்து, பிளாஸ்டிக்குகள், ஆற்றல் போன்ற வேறுசிலவும் செலுத்தப்படுகின்றன.

★ பாக்கெட்டுகளில் விற்கப்படும் உணவில் பலகட்டச் செயல்பாடுகள் இடம்பெறுகின்றன.

★ உணவுத்தொழிலை உலகமயப்படுத்தியதன் விளைவாக உணவு ஏற்றுமதி, இறக்குமதி குணாம்சத்தைப் பெற்றுள்ளது. அன்றாடத் தேவைக்கான காய்களையும் பழங்களையும் உள்ளூரில் உற்பத்தி செய்வதற்குப் பதிலாக அவற்றின் இறக்குமதியை அதிகரித்திருக்கிறார்கள்.

★ சூப்பர் மார்க்கெட்டுகள் வந்ததைத் தொடர்ந்து மொத்த விற்பனையாளர்களும், சந்தை வியாபாரமும், அதில் ஈடுபட்டிருந்த சில்லரை வர்த்தகர்களும கடுமையாக பாதிக்கப்பட்டுள்ளனர். சூப்பர் மார்க்கெட்டிற்காக எல்லாவற்றையும் மொத்தமாகவும், ஒரே சீராகவும் அளிப்பதற்கான உற்பத்திக் கலாசாரம் உருவாக்கப்படுகிறது.

★ இப்போது அனேகப்பொருட்கள் வழங்கும் முறையும் சூப்பர்

மார்க்கெட்டிலேயே வேர்விட்டுள்ளதால், பொருட்களை அங்கும் இங்கும் குறிப்பிட்ட நேரத்தில் வழங்குவதற்காக கனரக வாகனங்கள் ஓடிக்கொண்டிருக்கின்றன. சக்கரங்கள் மீது பொருட்கிடங்கு என்று அதனைச் செல்லப்பெயரிட்டு அழைக்கின்றனர்.

★ கைக்கெட்டும் தொலைவில் சிறிய கடைகளில் பொருள் வாங்கிய பழக்கத்தில் இருந்து கார்களில் சென்று சூப்பர் மார்க்கெட்டில் பொருட்கள் வாங்குகிற பழக்கம் வந்துவிட்டது.

டேவிட் பிமெண்டல் மற்றும் மரியோ ஜியாம்பியட்ரோ இருவரும் புறவிய ஆற்றல் (எக்ஸோமேடிக் எனர்ஜி) அகவிய ஆற்றல் (எண்டோஸோமேடிக் எனர்ஜி) இரண்டிற்குமான உறவுகள் குறித்து ஆராய்ச்சி செய்கின்றனர். அகவியல் ஆற்றல் என்பது உணவு ஆற்றலை வளர்சிதை மாற்றத்தின் மூலமாக சதைக்குள் உயிராற்றலாக மாற்றுவது. புறவியல் ஆற்றல் என்பது மனித உடலாற்றலற்ற இயந்திரவிய ஆற்றல். உதாரணமாக டிராக்டருக்கு எண்ணெய் ஊற்றி எரிக்கச்செய்து ஆற்றலாக மாற்றுவது. பிமெண்டல் மற்றும் ஜியாம்பியட்ரோவின் கண்டுபிடிப்பு என்னவென்றால் 1 கிலோ கலோரி புறவிய ஆற்றல் உருவாக்கத்திற்கு அமெரிக்காவில் 10 கிலோ கலோரி உணவு ஆற்றலை செலவிட வேண்டியுள்ளது. ஆக உபரியாகச் செலுத்தப்படும் மீதமுள்ள 9கிலோ கலோரி ஆற்றல் கழிவாக மாற்றி குவிக்கப்படுகிறது. கழிவாகும் ஆற்றல் வளிமண்டலத்தில் கலந்து பருவநிலை மாற்றத்தை அதிகரிக்கிறது.

பிலிப்பைன்ஸ் நாட்டில் ஒரு ஹெக்டேரில் பாரம்பரிய வேளாண்முறையில் உற்பத்தி செய்யப்படும் நெல்லை அமெரிக்காவில் இயந்திர வேளாண்மையில் செய்ய வேண்டுமானால் அதற்கு பிலிப்பைன்ஸைப்போல 380 மடங்கு ஆற்றல் செலவிட வேண்டும். பிலிப்பைன்ஸை விட அமெரிக்காவில் ஒரு கிலோ அரிசிக்கு 80 மடங்கு அதிக ஆற்றலை பயன்படுத்த வேண்டும். மக்காச்சோள உற்பத்தியை மெக்சிகோவில் செய்வதற்கு ஒரு ஹெக்டேருக்கு 176 மடங்கு ஆற்றல் அதிகம் பயன்படுத்த வேண்டும். அதேபோல அமெரிக்காவில் மெக்சிகோவைவிட 33 மடங்கு ஆற்றல் அதிகமாக பயன்படுத்த வேண்டும். ஒரு பசுவை இயந்திர முறையில் பராமரித்து சந்தைப்படுத்த 6 பேரல் சக்தி எண்ணெய் தேவைப்படும். காலை உணவில் 1100 கிலோ கலோரி வழங்கும் கஞ்சிக்கான 450 கிராம் தானிய அவுல் (சிரில்) டப்பா உற்பத்திக்கு 7000 கிலோ கலோரி செலவிட்டு தயாரிப்பு வேலைகள் செய்ய வேண்டும்.

உர ஆலைகள் மூலமாக மண்ணை வளப்படுத்துவது என்ற சிந்தனையாக்கத்தின் அடிப்படையில் இயந்திரவியல் வேதி விவசாயம்

செய்யப்படுகிறது. இந்தக் கருத்தோட்டத்தில் தான் இந்தியாவில் 1965, 66இல் பசுமைப்புரட்சி அறிமுகப்படுத்தப்பட்டது. பசுமைப்புரட்சியின் தந்தையான நோபல் பரிசு பெற்ற நார்மன் போர்லாக் 1967இல் புதுடெல்லியில் ஒரு கூட்டத்தில் பேசினார். அதில் பார்வையாளர்களாக அரசியல்வாதிகளும், அரசு அதிகாரிகளும் பங்கேற்றிருந்தனர். அப்போது பேசும்போது அவர், 'நான்மட்டும் உங்கள் நாடாளுமன்றத்தில் உறுப்பினராக இருந்தால் பதினைந்து நிமிடத்திற்கு ஒருமுறை எழுந்து விவசாயிகளுக்கு ரசாயன உரம் கொடுங்கள்... இரசாயன உரம் கொடுங்கள்...! என்று உச்சஸ்தாயில் கத்துவேன். உங்கள் விவசாயிகளுக்கு இரசாயன உரம் கொடுங்கள். இதுபற்றிய ஆக்கபூர்வமான செய்திகள் இன்னும் உங்களுக்குத் தெரியவில்லை. வேதிஉரங்கள் உங்களுக்கு அதிகமான உணவினை அளிக்கும்' என்றார். இன்று பஞ்சாபில் பசுமைப்புரட்சி வெளுக்கத் தொடங்கிவிட்டது. விளைச்சல் குறைந்துகொண்டு வருகிறது. மண் தனது இயற்கையான வளமையை இழந்துவிட்டது. நைட்ரேட்டுகளாலும், பூச்சி மருந்துகளாலும் நீர் மாசடைந்து விட்டது.

இப்போது உரக்கம்பெனிகள் ஆப்பிரிக்காவை கண்டுபிடித்துள்ளன (தங்களது சந்தையாக).

ராக்பெல்லரும் கேட்ஸ் நிறுவனமும் இணைந்து ஆப்பிரிக்காவில் பசுமைப்புரட்சிக் கூட்டமைப்பை நிறுவினார்கள். அந்த அமைப்பு ஒன்றும் ஆப்பிரிக்க விவசாயத்திற்கு தாஜ்மகால் போன்ற புனிதத்தலமாக இருக்கப் போவதில்லை. புதிய ஆப்பிரிக்க பசுமைப்புரட்சிக்கு பழைய ஆசிய பசுமைப்புரட்சி முன்னுதாரணமாக இருக்கிறது. பசுமைப்புரட்சி சூழலியல் பசுமையையும் காக்கவில்லை. இயற்கை முதலீடான மண், நீர், உயிர்ப்பன்மத்தையும் பாதுகாக்கவில்லை. சிறிய, விளிம்பு நிலை விவசாயிகளுக்கும் நீதி வழங்கவில்லை என்பதை நமக்கு இந்தியாவின் பஞ்சாப் உதாரணம் காட்டுகிறது. அது ஆப்பிரிக்காவின் வறுமையையும், பசியையும் ஒழிக்கும் அதிபசுமைப்புரட்சியாக ஒன்றும் இருக்கப் போவதில்லை.

ஆப்பிரிக்க பசுமைபுரட்சிக் கூட்டமைப்பு ஆப்பிரிக்க விதைகள் முறைமைக்காக 150 மில்லியன் டாலர் திட்டம் ஒன்றை உருவாக்கியுள்ளது. தனியார் விதை நிறுவனங்களை ஊக்குவிப்பதையும், விதை வழங்கலை வணிக மயமாக்குவதையும் நோக்கமாகக் கொண்டு அத்திட்டம் தயாரிக்கப்பட்டுள்ளது. ஆப்பிரிக்காவின் பண்ணை உற்பத்தியை அதிகரிக்க வேண்டும் என்றும் யூகிக்கப்படுகிறது. இது வேதிஉர விற்பனை அதிகரிப்பதையும் அடிப்படை நோக்கமாகக் கொண்டுள்ளது. ராக்பெல்லர் நிறுவனத்தைச் சேர்ந்த கேரி டொன்னிஸ்ஸன், இந்த விதைகள்

எந்தவிதமான மரபூக்க ஆற்றலைப் பெற்றுள்ளது என்பது ஒருகேள்வியே அல்ல. இந்தப்பயிர்கள் தனது வளர்ச்சிக்குத் தேவையானவற்றை வெளியாதாரங்களில் இருந்து பெற்றுக்கொள்ளும். மக்கள் அதிகமாக உள்ள வளரும் நாடுகளில் செயற்கை உரத்தை விட்டால் விவசாயத்திற்கு வேறுமாற்றே இல்லை என்று விளைச்சல் உத்திரவாதம் குறித்து எழுதுகிறார். ஆசியா, ஆப்பிரிக்கா, லத்தீன் அமெரிக்க நாடுகளில் இயற்கை உரங்களின் மூலம் இரண்டு மடங்கு, மூன்று மடங்கு அதிக விளைச்சல் பெற்ற வெற்றிகரமான சாதனையை அது புறக்கணிப்பதாகும். இந்த இயற்கை விவசாயம் வேளாண்சூழலியலையும், உயிர்ப்பன்மையையும் பாதுகாக்கிறது. விவசாயத்திற்கு ரசாயன உரம் தேவையில்லாதது என்பது மட்டுமல்ல, அது மண்ணையும் மண்ணின் வளமுறையையும் பயிர் வளர்ச்சியையும் பாதிக்கிறது. ஆரோக்கிய உணவு உற்பத்தியையும் சிதைக்கிறது.

இரசாயன உரத்தைப் புறக்கணிக்க வேண்டும் என்று கூறுவதற்கு மற்றொரு காரணம் பெட்ரோல் விலை உயர்வு. இறக்குமதி உரம் டன்னுக்கு ரூபாய் 55000லிருந்து 60000வரை இருக்கிறது. 9350க்கு விற்கப்படுகிறது. மீதமுள்ள தொகை 45000ரூபாயை வரியாகப்பெற்று மானியம் அளித்து நேர்செய்கிறார்கள். இரசாயன விவசாயத்தால் இந்தியாவில் செயற்கை டைமோனியம் பாஸ்பேட் ஆண்டுக்கு 4லிருந்து 4.8 மில்லியன் டன் தேவையாக இருக்கிறது. இதில் 2 மில்லியன் டன் மட்டுமே இங்கு உற்பத்தியாகிறது. மீதியை இறக்குமதி செய்துதான் சமாளித்தாக வேண்டும்.

கர்நாடகாவில் செயற்கை உர எதிர்ப்பு இயக்கம் நடந்தபோது உரத்திற்காகக் காத்திருந்த விவசாயிகள் மத்தியில் போலீஸ் துப்பாக்கிச்சூடு நடத்தியதில் பலர் கொல்லப்பட்டனர். இது முற்றிலும் அனாவசியமான அசம்பாவிதம். இதுபோன்ற சம்பவங்கள் அமாரட்டி, விதர்பா, லாட்டுர், மராத்தாவாடா போன்ற இடங்களிலும் நடைபெற்றது. முதலில் பசுமைப்புரட்சி விவசாயிகளை உரத்திற்கு அடிமையாக்கியது. இப்போது உலகமயமாக்கம் விவசாயிகளை இறக்குமதிக்காகக் காத்திருக்க வைத்திருக்கிறது.

உரத்தின் மூலம் விவசாயிகளும் மண்ணும் செத்துக்கொண்டிருக்க, கார்கில் போன்ற வேளாண் வர்த்தக நிறுவனங்கள் தங்கள் பங்கிற்கு இப்போது கொன்றொழிக்கின்றன. கார்கிலின் உரவிலை 2006, 2007இல் கிட்டத்தட்ட இரண்டு மடங்காக இருக்கின்றது. உரத்திற்கு இந்தியா 130 சதவீதம் அதிகமாக கொடுத்துக்கொண்டிருக்க சீனா இன்னும் அதிகமான விலையாக 227 சதவீதம் இந்த காலகட்டத்தில் அளித்துக் கொண்டிருந்தது.

ஜெர்மன் வேதியிலாளர் பாரோன் ஜஸ்டின் வான் லீபிக் பயிர்கள் வளர்ச்சியில் வேதியியலின் கூறுகுறித்து ஆராய்ச்சி செய்துள்ளார். தாவரங்களின் வளர்ச்சிக்கு மண்ணின் வளமையில் முதன்மைப் பண்புகளாக நைட்ரஜன், பாஸ்பேட், பொட்டாசியம் இருக்க வேண்டும் என்று தீர்மானிக்கிறார். இதில் இருந்துதான் உரப்பித்து அறிவியலாளர்களுக்குப் பிடித்துள்ளது.

1909இல் பிரின்ஜ் ஹாப்பர் நைட்ரஜனையும், ஹைட்ரஜனையும் நிலக்கரியில் அல்லது இயற்கை வாயுவில் சூடாக்கி நைட்ரஜன் உரமான அமோனியம் சல்பேட்டைக் கண்டுபிடித்தார். செயற்கை உரத்தயாரிப்பு அதிகளவு ஆற்றலை விழுங்கக்கூடியது. ஒரு கிலோ நைட்ரஜன் தயாரிக்க இரண்டு லிட்டர் டீசலுக்கு நிகரான ஆற்றல் தேவை. ஒரு கிலோ பாஸ்பேட்டுக்கு அரை லிட்டர் டீசல். உரத்தயாரிப்பில் 2000த்தில் ஆண்டிற்கு 191 பில்லியன் லிட்டர் டீசல் தேவைப்பட்டது. இது 2030இல் 277 பில்லியன் லிட்டராக இருக்கும்.

தாவரங்களுக்கு மேற்சொன்ன நைட்ரஜன், பொட்டாசியம், பாஸ்பேட்டிற்கும் மேலாக வேறுசிலவும் தேவைப்படுகின்றன. இந்த மூன்று மட்டுமே தாவரங்களுக்கு அளிக்கப்படும்போது மண்ணும் தாவரங்களும் அதைமட்டுமே ஏற்பதால் வேறு நுண்சத்துக்கள் பற்றாக்குறையாகி விடுகிறது. இயற்கை விவசாயத்தின் முன்னோடி சர் ஆல்பிரட் ஹாவர்ட் மண்ணின் வளம் குறித்து விளக்குகிறார்:

> எண்ணற்ற நுண் திணைகளின், நுண்உயிரிகளின் திரட்சிதான் மண்ணின் வளம். அதிலிருந்துதான் ஆரோக்கியமான தாவரங்கள் வளர முடியும். அதை மனிதனும், மிருகங்களும் நுகரும்போது ஆரோக்கியமாக இருப்பார்கள். ஆனால் வளமற்ற மண்ணில் போதிய நுண்சத்துக்களும், பூஞ்சைகளும் இல்லாமல் பற்றாக்குறை ஏற்படும்போது அதில் வளரும் தாவரங்களிலிருந்து மனிதன், விலங்குகள் தங்களுக்குத் தேவையானவற்றை நுகரும்போது சிலவடிவிலான பற்றாக்குறை அவர்களுக்கு உருவாகும்.

மில்லியன் கணக்கான உயிரிகள் சேர்ந்ததுதான் மண்ணின் ஆதாரவளம். இயற்கையின் பெரும் பூதங்களைத்தான் மண் நுண்மூலகங்களாக தன்னுள் அடக்கி, குறிப்பாக சமன் செய்கின்றன. மண்ணின் நுண்மூலகங்கள் அதன் கட்டமைப்பைப் பராமரிக்கிறது. இறந்த தாவரங்களையும், விலங்குகளையும் மக்கிப்போகச்செய்வதில் பங்காற்றுகின்றன. அவற்றில் இருந்து நைட்ரஜனை எடுத்துக் கொள்கின்றன. இந்த நைட்ரஜன் தான் மண்ணில் வளத்தில் முக்கியக் கூறாகிறது. இம்முக்கியக் கூறுகளை இரசாயன

உரத்தின் பெயரால் அளிப்பது உணவுப் பாதுகாப்பிற்கே அச்சுறுத்தலாக இருக்கிறது. ஒரு சதுர மீட்டர் மண்ணில் 50000 மண்புழுக்களும், பூச்சிகளும், நுண்ணியிரிகளும், 12 மில்லியன் புழுவகைகளும் இருப்பதாக டேனிஷ் ஆய்வொன்று கூறுகிறது. ஒரு கிராம் மண்ணில் 30000 புரோட்டாஜா, 50000 அல்கயீ, 400000 சமனிகளும், பில்லியன் கணக்கான வெவ்வேறு பாக்டீரியா இனங்களும் உள்ளன. இது மண்ணின் உயிர்ப்பன்ம அற்புதம். இவைதான் மண்ணின் வளத்தை புத்தாக்கம் செய்து பராமரிக்கின்றன. மண் மனித குலத்திற்கு உணவளிப்பதால் மண்ணுக்கு உழைக்கும் மண்புழுக்கள் உட்பட மில்லியன் கணக்கான உயிரிகளுக்கு மனிதன் உணவளிக்க வேண்டிய அவசியம் இருக்கிறது.

பசுமைப்புரட்சி குறித்த ஆய்வை பஞ்சாபில் மேற்கொண்டிருந்தபோது, அமோக அறுவடை செய்த சிலவருடங்களுக்குப்பின் தாராள இரசாயனப் பயன்பாடு செய்த நிலங்களில்கூட விளைச்சல் குறைந்துகொண்டு வந்ததாகக் கூறினார்கள். உயர் விளைச்சல், ஒரே தாவரத்தைத் தொடர்ந்து பயிர்செய்தது போன்றவை மண்ணின் நுண்சத்துக்களை விரைவாக வடியச்செய்து விட்டது. மண் தானாக தாமிரம், துத்தநாகம், இரும்பு, மக்கனீசியம், மாலிப்டினம், போரோன் போன்ற நுண்சத்துக்களை மறுஉருவாக்கம் செய்யும் சக்தியை இழந்துவிட்டதால் விளைச்சல் பொய்த்துப்போனது. இயற்கை உரங்களைப் பயனபடுத்தும்போது இந்தப்பற்றாக்குறைகள் ஏற்படுவதில்லை. இயற்கை உரத்தில் மேற்படி கூறுகள் அடங்கியுள்ளன. செயற்கை உரத்தில் அவை இல்லை. மற்ற நுண்சத்துக்களுடன் துத்தநாகப் பற்றாக்குறை பஞ்சாப் முழுதும் நிலவுகிறது. பஞ்சாபில் எடுத்த 8076 மண் மாதிரிகளில் பாதிக்கும் மேற்பட்டவை துத்தநாகப் பற்றாக்குறை இருப்பதைக் காட்டுகின்றன. அதனால் கோதுமை, நெல், சோள விளைச்சலில் இறங்குமுகம் உருவானது. 3.8 டன்னாக இருந்த சோளவிளைச்சல் 1.98 டன்னாகக் குறைந்தது. ஒரு ஹெக்டேருக்கு 3.4 டன் குறைவு ஏற்பட்டது. பஞ்சாப் மண்ணில் இருக்க வேண்டிய துத்தநாகம் 1969 -70 ஆண்டுகளில் பூஜ்ஜியத்திற்கும் கீழே வந்தது. 1984 -85 ஆண்டுகளில் பற்றாக்குறையை செயற்கையாக ஈடுகட்ட முயற்சிக்கப்பட்டது. பஞ்சாப் மண்ணில் மக்னீசியமும், சல்பேட்டும் பற்றாக்குறையாக இருந்தது முதலில் எண்ணெய் வித்துக்களில் தெரிய வந்தது. இப்போது கோதுமை போன்ற அனைத்து தானியங்களிலும் அதுபற்றாமல் இருக்கிறது.

பசுமைப்புரட்சியினால் சூழலியலுக்கு ஒவ்வாத சிலகூறுகளை அதீதமாக அறிமுகம் செய்ததால் மண்ணின் கழிவுத்தன்மை அதிகரித்துள்ளது. இந்தியாவின் பல்வேறு பகுதிகளில் பாசனத்தின் மூலமாக புளோரின் அதிகரித்துள்ளது. இந்தியாவில் 26மில்லியன் ஹெக்டேர்கள் நிலத்தில்

அலுமனியக் கழிவுகள் அதிகமாக உள்ளது. பஞ்சாபில் ஹோசியாபூர் மாவட்டத்தில் பாரோன், இரும்பு, மாலிப்டீனம், செலினீயம் கழிவுகள் பசுமைப்புரட்சியின் விளைவாக அதிகரித்துள்ளன. இது பயிர் விளைச்சலையும், கால்நடைகளின் ஆரோக்கியத்தையும் பாதிக்கின்ற அளவிற்கு அதிகமாக உள்ளது.

இரசாயன உரப்பயன்பாட்டால் மண்ணில் இப்பற்றாக்குறையும், நோய்மையும் ஏற்பட்டுள்ளதை அமோக விளைச்சல் பற்றிப் பேசும்போது கூறமாட்டார்கள். கோதுமை, நெல் விளைச்சல்கள் பஞ்சாபில் ஏற்ற இறக்கமாக இருந்து இப்போது முற்றிலும் இறங்குமுகமாகி விட்டது. பஞ்சாபின் அதீத உரப்பயன்பாடுதான் இதற்கான காரணி.

மண்ணின் வளத்தைப் பாதுகாப்பதில் இயற்கை உரத்திற்கு மாற்றாக செயற்கை உரம் உதவாது என்பதை பஞ்சாப் வேளாண் பல்கலைக்கழக ஆய்வு உறுதிசெய்துள்ளது. இயற்கை உரம் என்பது மண் உற்பத்தி செய்ததையே மீண்டும் மண்ணுக்கு அளிப்பதுதான். போர்டு பவுண்டேசன் பரிந்துரைகளின் நுழைவிற்கு முன்னர் 1950களில் விவசாய அமைச்சராக இருந்த கே.எம்.முன்சி மண்ணின் வளத்தை சீர்செய்யும் முறைகுறித்து பேசி இருக்கிறார். இன்று பஞ்சாபில் வளம் இழக்கும் நிலங்களை மீட்பதற்கு விஞ்ஞானிகள் முன்மொழிவதை அன்றே குறிப்பிட்டிருக்கிறார். ஹாவர்ட் முன்னுரைத்தது, “வரவிருக்கும் இயந்திர யுகத்தில் வேதிப்பயன்பாடு மிகவும் முட்டாள்தனமான ஒன்றாகக் கருதப்படும்.” அது நிஜமாக இருக்கிறது.

ரசாயன உரங்கள் மண்ணுக்கு நுண்சத்துக்களையும், தாவரங்களுக்கு நீரையும் அளிக்கும் சுழற்சியை மறிக்கிறது. மழைநீரை உள்ளீர்ப்பதில்லை. நிலத்தை விட்டு மழைநீர் ஓடிமறைவது அதிகரிக்கிறது. மண்ணின் முகம் வறண்டு விடுகிறது. பாசனத்திற்காக எப்போதும் நீர் விட்டுக்கொண்டே இருக்க வேண்டியதாக இருக்கிறது. நிலத்தடி நீரை இறைக்க புதைவு எண்ணெய் தேவைப்பட்டுக்கொண்டே இருக்கிறது. மிகை நைட்ரஜன் வேர்ப்பிடிப்பு அடுக்கில் நுண்சத்துக்களை அண்ட விடுவதில்லை. நுண்துகள் இல்லாததால் நைட்ரஜனில் அயனி எதிர்ஊட்டம் அளிக்கிறது. சீரின்மையால் சில நுண்சத்துக்கள் இருப்பனவற்றிலும் எதிர்விளைவுகளை ஏற்படுத்தி விடுகிறது. மண்ணில் ஏற்படும் நுண்சத்து பற்றாக்குறை தாவரங்களிலும், அதிலிருந்து உணவு தானியங்களிலும், உணவுத் தானியங்களில் இருந்து மனித, கால்நடை ஆரோக்கியத்தையும் பாதிக்கிறது. நுண்சத்துப் பற்றாக் குறையால் ஓருயிரிலிருந்து பேருயிர் வரையிலும் வளர்சிதை மாற்ற ஒழுங்கு சிதைகிறது.

இரசாயன உரங்கள் மண்ணையும், மனித உடல் ஆரோக்கியத்தையும் மட்டுமல்ல, பருவநிலை மாற்றத்திலும் பெரும்பங்கு வகிக்கிறது. காரணம் அதன் பயன்பாட்டிலும், உற்பத்தியிலும் உண்டாகும் மாசுபாடு.

உலக மயத்தினால் தொலைதூரத்திற்கு உணவு எடுத்துச்செல்லப்படும் இயந்திரமய உணவுமுறை பசுங்குடில் வாயுக்கழிவு அதிகரிக்க முக்கிய காரணியாக இருக்கிறது. ஒரு கிராம் உணவு இடம்விட்டு இடம்பெயர்வதில் 10 கிராம் கார்பன் கழிவை வெளியேற்றுகிறது என்று டேனிஷ் அரசின் சூழலியல் அமைச்சகம் மேற்கொண்ட ஆய்வு கூறுகிறது. உணவு ஒரு இடத்தில் உற்பத்தியாகி நுகரப்படும் இடம்வரை கணக்கிட்டு அதை உணவுத்தொலைவு (புட் மைல்ஸ்) என்றழைக்கின்றனர். உலகமயத்தின் விளைவால் இது திடீரென்று அதிகரித்துள்ளது. சூழலியல் பத்திரிகையாளர் டேல் ஆலன் பியப்பர்:

1981இல் ஒரு உணவு அமெரிக்காவின் சிக்காகோ சந்தைக்கு 1245 மைல்கள் பயணித்தது. 1998இல் இது 22 சதவீதம் அதிகரித்து 1518 மைல்கள் ஆனது. 1965இல் அமெரிக்காவில் பதிவுபெற்ற சரக்கு மோட்டார் வண்டிகள் 7,87,000. இவை குடித்த எண்ணெய் 6658 பில்லியன் காலன்கள். 1997இல் இவை 17,90,000 என்றானது. குடிக்கும் எண்ணெய் 20,294 பில்லியன் காலன்கள். அமெரிக்காவில் உற்பத்தியாகும் உணவில் 60 சதவீதமானவை ட்ரக்கில் பயணிப்பதாகவும், 40 சதவீதம் ரயிலில் பயணிப்பதாகவும், பசிய(பிரஷ்) வகை உணவுகள் 93 சதவீதம் சரக்கு வண்டிகளில் பயணிப்பதாகவும் மார்சியாவும் பிமெண்டலும் கணக்கிட்டுள்ளனர்.

கனடாவில் மேற்கொள்ளப்பட்ட ஒரு ஆய்வில் டொரொண்டோவிற்கு வரும் ஒரு உணவுப்பொருள் 3333 மைல்கள் கடந்து வருகிறது. இங்கிலாந்தில் 1978க்கும் 1999க்கும் இடைப்பட்ட ஆண்டுகளில் உணவு பயணிக்கும் தூரம் ஐம்பது சதவீதம் அதிகரித்துள்ளது. ஸ்வீடன் ஆய்வொன்று கூறுவது அவர்களுக்கான வழக்கமான காலைஉணவு கிட்டத்தட்ட உலகத்தின் இன்னொரு முனையில் இருந்து ஒருசுற்று வருகிறது.

உணவுத்தொலைவு அதிகரிப்பதற்குக் காரணம் எரிஎண்ணெயும், உணவுக்காக வழங்கப்படும் மானியம் இரண்டும் உள்ளூர் தயாரிப்பைவிட வெளியூரில் குறைவான விலைக்குக் கிடைக்கச் செய்கிறது. இந்தியாவில் இப்படித்தான் பஞ்சாபில் இருந்து கோதுமையை கேரளாவிற்கும், தமிழ்நாட்டிற்கும் கொண்டு வந்து சேர்ப்பதைவிட அமெரிக்காவில் இருந்தும், ஆஸ்திரேலியாவில் இருந்தும் குறைவான விலைக்கு இறக்குமதி செய்ய முடிகிறது என்ற வாதத்துடன் 2006இல் 5.5 மில்லியன் டன்

இறக்குமதி செய்யப்பட்டது. உலகின் இன்னொரு மூலையில் இருந்து கொண்டுவந்து சூழல்மாசு செய்யும் இயந்திரமயப்பட்ட பதப்படுத்தப்பட்ட பழைய உணவுகளைவிட சூழலியல் பாதுகாப்பான உள்ளூரின் பசிய உணவு வகைகளைத் தேர்ந்து உண்ணப் பழகிக்கொள்ள வேண்டும். நமது சுயவாழ்விலும் பொருளாதாரச் செலவைக் குறைக்கக்கூடிய கார்பன் வெளியீட்டைக் குறைவாகச் செய்கிற வாழ்க்கை முறைக்கு பழகிக்கொள்ள வேண்டியுள்ளது. பொருளாதாரத்திற்கும், சூழலியலுக்கும் இடையிலான உறவுகளை முற்றாகத் துண்டித்துவிட்டதன் விளைவால் நமது வீடாகிய புவிக்கோளம் இன்று அச்சுறுத்தலுக்கு உள்ளாகி இருக்கிறது.

சுதந்திர வர்த்தக ஏற்பாட்டின் இறக்குமதியால் தேவையில்லாமல் உணவுத்தொலைவு அதிகரித்துக் கொண்டிருக்கிறது. நெடுந்தொலைவிற்கு உணவுப்பொருட்களை எடுத்துச்செல்வதற்கு மாத்திரமே போக்குவரத்திற்காக எட்டில் ஒரு பங்கு எரிஎண்ணெய் செலவாகிறது. உதாரணத்திற்கு இந்தியா அமெரிக்காவில் இருந்து கோதுமை இறக்குமதி செய்த கதையை எடுத்துக் கொள்வோமே. வேளாண்மையில் அக்கறை செலுத்த வேண்டியதை அது வலியுறுத்துகிறது. உலகின் இரண்டாவது பெரிய கோதுமை உற்பத்தியாளர் இந்தியா. ஆனால் திடீரென்று இறக்குமதி செய்ததற்குக் காரணம் அது அமெரிக்காவினால் தவறாக வழிநடத்தப்பட்டது தான்.

இந்தியாவின் உள்நாட்டு கோதுமை உற்பத்தி 2006இல் உள்நாட்டுத் தேவைக்கு அதிகமாகவே இருந்தது. இருந்தாலும் ஆறாண்டுகளாக கோதுமை இறக்குமதி செய்ய வேண்டிய தேவை ஏற்பட்டிருக்கிறது. வர்த்தகச் சுதந்திரத்தினால் இந்திய விளைச்சல் அனைத்தையும் தனியார் நிறுவனங்கள் வாங்கிப் பதுக்கிவிட்டன. ஆகையால் கோதுமையை இறக்குமதி செய்யவேண்டிய அவசியம் ஏற்பட்டதாக அரசு அறிவிக்க வேண்டி வந்தது. துவக்கத்தில் ஆஸ்திரேலியா கோதுமைக் கழகத்திடம் இருந்து 0.8 மில்லியன் டன் இறக்குமதி செய்தது. அதுவொன்றே இந்தியாவின் இறக்குமதித் தரத்திற்கு இருந்தது. அந்த நிறுவனம் தான் சதாம் ஹுசைனின் எண்ணெய்க்கு உணவுத் திட்டத்தின் கீழ் 300 மில்லியன் டாலருக்கு கோதுமைப்பைகள் வழங்கியதாக வோல்கர் அறிக்கை கூறியது.

பல ஆண்டுகளாகத் தொடர்ந்து கோதுமைக்கு நியாயவிலை வழங்க மறுத்துக்கொண்டே இந்திய அரசாங்கம் இன்னொருபுறம் மீண்டும் கோதுமை இறக்குமதி செய்து கொண்டிருக்கிறது. இந்தமுறை இறக்குமதி விலையை உயர்த்தி மிகுந்த கழிவும் பூச்சிமருந்துப் பயன்பாடும் கொண்டிருந்த கோதுமையை இறக்குமதி செய்ய வழிகாட்டல் விதியையும் தளர்த்திக் கொண்டனர். அதன் மூலமாக வேளாண் விற்பனையாளர்களான கார்கிலும்

ஏடிஎம்மும் இந்தியாவிற்கு இறக்குமதி செய்யும் தகுதிபெற்றனர். இந்தியா மேலும் 2.2 மில்லியன் டன் கோதுமை இறக்குமதி செய்ய, வேளாண் கார்ப்பரேட்டுகள் லாபம் சம்பாதிக்க, உணவுப்பாதுகாப்பு ஊனப்பட்டது.

எதுமுந்தி ஏற்றுமதியா? உணவா?

சமீபகாலத்திற்கு முன்னர்வரை உணவு உற்பத்தியில் உள்ளூருக்கே முன்னுரிமை இருந்தது. உள்ளூர் உணவு உள்ளூர்ப் பருவநிலைக்கு ஏற்றாற்போலவும், உயிர்ப்பன்மத்துடனும் இருந்தது. வளமையான உணவுப்பன்ம கலாசாரத்தால் வடிவமைக்கப்பட்டதாக இருந்தது. பருவநிலை அழிவுகளைத் தடுக்கவும், அதனுடன் இயைந்து இருக்கவும் நமக்கு உணவுப்பன்மம் உள்ளூர் சார்ந்தும், மையப்படமாலும் இருக்க வேண்டி இருந்தது. உலக வங்கியும், உலக வர்த்தக நிறுவனமும் உள்ளூர் உணவுப்பொருளாதாரத்தில் இருந்து விடுபடுமாறு நிர்பந்தித்தன. நம்மிடம் விளைவதை ஏற்றுமதி செய்யவும் நமக்குத் தேவையான வெளியில் கிடைக்கக் கூடியதை இறக்குமதி செய்யவும் பரிந்துரைத்தன. நம்முடைய பணப்பயிர் கொள்கையை உலக வங்கிக் கட்டுமானத்திற்குத் தகுந்தாற்போல மாற்றி அமைத்துக்கொண்டோம். உலக வங்கி, உலக வர்த்தக நிறுவனங்களின் உத்தரவிற்குக் கட்டுப்பட்டதன் விளைவாக இறக்குமதி சார்ந்தவர்களாக மாறிவிட்டோம்.

தாவரங்கள், விலங்குகள் உள்ளிட்ட நீடித்த இயற்கை ஆற்றலான நிலம், நீர், வேளாண் பன்மயத்தை அடிப்படையாகக் கொண்ட விவசாயம் நடைபெற்று வந்தது. நீடித்த இயற்கை ஆதாரங்கள் உள்ளூர் விவசாய சமூகத்தின் கீழ் மையப்படாத கட்டுப்பாட்டில் இருந்தது. அதிலிருந்தே அவர்களுக்கான வாழ்வாதாரத்தையும், உணவுப் பாதுகாப்பையும் உருவாக்கிக்கொள்ள முடிந்தது. முப்பரிமாண சூழலியல் பாதுகாப்பு, வாழ்வாதாரப் பாதுகாப்பு, உணவுப்பாதுகாப்பு ஆகியவை நிலைத்த, சமநிலைவேளாண்மைக் கொள்கையின் அடிப்படைக் கூறுகளாக இருந்தன.

தற்போதைய வேளாண் உலகமய நடவடிக்கைகள் மேற்சொன்ன முப்பரிமாணக் கூறுகளை மிரட்டி தரையுடன் நசுக்கி விட்டது. அக்கூறுகளில் சூழலியல் பாதுகாப்பை பின்னுக்குத் தள்ளியதன் மூலம் இயற்கை ஆதாரங்களின் கட்டுப்பாட்டு எல்லையை அகற்றி விட்டது. குறுகியகால லாபத்திற்காக நிலைத்த ஆற்றலைச்சுரண்டி நிலையில்லா ஆற்றல் பயன்பாட்டிற்கு ஊக்கம் அளித்தது. வேளாண் தொழிலின் தாராளமயமாக்கல், இந்தியாவில் மூன்றில் இரண்டு பங்கு விவசாய மக்களின் வாழ்வாதாரத் தேவையைப் பாதுகாக்கவோ அல்லது பாதி ஏழை

இந்திய மக்களுக்கும், இந்தியா முழுமைக்கும் உணவுப்பாதுகாப்பை வழங்கவோ இல்லை. மாறாக மக்களின் அன்றாட உணவுத்தேவைக்கு பிரதேச அளவிலும், தேசிய அளவிலும் அச்சுறுத்தல் ஏற்பட்டது.

சூழலியலைப் பராமரித்து வந்த, வாழ்வாதரத்திற்கு பாதுகாப்பு அளித்து வந்த அடிப்படைத் தேவைகள் ஆடம்பர ஏற்றுமதியாகவும், கார்ப்பரேட்டுகளின் லாபமாகவும் திசை திரும்பியதற்குக்காரணம் கடந்த மூன்று தசாப்தங்களாக அரசு கடைபிடித்த விவசாயக் கொள்கை. விவசாயம் பெரும் பற்றாக்குறையிலும், மானியத்தாலும் அரச ஏககட்டுப்பாட்டில் இருந்த அதேநேரத்தில் சூழலியல் ஏற்றத்தாழ்வுகளும், சூழலிய நிலைத்தன்மையும் கண்டுகொள்ளப்படவில்லை.

புதிய தாராளமய, உலகமயக் கொள்கைகள் விவசாயத்தின் மீதான கட்டுப்பாட்டை பரவலாக்காதது மட்டுமின்றி அதிகரிக்கவும் செய்தது. புதிய அதிகாரக்குவிப்பின் மூலமாக விவசாயிகளும் சுதந்திரமான பொருளாதாரநிலையை அடைய முடியும் என்ற தாராளவர்த்தகக் கூற்றின் ஒருபகுதி தவறான வழிகாட்டலையும் மக்கள் புரிந்து கொள்ளவில்லை. காரணம் தேசிய அரசின் கட்டுப்பாட்டில் இருந்த விவசாயம் இப்போது பன்னாட்டு நிறுவனங்களின் அதிகாரத்திற்கு மாற்றப்பட்டிருக்கிறது. தேசிய அரசின் அதிகாரத்திலும் தங்களுக்குக் குறைவான சுதந்திரமே வழங்கப்பட்டிருப்பதாக உணர்ந்தார்கள். அந்தக்குறைவான சுதந்திரமும் இப்போது பன்னாட்டு நிறுவனங்களால் உட்கவர்ந்து கொள்ளப்பட்டிருப்பதை இன்னும் மக்கள் புரிந்து கொள்ளவில்லை. அரசாங்கம் விவசாயத்தின் மீதிருந்த பிடியைத் தளர்த்தியது மூலமாக அந்தச்சக்தி விவசாயச் சமூகத்தின், சுயேட்சையான உற்பத்தியாளர்களின் கைகளுக்கு வந்து சேரவில்லை. அதற்குப் பதிலாக இயற்கை ஆற்றலின் மீது, உற்பத்தி, சந்தை முறையின்மீது மக்களுக்கிருந்த உரிமை உலகச்சந்தைக்கான உற்பத்திக்கு தோதாக மாற்றப்பட்டு விட்டது. இது சிறுவிவசாயிகளையும், நிலமற்ற கூலி விவசாயிகளையும் சக்தியற்றவர்களாக ஒன்றுக்கும் பயனற்றவர்களாக மாற்றிவிட்டது.

உலகவங்கியும் உலக வர்த்தக நிறுவனமும் இந்தியா போன்ற வளரும் நாடுகளின் உணவுக்கான முன்னுரிமையை - ஏற்றுமதிக்கான முன்னுரிமையாக மாற்றும்படி நெட்டிவிட்டன. இது வளரும் நாடுகளின் உணவில் சத்துப் பற்றாக்குறையை உருவாக்கியுள்ளது. பணக்கார வடக்கு நாடுகளில் நிலமும் நீரும் போதுமானதாக இல்லாததால் அவர்களுக்குத் தேவையான காய்கனிகளை தெற்கு நாடுகள் விளைவித்து ஏற்றுமதி செய்யவேண்டும். தமது நிலத்தை ஏற்றுமதிக்கானதாக தயாரித்து விட்டதால் தெற்குப்பகுதி மக்களின் உணவிற்கான அடிப்படைப் பண்டங்களான

கோதுமை, அரிசி போன்றவை இறக்குமதி சார்ந்ததாகிறது. ஆக இரண்டு பக்கமும் அன்றாட ரொட்டியின் உணவுத் தொலைவு மிகநீண்டதாக இருக்கிறது. உள்ளூர் உணவுமுறைச் சிதைவும், உலகமய உணவுச்சார்பும் இயற்கை உணவுக்கு மக்களை ஏங்கச் செய்கிறது. உலகமய வேளாண் வர்த்தகத்தின், சூப்பர் மார்க்கெட் சங்கிலியின் நேரடியான விளைவு இது. உலகமயம் எடுத்து வைக்கும் ஒவ்வொரு அடியும் இந்தியாவின் உள்ளூர்ச் சந்தையை அகற்றிவிட்டு அதனிடத்தில் உலகமயத்தின் உணவுமுறையை செயற்கையாகவும் வன்மமாகவும் கொண்டு வந்து திணிக்கிறது.

ஏற்றுமதியே பிரதானம் - கொள்கையின் தோல்வி

ஏற்றுமதி அதிகரிப்பை நோக்கமாகக் கொண்டு உருவாக்கப்பட்ட கொள்கைகள் காய்கறி உற்பத்தியாளர்களுக்கு உதவாத சோக முரண்பாட்டில் முடிந்தது. அமோக விளைச்சல் கண்ட உருளைக்கிழங்கு விவசாயிகள் லாபம் எதுவும் காணவில்லை. சொல்லப்போனால் அது அவர்களைச் சீரழித்து சிலரைத் தற்கொலைக்கும் தள்ளியது. உ.கி ஏற்றுமதிக்கும் ஜிகினா காகித பொட்டலங்களுக்காகவும் இந்திய அரசு மூன்று வேளாண் ஏற்றுமதி மண்டலங்களை உருவாக்கியது. அவை காய்கறி ஏற்றுமதியை அதிகரிப்பதற்குப் பதிலாக இறக்குமதிக்கு வசதியான ஒன்றாக மாறிப்போயின.

* இப்போது அமெரிக்கா, ஐரோப்பா, ஜப்பான், கனடாவிற்கு அடுத்தபடியாக இந்தியா காய்கறி இறக்குமதியில் ஐந்தாவது இடத்தில் இருக்கிறது.

* இந்தியாவின் காய்கறி ஏற்றுமதி நின்றபடி நிற்க இறக்குமதி 2002இல் இருந்து 20% அதிகரித்து இருக்கிறது.

* இந்தியா காய்கறி ஏற்றுமதியில் சம்பாதிப்பதைப்போல மூன்று மடங்கு இறக்குமதிக்குச் செலவழிக்கிறது. 2002இல் இந்தத்தொகை பிரமாண்டமானதாக 678மில்லியன் டாலராக இருந்தது. இது ரஷ்யா, ஹாங்காங், பிரேசில் போன்ற நாடுகளை விட அதிகம். மாறாக அதன் விற்பனைத்தொகை 2002இல் வெறும் 246 மில்லியன் டாலர்கள்.

* பதப்படுத்திய காய்கறிகள், பழங்கள், கொட்டைவகைகள் போன்றவற்றை ஏற்றுமதி செய்தது 2001இல் 70மில்லியன் டாலர்கள். அது 2002இல் 58 மில்லியன் டாலராக ஆனது.

நமது அடிப்படை மூல ஆதாரங்களான நிலம், நீர் ஆகியவற்றை வைத்து காய்கள், பூக்கள், வெள்ளரிப்பிஞ்சுகள் போன்றவற்றை விளைவித்து ஏற்றுமதி செய்துவிட்டால் உணவுப்பாதுகாப்பு பலமடங்கு பாதிக்கப்படும் என்று வல்லுனர்கள் அச்சப்படுகிறார்கள். இந்தப்பயிர்களை விளைவிப்பதற்காக பயன்படுத்தப்படும் நீரின் மதிப்பு, நிலத்தின் மதிப்பு, போடப்படும் முதலீடு போன்றவைகளை துல்லியமாகக் கணக்கிட்டு எந்த அளவிற்கு லாபகரமாக இருக்கிறது என்பதை ஆய்வுசெய்ய வேண்டும். பழங்களும், காய்களும் தோற்ற மலர்ச்சி குறையாமல் இருக்கவேண்டும் என்பதற்காக அதை விமானத்தின் மூலம்தான் ஏற்றுமதி செய்யவேண்டும், அவைகளைக் குளிர்ப்பதனம் செய்விப்பதில் உருவாகும் கார்பன் கழிவுகள் வளிமண்டலத்தில் சேருவதைக் கணக்கில் கொள்ளவேண்டும்.

பன்மைத் தாவர, நீர் குறைவாக கிரகிக்கின்ற, வறட்சியைத் தாங்குகிற தெற்கின் பழைய வேளாண்முறை சிதைக்கபட்டு வருகிறது. பருவநிலை மாற்றத்தைத் தடுக்க பன்முக, பன்மய முறைக்கு நாம் மாறவேண்டிய அவசியம் இருக்கிறது. ஒருபுறம் பருவநிலை மாற்றத்தால் வறட்சி அதிகரித்துக் கொண்டிருக்கிறது. மறுபுறம் அதிகமான நீரையும் நிலத்தையும் பயன்படுத்தி உலகமய உணவையும் பணக்கார நாடுகளின் தேவையையும் நிறைவேற்றி வருகிறோம். ஏற்றுமதிக்கான விவசாய நிலங்களில் கார்ப்பரேட் விவசாயத்திற்காக நீர் முற்றாக எடுத்துக் கொள்ளப்படுவதால் சிறு விவசாயிகளுக்கு நீர் மறுக்கப்படுகிறது. அவர்கள் நிலத்தில் இருந்து துரத்தப்படுகிறார்கள்.

இங்கிலாந்தில் 50 கிராம் சாலடின் விலை ஒரு பவுண்டு. ஆனால் அதற்காக கிட்டத்தட்ட 50லிட்டர் நீர் வீணாக்கப்படுகிறது. ஒரு கலவை சாலடிற்கு 300லிட்டர் நீர் தேவைப்படுகிறது. ஈஸ்ட் ஆங்கிலியா பல்கலைக் கழகத்தைச் சேர்ந்த ப்ரீஸ் லாங்போர்ட் சொன்னது 'நாம் வறட்சியை ஏற்றுமதி செய்து கொண்டிருக்கிறோம். உலக சில்லறை விற்பனை நிறுவனங்களான டெஸ்கோ, சயின்ஸ்பரீஸ், வால்மார்ட் ஆகியவை இந்தியா, ஆப்பிரிக்காவில் இருந்து காய்களையும் பழங்களையும் அதிக அளவில் வாங்குவதற்கான ஆதாரங்களை உருவாக்கி வருகின்றன. இது விவசாயிகளை நிலத்தில் இருந்து வெளியேற்றப்படுவதை அதிகரிக்கும். அந்தப்பகுதிகளை வறண்ட நிலங்களாகவும், பாலையாகவும் வெகுவிரைவில் மாற்றிவிடும். பணக்கார நாடுகளின் உணவுத்தொலைவு அதிகரிக்க அதிகரிக்க ஏழைநாடுகளின் உணவுப்பாதுகாப்பும், உணவு இறையாண்மையும் சரிந்துகொண்டே போகும்.' ஐரோப்பாவிற்காக இந்தியா காய்கறி வளர்த்துக் கொண்டே மறுபுறம் அதிக பூச்சி மருந்து, உரமேறிய கோதுமையை இறக்குமதி செய்துகொண்டிருக்கிறது. இத்தனைக்கும் உள்நாட்டுத் தேவைக்கு போதுமான அளவு கோதுமை

இங்கு உற்பத்தியாகிக் கொண்டுதானிருக்கிறது. இது விவசாயிகளின் வாழ்வாதாரத்திறகு மேலும் அச்சுறுத்தலாக இருக்கும்.

மற்றதில் போலவே இதிலும் ஏழைச் சாமானியர்கள் மூன்றுவிதமான பாதிப்பிற்குள்ளாகிறார்கள். பருவநிலை மாற்றம், வெளிநாட்டு விளைச்சலுக்கான அதீத நீர்ப்பயன்பாட்டால் நீர்ப்பற்றாக்குறை, மிகுந்த விரயம் செய்யும் உலக வர்த்தகத்திற்காக தமது கிராமங்களில், நிலங்களில் இருந்து வெளியேற்றப்படுதல்.

உலகமய வர்த்தகத்தால் அதிகத் தாக்குதலுக்குள்ளாவது ஏழைகளும், இந்த பூமிப்பந்தும் தான். அது குறுகியகால உலகமய வேளாண் வர்த்தகத்திற்காக நமது உணவின் எதிர்காலத்தை நெருக்கடிக்குள்ளாக்குகிறது.

எண்ணெய் அல்ல மண்

பன்மய, மூலக, உள்ளூர் உணவுமுறைக்கு மாறுதல்.

தொழில்மய, உலகமய உணவுமுறை எண்ணெயை அடிப்படையாகக் கொண்டது. தவிர்க்க இயலாத கட்டத்தில் எண்ணெய் முடிவின் விளிம்பில் இருப்பதால் உணவு நெருக்கடி அச்சுறுத்திக் கொண்டிருக்கிறது. பாரம்பரிய வேளாண் முறையை விட தொழில்மய வேளாண்மையும் அச்சுறுத்தலுக்குள்ளாகி இருப்பதற்குக்காரணம் பருவநிலை மாற்றம். தொழில்மய வேளாண்மை ஒற்றைத்தன்மை உடையது. பருவநிலை மாற்றத்தில் ஒற்றைப்பயிர் முறை வேளாண்மை அதிக பாதிப்பிற்குள்ளாவதற்குக் காரணம் அது நோய்ப்படுவதும், பூச்சிகளால் பாதிக்கப்படுவதுமாகும்.

அமெரிக்காவில் 1970, 71இல் மக்காச்சோள விளைப்பகுதி இனம் தெரியாத நோயால் தாக்கப்பட்டிருந்தது. பின்னாளில் அது ஒருவகை பூஞ்சை நோய் என்று வகைப்படுத்தப்பட்டது. அந்நோய்ப் பரவலுக்குக் காரணம் சோளத்தாளில் உருவான ஒருவிதமான வெட்பு நோய் என்று சொல்லப்பட்டது. அது இளம் பயிர்களிலேயே பாடழிவை ஏற்படுத்தியது. பயிர்த்தண்டுகளை முறித்துப் போடுவது, பயிர்களை உருக்குலையச்செய்வது அல்லது முற்றாக அழுகச்செய்வது போன்ற பாதிப்புகளை ஏற்படுத்தி வந்தது. இந்த வெட்பு நோய் குறிப்பாக மரபீனிப் பயிர்களையே விரைவாகவும் அதிக வலுவுடனும் தாக்கியது. மரபு விதைத் தயாரிப்புக் கம்பெனிகள் மிகஅதிக அளவிலும், மிக விரைவாகவும் விதைத்தயாரிப்பு செய்ததே இந்நோய்த் தாக்கத்திற்கான காரணியாகும். 1970களில் அமெரிக்காவில் பயிர் செய்யப்பட்ட 80 சதவீதமானவை குறிப்பிட்ட ஒரே கம்பெனி ரகத்தைச் சேர்ந்தவையாக

இருந்தன. லோவா பல்கலைக்கழக நோய்க்கூறு நிபுணர் எழுதினார் 'ஒரு பெரும் நிலப்பரப்பு நீண்டகாலமாக பற்றவைக்கும் சிறுபொறிக்குக் காத்திருந்ததுபோல் மிகவேகமாக இந்நோய் பற்றிப் பரவியது'.

இயந்திரமய வேளாண்மை இரசாயன உரத்தைச் சார்ந்திருக்கிறது. இராசயன உரம் இடப்படும் நிலத்தில் உயிர் மூலகங்கள் மிகவும் குறைவாக இருக்கின்றன. உயிர் மூலகங்களே மண்ணையும் மண்ணில் இருக்க வேண்டிய உயிர்த் திரட்சியையும் காப்பாற்றித் தரும். வறட்சியில் இருந்து பயிர்களுக்குக் காப்பீட்டை வழங்கும். மண்ணில் மூலகக் கூறுகள் குறையும்போது அதன் பயிர்களை வறட்சியும் நோயும் எளிதில் தாக்கிவிடும். இயந்திரமய வேளாண்மை பெரும்பாலும் அதிகப்பாசனப் பரப்பைச் சார்ந்து இருக்கின்றன. பருவநிலை மாற்றமிருந்தாலும் பனிமுகடுகள் உருகி ஓடுவதால் ஆறுகளில் நீர்வரத்து இருந்து கொண்டுதான் இருக்கிறது. ஆனால் உலகின் பலபகுதிகளில் இந்தப்போக்கு பாதிப்பிற்குள்ளாகி அடிக்கடி வறட்சி ஏற்பட்டு வருகிறது. அதனால் இயந்திரமய விவசாயம்தான் முதலில் தாக்குதலுக்கு உள்ளாகும். இறுதியாக உலகமய உணவு முறைச் சங்கிலியில் பாதிப்புண்டாகும், இன்னொரு புறத்தில் ஹரிக்கேன் புயல் போன்ற அதீத வெள்ளத்தாலும் உலகமய உணவுமுறை பாதிப்பிற்குள்ளாகும். பருவநிலை மாற்றங்கள் தனது மூர்க்கத்தைக் காட்டிக்கொண்டிருக்கும் இந்தக் காலகட்டத்திலாவது உலகமய, இயந்திரமய வேளாண்மை குறைந்தபட்ச மாற்றங்களுக்குத் தன்னை உட்படுத்திக்கொள்ள வேண்டும்.

நமக்கு இப்போது ஒரு மாற்று அவசியமாக இருக்கிறது. பன்மயத்தாவர, இயற்கை விவசாயத்தை நோக்கியும், பருவநிலை உத்திரவாதமற்ற காலகட்டத்தில் உணவிற்கு உத்திரவாதமளிக்கும் உள்ளூர் விவசாயமுறை சார்ந்தும் மாற்றங்கள் செய்யவேண்டி உள்ளது. அதிகமான உணவு உற்பத்தி செய்கிற அதேநேரத்தில் தரமான உணவையும், விவசாயிகளுக்கு வாழ்வாதாரத்தையும் தரும் மாற்றமாக இருக்கவேண்டும்.

இயந்திரமய, உலகமய உணவுமுறை எண்ணெய்ச் செலவீனத்தை அடிப்படையாகக் கொண்டுள்ளது. பன்மயத்தாவர, இயற்கை, உள்ளூர் உணவுமுறை மண்ணை அடிப்படையாகக் கொண்டது. இயந்திரமுறை விரயத்தையும், மாசுபாட்டையும் அடிப்படையாக உடையது. உயிர் வேளாண்மையில் ஒவ்வொன்றும் ஒவ்வொரு கட்டத்திலும் பயன்பாடு கொண்டது. இயந்திரமயம் ஒற்றைத்தன்மை உடையது. நிலைத்தன்மை முறை பன்மயத்தை அடிப்படையாகக்கொண்டது.

மண்ணின் உயிர்ப்பு

உயிர்த்த மண்ணில் செய்யவிருக்கிற உயிர்த்த வேளாண்மையை உருவாக்குவதற்கான ஒவ்வொரு அடியிலும் பருவநிலை மாற்றத்தைச் சீர்செய்யவும், மாற்றங்களுடன் தகவமைத்துக் கொள்ளவும் சேர்த்த முயற்சிகள் மேற்கொள்ளப்படும். இந்தியாவின் பன்மய இயற்கை விவசாய இயக்கமான நவ்தான்யாவை கடந்த இருபது வருடங்களாக கட்டமைத்து வருகிறேன். உயிர்ப்பன்மைப் பாதுகாப்பு, பருவநிலை மாற்றத்தின் தாக்கத்தைக் குறைப்பது, வறுமையை அகற்றுவது என்ற இலக்குகள் எல்லாம் ஒன்றிற்கொன்று தொடர்புள்ளவை என்ற புரிதல் எங்களுக்குள் அதிகரித்துள்ளது. தாவரப்பன்மயம், உள்ளூர், இயற்கை முறையில் நீர்பயன்பாட்டைக் குறைப்பதற்கும், பருவநிலை மாற்றத்தால் விளைச்சல் பொய்த்துப் போவதற்கும் தொடர்பு உண்டு. பன்மய தாவரமுறையை உயர்த்துவதன் மூலம் வறட்சியின் தாக்கத்தைக் குறைக்கலாம். அரிசி, கோதுமையுடன் ஒப்பிடும்போது தினை நல்ல சத்துள்ள தானியம். 2500 மில்லிலிட்டர் நீரைக்குடிக்கும் பசுமைப்புரட்சி நெல்லுடன் ஒப்பிடும்போது தினைக்கு 200லிருந்து 300 மில்லிலிட்டர் நீரே போதுமானது. இந்தியாவில் தினைவகைகளை பரந்த நிலப்பரப்பில் பயிர் செய்தால் இப்போது இருப்பதைப்போல நான்கு மடங்கு உணவு தானிய உற்பத்தி செய்ய முடியும். என்றாலும் உலகமய வர்த்தகம் மரபீனி ஒற்றைப்பயிர்க் கலாசாரத்தையே ஊக்குவிக்கிறது. திரும்பத்திரும்ப அவர்கள் வைக்கச்சொல்லும் பயிர் மக்காச்சோளம், சோயா, சூரியகாந்தி, பருத்தி வகைகள் தான். இவை பருவநிலை நெருக்கடிகளை மோசமாக்கும்.

பருவநிலைப் பேரழிவுகளில் இருந்து நிவாரணம் பெறுவதற்கானத் தீர்வை பன்மயத்தாவர முறை அளிக்கும். 1998இல் ஒரிஸாவைத் தாக்கிய சூப்பர் புயலின் போதும், 2004இல் சுனாமித் தாக்கத்தின் போதும் எங்கள் நவ்தான்யா சார்பில் உப்புத்தாங்கி நெல்விதைகளை அளித்தோம். அதற்கு 'நம்பிக்கை விதை' என்று பெயர். சுனாமியின் போது விவசாய நிலங்களில் புகுந்த உப்பு நீரின் தன்மையிலும் தாக்குப்பிடித்து வளரும் திறன் உள்ளவை அவை. இப்போது நாங்கள் வறட்சியை, வெள்ளத்தை, உப்புத்தாக்கத்தை தாக்குப்பிடிக்கும் விதை வங்கியை உருவாக்கிக் கொண்டிருக்கிறோம். இவை அசாதாரணமான பருவநிலைகளைத் தாங்கி வளரக்கூடியதாக இருக்கும். பருவநிலை மாற்றங்களில் ஒரு நிலைத்தன்மை இல்லை. பன்மயத்தாவரங்கள் இரண்டு அதீத பருவங்களையும் தாங்கும் சக்தியை அளிக்கும். நாம் ஒரே நேரத்தில் இரட்டைத் தீமைகளை எதிர்கொள்ள வேண்டியவர்களாக இருக்கிறோம். ஒற்றைமயத்தில் இருந்து பன்மைக்கும், மையப்படுத்துதலில் இருந்து மையச்சிதைவிற்கும் நாம் போயாக வேண்டும்.

பன்மயத்திற்கும், மையக் களைவிற்கும் இரட்டைக் கோட்பாடுகளை உருவாக்க வேண்டும். எண்ணெய் கடந்த பொருளாதாரத்திற்கும் எண்ணெய் யுக முடிவிற்குப்பின்னால் பருவநிலைத் தாக்கத்தை எதிர் கொள்வதற்கும் கொள்கை உருவாக்க வேண்டும். பன்மய இயற்கை விவசாயம் மாசுபாட்டின் தாக்கத்தைக் குறைப்பதுடன் தாக்கத்தின் மீட்பை விரைவுபடுத்தும். மேலும் அதிக உற்பத்தியையும் உயர் வருமானத்தையும் அளிக்கும். டேவிட் பிமெண்டல் - அமெரிக்காவில் இயற்கை விவசாயத்தில் சோளம், பீன்ஸ் பயிர் செய்யும்போது எரி எண்ணெய் ஆற்றல் 30% குறைவாக செலவாகிறது. அத்துடன் மண்ணும், நீரும் பாதுகாக்கப்படுகிறது. மண் அரிப்பைக் குறைக்கிறது. மண்ணின் தரத்தைப் பராமரித்து பெரும்போக்கு விவசாயத்தை விட இயற்கை விவசாயம் ஆற்றலை அதிகமாகப் பாதுகாக்கிறது என்கிறார்.

மத்திய அமெரிக்காவில் 1998இல் மிட்ச் ஹரிக்கேன் தாக்கிய பின்னர், இரசாயன விவசாயத்தை விட்டு விவசாயிகள் இயற்கை விவசாயத்திற்குத் திரும்பியுள்ளனர். சூழலியல் விவசாயம் அதிகமான மேலடுக்கு மண்ணையும், நுண்ணுயிரிகளையும் அளிக்கிறது. மண் அரிமானம் குறைகிறது. விவசாயிகள் குறைவான பொருளாதாரச் செலவினத்தில் நிலப்பராமரிப்பு மேற்கொள்கின்றனர்.

புதைவு எண்ணெய் அடிப்படையிலான தொழில்மய விவசாயத்தில் நிலத்தில் இருந்து கார்பன் வளிமண்டலத்திற்குச் செல்கிறது. சூழலியல் விவசாயம் காற்றுமண்டல கார்பனை ஈர்த்து நிலத்திற்குள் இருத்துகிறது. அமெரிக்காவில் 10000 நடுத்தர அளவிலான பண்ணைகள் சூழலியலுக்கு மாற்றப்படுமானால் அவை சாலையில் ஓடும் ஒரு மில்லியன் கார்கள் வெளியிடும் கார்பனை கிரகித்துக்கொள்ளும். அனைத்து விவசாய நிலங்களும் சூழலியல் பண்ணைகளாக மாற்றப்படுமானால் 367 மில்லியன் டன் கார்பனை பூமியில் சேமித்து நைட்ரஜன் கழிவை வெகு விரைவாக அகற்றிவிடும். சூழலியல் பண்ணைகள் கார்பன் கழிவுகளை நேரடியாகவும் மறைமுகமாகவும் குறைத்து பருவநிலை மாற்றங்களின் எதிர்விளைவுகளை முற்றாகத் தணித்து விடும்.

நவ்தான்யாவின் இருபதாண்டுகால அனுபவத்தில் இயற்கை விவசாயம் அதிகமான உணவு உற்பத்தியை அளிப்பதுடன் சூழலைச் சிதைக்காமல், விவசாயிகளைக் கொல்லாமல் அவர்களுக்கு நல்ல வருமானத்தை அளிக்கும். விளைச்சலை அதிகமாக எடுக்கும் அதே நேரத்தில் முதலீடுகளும் குறைவானதாகவே இருக்கும். நாங்கள் ஆயிரம் பண்ணைகளை உருவாக்கி மிகவும் லாபகரமாக பொருளாதார நிலைத்தன்மையுடன் நடத்தி வருகிறோம். விவசாயிகளின் தற்கொலை

அதிகமாக பரவிய பகுதிகளில் அதீத வேதிப்பயன்பாட்டினால் உற்பத்திச் செலவு உயர்ந்திருந்தது. இப்பகுதி விவசாயிகள் தங்கள் விவசாயத்திற்கு புதுப்பிக்கவியலாத மரபீனி விதைகளைச் சார்ந்திருந்தார்கள். உலகமயத்தின் விளைவால் அவர்கள் செய்து வந்த ஒற்றைப் பயிரின் விலை சந்தையில் வீழ்ச்சியுற்றிருந்தது. அது விவசாயிகளின் வருமானத்தைப் பாதித்து கடன் நெருக்கடி அதிகரித்ததால் அவர்கள் தற்கொலைக்குத் தள்ளப்பட்டார்கள். விவசாய உற்பத்திச் செலவு அதிகரித்தது கிராமப்புற கடன் உயர்விற்குக் காரணம் ஆகும்.

பன்மயத்தாவர இயற்கை விவசாயம் கடனற்றவர்களாகவும், தற்கொலையை இல்லாததாகவும் ஆக்குகிறது. தொழில்மய கார்ப்பரேட் விவசாயத்திற்கு சரியான மாற்றாகவும் வேறுசில நல்ல பலன்களையும் தருகிறது. நிலத்தின் உற்பத்தித்திறனை அதிகரித்து வருமானத்தையும் உயர்த்துகிறது. அதேசமயம் உற்பத்திச்செலவையும் குறைக்கிறது. இரசாயனம் இல்லை, பூச்சி மருந்து இல்லை, உற்பத்திச் செயல்பாடுகள் பாதுகாப்பானதாக இருக்கிறது. நுகர்வோருக்கு ஆரோக்கியமான உணவை வழங்குகிறது. நாம் விவசாயிகளின் வாழ்வாதாரத்தையும் சூழலியலையும் பாதுகாக்க வேண்டும். மக்களுக்கு நல்ல உணவளித்து பொது ஆரோக்கியத்தைப் பாதுகாக்கவேண்டும்.

நாம் மான்சாண்டோ பாதையில் போகமுடியாது. நமது பாதை நவ்தான்யா பாதை. நாம் உணவு அதிகாரத்திற்கும் உணவு அடிமைநிலைக்கும் போய் முட்டிக்கொண்டிருக்க வேண்டியதில்லை. நம்மால் உணவுச்சுதந்திரத்தை உருவாக்கிக்கொள்ள முடியும். பன்மயத்தாவர, இயற்கைச்சூழலிய, உள்ளூர் உணவுமுறை சார்ந்த, பருவநிலை மாற்றத்தைத் தணிக்க உதவுகிற, பசுமைக்குடில் வாயுவைக்குறைக்கிற, தாவரங்கள் மூலமாக, மண் மூலமாகக் கார்பனைக் கவர்கிற விவசாயத்தை நாம் செய்யமுடியும்.

இயற்கை விவசாயத்தில் இயற்கை மூலகங்கள் மறுசுழற்சியாகின்றன. தொழிலமய விவசாயத்தில் வேதி உரங்கள் மண்ணில் நைட்ரிக் ஆக்ஸைடை விட்டுச்செல்கிறது. தொழில்மய விவசாயம் சிறுவிவசாயிகளை நிலத்தில் இருந்து அப்புறப்படுத்தி பெரும்பண்ணைகளுடன் இணைப்பதால் அதற்கு இயந்திரமயப் பயன்பாடு தேவையாக இருக்கிறது. அது மேலும் இயந்திரக்கழிவுகளை நிலத்தில் குவிக்கிறது. மூன்றாம் உலக நாடுகளில் செய்யும் சிறு இயற்கை விவசாயம் தாவரப்பன்மத்தை அளித்து முற்றிலும் புதைவு எண்ணெய்ப் பயன்பாட்டில் இருந்து விலக்கிக் கொள்ளலாம். இயற்கை விவசாயத்திற்குத் தேவையான ஆற்றல் கால்நடைகள் மூலமாகப் பெறப்படுகிறது. எனவே கால்நடைக் கழிவுகளால் மண்ணின் வளம் பெருகுகிறது. இது பசுமைக்குடில் வாயு வெளியேற்றத்தைக் குறைக்கிறது.

பன்மயத்தாவர விவசாயம் வெள்ளத்தையும் வறட்சியையும் தடுக்கிறது. ஏனென்றால் இது மண்ணில் அதிக நீரைக் கவர்ந்து வைத்திருப்பதால், மாறும் எந்தப் பருவச்சூழலுக்கும் தன்னைப் பொருத்திக்கொள்கிறது. நவ்தான்யாவின் பருவநிலை குறித்த ஆய்வில் இயற்கை விவசாயம் 55 சதவீதம் கார்பனை ஈர்ப்பதும், 10 சதவீதம் நீரை கிரகித்து வைப்பதும் உறுதிப்பட்டது.

இயற்கை விவசாயத்தில் பெருகும் மண் வளம்

இயந்திரமயத்தைவிட இயற்கை விவசாயத்தில் உயரும் சதவீதம்

பயிர்கள்	கரிம பொருள்	நுண்ணுயிர் மூலகம்	நுண்ணுயிர் செயல்பாடு	நீர் திரட்சி திறன்	நைட்	பாஸ்	சல்
சோளம்	28-55	4-25	2-10	2-3	0-2	0-1	8-15
கொ.கடலை	32-44	22-54	12-25	4-9	7-21	1-2	25-47
பட்டாணி	31-47	11-23	8-15	4-7	7-21	1-2	4-9
பச்சைப்பயிறு	27-41	28-59	11-33	4-8	11-27	2-6	5-11

சூழலியல் வளர்ச்சிக்கு உதவும் சிறிய அளவிலான இயற்கை விவசாயம் உணவுப்பாதுகாப்பிற்கு அச்சுறுத்தலாக இருக்காது. பன்மயத்தாவர இயற்கை விவசாயம் இயந்திரமய ஒற்றைத்தாவர விவசாயத்தைவிட அதிக உணவு உற்பத்தியையும், உயர் வருமானத்தையும் அளிக்கும். பருவநிலை மாற்றத்தைத் தணிக்கும். பன்மயத்தாவரப் பாதுகாப்பும் உணவுப் பாதுகாப்பு உயர்வும் ஒருகையில் கொடுத்து மறுகையில் வாங்கும் பயில்வாகும்.

பழமையான கண்ணோட்டத்தின்படி உற்பத்தித்திறன் என்பது அதிகமான மனித உழைப்பை நேரடியாக நிலத்தில் உள்ளீடாக அளிப்பது மற்றும் பல பிறஆற்றல்களையும் உள்ளீடு செய்வது. ஒரு சார்பான உற்பத்தித் திறன் கணக்கீட்டினால் நிலத்தில் இருந்து மனித உழைப்பைத் தரும் விவசாயிகளை அகற்றிவிட்டு அதனிடத்தில் வேதி, இயந்திர ஆற்றல்கள் உள்ளீடு செய்யப்படுகின்றன. அது பசுமைக்குடில் வாயுவாகவும், பருவநிலை மாற்றங்களாகவும் விளைவளிக்கிறது. மேலும் தொழில்மய விவசாயத்தில் உலக வர்த்தகத்திற்கான ஒற்றைப்பயிர்முறை எப்போதும் வலியுறுத்தப்படுகிறது. இது ஒற்றைக்கலாசார மனதில் இருந்து விளைச்சலைக் குறியாக்கொண்டு உருவாக்கப்படுவது தான். அமோக விளைச்சல் தரும் ஒற்றைத்தாவரம் பிற பன்மத்தாவரங்களை நிலத்தில் இருந்து வெளியேற்றி

விடுகிறது. இது சூழலியற் பன்ம செயல்பாடுகளையும் சிதைக்கிறது. ஒற்றைப்பயிர் முறையால் உருவாக்கப்படும் சூழலியல் விளைவுகள் உற்பத்திறன் குறித்துப் பேசும்போது கணக்கிடப்படுவதில்லை.

பன்மயத்தாவர முறையின் பன்மய பலன்களைக் கணக்கிடும்போது, அது ஒற்றைத்தாவர முறை அளிக்கும் வெளியீடுகளை விட அதிகமான வெளியீடுதான் அளிக்கிறது. வேதியியல் விவசாயத்தை விட இயற்கை விவசாயம் விவசாயிகளுக்கும் நிலத்திற்கும் நல்ல பலன்களை அதிகமாக அளிக்கிறது. விவசாயத்தில் வேளாண்காடு வளர்ப்பையும் இணைத்துக் கொண்டால் அது கார்பன் கழிவுகளை கிரகிப்பதில் மிக விரைவான மாற்றத்தை அளிக்கும். பேரீச்சையும், பனையும் நிலத்தில் கார்பன் அடர்த்தியை 175லிருந்து 185 சதவீதம் குறைக்கிறது.

தேசிய காட்டு வேளாண்மை மையம் தனது ஆய்வில் கூறுவது வேளாண்காடு வளர்ப்பில் ஒரு ஹெக்டேர் மண்ணில் ஆண்டிற்கு 6.6 டன் கார்பன் மண்ணால் ஈர்க்கப்படுகிறது. இது பதினைந்து ஆண்டு சுழற்சியில் ஆண்டிற்கு 12.22 மரங்கள் மூலமாகவும் ஈர்க்கப்படுகிறது. மண்ணும், பன்மத்தாவரங்களும் ஆண்டிற்கு 18.87 டன் கார்பனை வளிமண்டலத்தில் கவர்கிறது.

மண்ணும் தாவரங்களும் மிகப்பெரிய கார்பன் தொட்டிகளாக இருக்கின்றன. ஆனால் தொழில்மயம் மண்ணையும் தாவரங்களையும் அழிக்கும் வேலைகளைச்செய்கிறது. தன் சுழற்சியில் மண்ணுக்கு உயிர் மூலங்களை அளிப்பதற்கு மாறாக தொழில்மயம் மண்ணின் கார்பன் ஈர்ப்புத்தன்மையை அழித்துவிடுகிறது. இயந்திரமயம் மரங்களையும், மரப்புதர்களையும் வெட்டி வீழ்த்துவதற்கு நெருக்கிக்கொண்டு இருக்கிறது. இயற்கை முறை மண்ணில் உள்ள அனைத்து உயிர்களுக்கும் உணவும் வாழ்வும் அளிக்கிறது. வேதி உரங்களுக்கு மாற்றான பல இயற்கை உரங்கள் இருக்கின்றன. பச்சைத்தாவரங்கள், செடியின் நார்கள், பயிறு, தானியங்களின் உமி, மண்புழு, பசுஞ்சாணம், மக்கிய தாள்வகைகள் அனைத்தும் செலவில்லாத இயற்கை உரம். பண்ணைகளை வெற்று வெளிகளாக விடும்போது மண்புழுக்களின் வளத்தை அதிகரித்து உணவு விளைச்சலையும் அதிகரிக்கிறது. உழுவெளிகள் வேறு வேதி உரங்கள் இடப்படாமல் இருந்தால் மண்புழுக்கள் வளர்ச்சியை இரண்டில் இருந்து இரண்டரை மடங்கு அதிகரிக்கச்செய்கிறது. மண்புழுக்கள் மண்ணின் கட்டுமானத்தையும், வடிதிறனையும் பராமரித்து மண்வளத்தை மேம்படுத்துகின்றன. உயிர் மூலகங்களை மண்ணுக்குள் இருத்துகின்றன. மண்புழுக்கள் மண்ணுக்குள் செயல்படும் விதம் டார்வினின் பின்னாளைய ஆய்வு முடிவில் பெரும்பங்காற்றியது. மண்புழு குறித்து டார்வின்

எழுதினார், 'வரலாற்றின் உருவாக்கத்தில் மண்புழு அளவிற்கு பிற உயிரினங்கள் முக்கியத்துவம் வாய்ந்த பங்காற்றியிருக்குமா என்பது சந்தேகம்தான்'. இச்சிறிய மண்புழு கண்ணுக்குத் தெரியாமல் மண்ணுக்கு அடியில் ஒரு டிராக்டராக, ஒரு வேதித் தொழிற்சாலையாக, நீர் அணையாக ஒரேநேரத்தில் முப்பெரும் வேலைகளைச் செய்கிறது. சாதாரண மண்ணில் உயிர்க் கார்பனையும், நைட்ரஜனையும் நிரப்பி மண்ணை உயிர்ப்பான ஒன்றாக மாற்றுகிறது. அதன் தொடர்ந்த இயக்கம் மண்ணுக்குள் காற்றுக்குழல்களை உருவாக்குகிறது. மண்ணுக்குள் கிட்டத்தட்ட 30 சதவீதம் காற்றின் நிறையை அதிகரிக்கிறது. மண்புழு இல்லாத நிலத்தைவிட இருக்கும் நிலத்தில் 20 சதவீதம் மண்ணின் நீர் வைப்புத்திறனை அதிகமாக்குகிறது. ஆண்டிற்கு ஏக்கருக்கு 4லிருந்து 36 டன் மண்ணைப் புரட்டிப்போடுகிறது. ஐந்துமடங்கு அதிகமாக நைட்ரஜனையும், ஏழுமடங்கு பாஸ்பரஸ், மாற்றுப்பண்புடைய மெக்கனீசியம் மூன்று மடங்கு, பதினோரு மடங்கு பொட்டாசியம், ஒன்றரை மடங்கு கால்சியம் ஆகியவற்றை மண்ணுக்கு அளிக்கிறது. பெரும்பாலான மண்ணின் வளத்திற்குத் தேவையான நுண்ணுயிர் செயல்பாட்டுத்திறனை மேம்படுத்துகிறது.

டூன் பள்ளத்தாக்கில் உள்ள எங்களது நவ்தான்யா பண்ணையில் மண்ணுக்கு இயற்கை ஊட்டம் அளித்தோம். அவை எங்களுக்கு ஊட்டத்தைத் திருப்பி அளிக்கின்றன. நாங்கள் மண்ணின் உயிர்ப்பைப் புதுப்பித்தோம். எங்களுக்கு அருகில் உள்ள மற்ற வேதியியல் பண்ணைகளை விட 41 சதவீதம் மண்ணின் களித்தன்மை அதிகமாக இருக்கிறது. மண்ணின் களித்தன்மை அதிகமானால் நீர்க் கோர்வை அதிகரிக்கும். மற்ற வேதி மண்ணின் மாதிரிகளைச் சோதித்துப் பார்த்ததில் எங்கள் மண்ணில் 124 சதவீதம் அதிகமான உயிர்க்கூறுகள் அடங்கி இருக்கின்றன. நைட்ரஜன் திரட்சி 85%, பாஸ்பரஸ் கூறு 10%, பொட்டாசியம் 25% அதிகமாக இருக்கின்றன. பயிர்களுக்குக் காளான் சத்துக்களை அளிக்கும் மைகோரிஜல் உயிரி எங்கள் நிலத்தில் வளமையுடன் இருக்கிறது. அது மண்ணில் இருந்து தாவரங்களுக்குத் தேவையான உணவைப்பெற்று அளிக்கிறது. எங்கள் தாவரங்களை நோய்கள் தாக்குவதில்லை. பயிர்கள் வறட்சியையும் தாங்குவதாக இருக்கின்றன. எங்கள் பண்ணை உணவு மிகவும் சுவையானதாக இருக்கிறது. இதை யாரும் இங்கு வந்து சோதித்துப் பார்க்கலாம். எங்கள் பண்ணை எரி எண்ணெயில் இருந்து விடுதலை பெற்றது. இங்கே எருதுகள் உழுகின்றன. உழுதுகொண்டே சாண உரத்தையும் போட்டுவிட்டுப் போகின்றன.

எங்கள் பண்ணையில் எண்ணெய்த்தடை இருப்பதால் உண்மையான ஆற்றலை நாங்கள் பெறமுடிந்தது. மைகோரிஜல், மண்புழு, தாவர

உரம், கால்நடை உரம் போன்றவற்றின் ஆற்றல்களை எங்களால் பெறமுடிந்திருக்கிறது. எங்கள் பண்ணையில் உள்ள அனைத்தும் சூரிய சக்தியின் ஊட்டம் பெறுகின்றன.

தாவரப் பன்மயம் - எமது இயற்கை முதலீடு, சூழலியல் காப்பீடு பருவநிலைகள்

மாறிவரும் இன்றைய காலகட்டத்தில் தாவரப்பன்மயம் உண்மையான காப்பீடாக இருக்கிறது. பாரம்பரியமாக இந்தியாவில் ஒன்றுக்கும் மேலான தாவரங்களை, பயிர்களைப் பயிரிடுவன் மூலம் இயற்கையான தாங்குத்திறனை நமது விவசாயிகள் அதிகரித்துக்கொண்டனர்.

இந்தியாவின் கூட்டுப்பயிர்முறை அல்லது தாவரப்பன்மய விவசாயமுறையில் அதன் தாங்குதிறன் மற்றும் நீடித்த பண்பின் ரகசியம் அடங்கி இருப்பதாகப் பார்க்கிறார் சர் ஆல்பிரட் ஹாவர்ட். இயற்கை விவசாயத்தின் செவ்வியல் பண்பு குறித்து 1940இல் அவர் எழுதினார்:

கூட்டுத்தாவர முறை விவசாயத்தின் விதி. இந்த ஆதி இயற்கை முறையை புரதானக்காடுகளில் இருந்து பெற்று விவசாயிகள் தொன்மை மதிப்புடன் பின்பற்றி வருகிறார்கள். தானிய வேளாண்மை முக்கியமான கட்டத்திற்கு வரும்வரை கூட்டுப்பயிர்முறைதான் எங்கும் இருந்திருக்கிறது. தினை, கோதுமை, பார்லி, சோளம் போன்ற தானியங்களுடன் பொருத்தமான துணைப்பயிர்களாக பயிறு வகைகளும் பயிரிடப்பட்டன. சில வகைகள் தானியங்கள் அறுவடைக்குத் தயாராவதற்கு முன்னரே பயன்தரக்கூடியதாக இருக்கும். கங்கை நதிப்படுகையில் மணிப்பயிறு வகைகள் முக்கியமான விளைப்பயிறாக இருக்கிறது. அதனூடாக தினை அல்லது சோளம் பயிரிடப்படுகிறது. பல தானியங்களும், பயிறு வகைகளும் கலந்து பயிர் செய்வது ஒன்றிற்கொன்று உதவிகரமாகத் தோன்றுகிறது. இரண்டும் சேர்ந்து வளரும்போது வளர்ச்சியின் பண்பு அதிகரிக்கிறது. அவற்றின் வேர்களில் பரஸ்பரம் ஒன்றின் உபரி மற்றதற்கு பயனுள்ளதாக இருக்குமோ? வெப்பமண்டல தானியங்களும், பயிறு வகைகளும் வெளியேற்றும் கழிவுகள் பயிர்களின் வேர்களில் மைகோரிஜல்லாகத் தோன்றி இணைந்து செயலாற்றுமோ? இந்தக் கேள்விகளுக்கெல்லாம் தற்கால அறிவியல் விடைகாண முடியாது. இந்த மேற்கத்திய அறிவியல் இப்போது தான் தோன்றியிருக்கிறது. இந்த அறிவியல் கண்டுபிடிக்க முடியாத பிரச்சனைகளையும், தீர்வுகளையும் கிழக்குலகின் விவசாயிகள் கண்டு தெளிந்து கடந்து போய்விட்டார்கள். மேற்குலகின் அறிவியல்

இனிமேல்தான் புரிந்து கொள்ளவேண்டும். பயிர்கள் கலவையாக வளர்வதற்கு எந்த பொருத்தமான காரணங்களும் இருக்கலாம். ஆனால் பொதுவாக ஒற்றைப்பயிர் முறையைவிட கலவைப்பயிர் முறை நல்ல பலன்களைத் தருகிறது என்பது இன்றளவும் உண்மை.

பழங்கால வேளாண் ஞானத்தை நவ்தான்யாவில் இயற்கை வழியில் தாவரப்பன்மய அடிப்படையில் சோதித்துப் பின்பற்றி வருகிறோம். நாங்கள் தாவரப்பன்மயத்தைப்பாதுகாப்பது மட்டுமல்ல, உணவு உற்பத்தியையும் விவசாயிகளின் வருமானத்தையும் அதிகரித்து இருக்கிறோம். பருவநிலை மாற்றத்தை எதிர்கொள்ளும் திறனையும் பெற்றுள்ளோம்.

எங்கள் பண்ணையில் ஏழு வயல்கள் (சப்தர்ஷி) ஒன்பது தானியங்கள் (நவ்தான்யா) பன்னிரண்டு பயிர்கள் (பரனஜா) செய்கிறோம். நவ்தானியாவின் மெய்யான பொருள் ஒன்பது தானியங்கள் அல்லது ஒன்பது விதைகள். தாவரப்பன்மய விளைநிலம் எப்போதும் ஒற்றைத்தாவர முறையைவிட மேலானது. நமது பாரம்பரிய பன்மயத்தாவர விவசாய முறை, ஈரத்தையும் தாங்கும். வறட்சியையும் தாங்கும். மழை முன்கூட்டியே பெய்தாலும் சரி, தள்ளிப்போனாலும் சரி. பெருமழையானாலும், சிறுமழையானாலும் எல்லாவற்றையும் தாக்குப்பிடித்துப் பலன் தரும்.

தாவரங்களுக்குள் ஒருங்கியைந்த ஒட்டுமுறை மொத்தத்தில் நல்ல விளைச்சல் பலனை அளிக்கும். மேற்கு மலைத் தொடரில் 1.5 ஏக்கரில் நெல்லும், 0.5 ஏக்கரில் பாக்கு மரமும் சிறிய பண்ணை வீட்டைச்சுற்றித் தோட்டத்தில் மிளகாய், வெள்ளரி, பீன்ஸ், காய்கறிகள் போன்ற வீட்டிற்குத் தேவையான அனைத்தும் விளைவித்துக் கொள்கிறார்கள். அதுபோலவே இமயமலையின் கிழக்குத் தொடரில் சிக்கிம், அஸ்ஸாம் போன்ற பகுதிகளில் பெரும்பகுதி நிலத்தில் அலனஸ் மரங்களில் ஏலக்காய் கொடி படரவிட்டு நிலைத்த காட்டு வேளாண்மை செய்கிறார்கள். ஏலக்காய்க் கொடியும் பலன்பெறக் கூடிய விவசாயமாக இருக்கிறது. இதுபோலவே ராஜஸ்தானிலும் வறண்ட படுகையான ஜோத்பூர் மற்றும் மேற்கு ராஜஸ்தான் பகுதிகளில் வேம்பை அடிப்படையாகக் கொண்ட காட்டு வேளாண்மையும், மலர்ச்செடி வளர்ப்பும் செய்கிறார்கள். அப்பகுதிகளில் கம்பும், சோளமும், பயிறு வகைகளும் அப்பகுதி மக்களது சத்துத் தேவையை நிறைவு செய்கின்றன.

சமீபத்தில் நவ்தான்யா மூலமாக மேற்கு வங்கத்தின் நான்கு மாவட்டங்களில் மேற்கொள்ளப்பட்ட ஆய்வில் பலஅடுக்குப் பயிர்முறை, இரசாயன அடிப்படையில் செய்யப்படும் ஒற்றைப்பயிர் முறையைவிட பலமடங்கு லாபம் அளிக்கிறது. கிழக்கு மிட்னாபூர் மாவட்டத்தில் மிகவிரிந்த அளவில்

அடுத்தடுத்த சுழற்சியில் மாற்றுப்பயிர்கள் விளைவிக்கப்படுகின்றன. ஒரு ஹெக்டேருக்கும் குறைவேயான பல பண்ணைகளில் நெல் தவிர்த்து 50 விதமான பயிர்கள் விளைவிக்கப்படுகின்றன. மானாவரிப் பயிர் செய்யும் பங்குரா மாவட்டத்தில் மற்றவற்றுடன் ஒப்பிடும்போது குறைவாக 14 வகைத் தானியங்கள் பயிரிடப்படுகின்றன. ஆனால் இதற்கு மாறாக நல்ல பாசன வசதியுள்ள பகுதிகளில் ஒற்றைத்தாவர முறை விவசாயம் செய்யப்படும் பண்ணைகளில் இரண்டுவகை நெற்பயிர்கள் மட்டும் விளைவிக்கப்படுகின்றன. அதே பங்குரா மாவட்டத்தில் பாசன வசதியுள்ள இடங்களில் மூன்று வகையான அமோக விளைச்சல் தரும் நெல் ரகங்கள் மட்டுமே பயிர் செய்யப்படுகின்றன. இதற்கு செய்யப்படும் உள்ளீட்டு (வேதி உரம், விதை, நீர்ப்பாசனக் கட்டணம், மனித உழைப்பு) முதலைக் கணக்கிட்டால் பனமயத்தாவர விவசாயத்தில் குறிப்பிடத்தகுந்த உற்பத்தி முன்னேற்றம் ஏற்பட்டுள்ளது. ஒற்றைப்பயிர் முறையில் அதற்குத் தேவையான உள்ளீடுகளை உரங்களைப் போட்டுப்போட்டு ‘பண்ணை அயற்சி’ ஏற்படுவதாகக் கூறுகின்றனர்.

எங்களது ஆய்வுத் தகவல்கள் விவசாயம் குறித்துப் பொதுப்புத்தியில் நினைத்திருப்பதற்கு மாறாக இருக்கிறது. முக்கிய பயிர்கள் விளைவிப்பது தான் நல்ல உற்பத்திப்பலனை ஊக்குவிக்கும். ஒற்றைப் பயிர்முறை நீடித்த பலனைத் தருவதில்லை என்பதை பங்குரா, மிட்னாப்பூர் மாவட்டத்தில் உள்ள பெரும்பாலான விவசாயிகள் புரிந்துகொள்ளத் துவங்கியுள்ளனர். பலவிவசாயிகள் இப்போது பாரம்பரிய நாட்டுப்புற பயிர்கள் விளைச்சலுக்குத் திரும்பி விட்டனர். அவர்களில் சிலர் இனக்கலப்பு வகைகளை, அமோக விளைச்சல் பயிர்களை சுழல்முறையில் பயிரிட்டுப் பரிசோதனை செய்து வருகின்றனர். ஒற்றைப்பயிர் முறை விவசாயத்தில் தொடர்ந்து நெல் பயிரிடும்போது உள்ளீட்டுச் செலவுகள் அதிகரித்துக் கொண்டே போகின்றன, எனவே அமோக விளைச்சல் ரகம் பயிரிடும் நிலங்களுக்கு இடைவெளி விடுவதற்காக சில ஆண்டுகள் காய்கறிகள், கனிகள் விவசாயம் செய்துவிட்டு மீண்டும் நெல் பயிரிடுகிறார்கள்.

சிறிய பண்ணைகள்தான் ஒற்றைப்பயிர் முறைகளைவிட பன்மயத் தாவரமுறைகளைப் பின்பற்றுகின்றன. அவை தொழில்முறை விவசாயம் செய்வதால் அவற்றிற்கு வெளிஉள்ளீடுகள் அவசியமாக இருக்கிறது. உயர் தாவரத்திறன் என்றால் சிறுவிவசாயிகளைப் பொருத்தவரை அதிக வருமானம் ஈட்டித் தருவதுதான். ராஜஸ்தானில் கம்புப்பயிரில் ஒரு ஏக்கருக்கு 2480 ரூபாய் வருமானம் கிடைக்கிறது. ஆனால் அதே ஒரு ஏக்கரில் தாவரப்பன்மய முறை விவசாயத்தில் கம்பு, பயிறு வகைகள், எள் போன்றவைகளைப் பயிரிட்டு 12045 லாபம் ஈட்டுகின்றனர். உத்தர்காண்டில் ஒற்றைப்பயிர் விவசாயத்தில் நெல் மூலமாக ஏக்கருக்கு

6720 ரூபாய் லாபம் கிடைக்குமானால், பன்மயத்தாவர விவசாயத்தில் ஏக்கருக்கு 24600 ரூபாய் கிடைக்கிறது. மூன்றரை மடங்கு லாபம் பெறமுடிகிறது. சிக்கிமில் ஒற்றைத்தாவர முறையில் ஏக்கருக்கு 4950 ரூபாய் கிடைக்கிறதென்றால் அதே ஓர் ஏக்கர் வயலில் முள்ளங்கி, சணல், பட்டாணி போன்ற வகைகள் பயிரிடும்போது 11700 ரூபாய் வருமானம் பெறமுடிகிறது. நவ்தான்யா நெல் கோதுமை விவசாயிகள் பாரம்பரிய விதை வகைகளைப் பயிர்செய்து கிட்டத்தட்ட இரண்டு மடங்கு விளைச்சல் காண்கிறார்கள். உத்தர்காண்டில் கஸ்தூரி உயர்வகை நெல் விளைச்சல் ஒரு ஹெக்டேருக்கு 96 குவிண்டால் காணும்போது பாரம்பரிய வகை ஜூம்பா நெல் 176 குவிண்டால் விளைகிறது. மேற்கு உத்திரப் பிரதேசத்தில் ஒரு ஹெக்டேருக்கு பாரம்பரிய வகை 62.5 குவிண்டால் கோதுமை விளைவிக்க இரசாயன உற்பத்தியில் வெறும் 50 டன் மாத்திரமே விளைகிறது.

பாரம்பரிய பாதுகாக்கப்பட்ட விதைகளில் இருந்து செய்யப்படும் இயற்கை பன்மயத்தாவர முறையில் ஒற்றைத்தாவர முறையைவிட இரண்டு மூன்று மடங்கு விளைச்சலும், மரபீற்று முறையில் பொறியமைவு செய்யப்பட்ட விதைகளை விட எட்டிலிருந்து, ஒன்பது மடங்கு விளைச்சலும் காணமுடிகிறது.

விடுதலையின் விதைகளும், வாழ்க்கையின் விதைகளும்

இருபது வருடங்களுக்கு முன்னர் 1987இல், ஒரு குறிக்கோளுடன் வடிவக்காப்புரிமை பெற்ற, மரபுப்பொறியமைவு செய்த விதைகளில் இருந்து ஒருமாறுபட்ட எதிர்காலத்தை உருவாக்க வேண்டும் என்பதற்காக விதைகளைச் சேகரிக்கத் துவங்கினேன். விதைகளின் சுதந்திரத் தன்மையைப் பாதுகாக்க வேண்டும் என்று துவங்கியதன் மூலமாக நவ்தான்யா உருவானது. நவ்தான்யா என்றால் ஒன்பது விதைகள். அது புதிய பரிசு என்றும் பொருள்படும். நவ்தான்யாவின் மூலமாக நாங்கள் பழமையான விதைகளை விவசாயிகளுக்குப் புதிய பரிசாக வழங்கி இருக்கிறோம். நவ்தான்யா விதைகளை மீட்பது, பாதுகாப்பது, மறுஉற்பத்தி செய்வது, பெருக்குவது, பாரம்பரிய விதைகளை வழங்குவது அல்லது விவசாயிகளின் விதைகளை வழங்குவது என்ற அடிப்படையில் சமூக விதை வங்கியை உருவாக்கியுள்ளது. ஒருபுறம் சேமிப்பு பொதுவாக உள்ள விதை வகைகளைச் சேர்ந்திருக்கிறது. விதைகள் சேகரிப்பு கார்ப்பரேட்டுகளின் அறிவுச்சொத்து உடைமை என்ற அநாகரீகமான தரக்குறைவான கொள்கையை அன்றாட நடவடிக்கைகள் மூலமாக,

அவர்கள் குற்றவாளிகள் என்று எதிர்ப்பது. மறுபுறம் நவ்தான்யாவின் விதை வங்கியை மற்றொரு உணவுப்பொருளாதாரம் என்ற அடிப்படையில், எதிர்காலத்திற்கான, நீடித்த தாவரப்பன்மயம் மற்றும் கலாசாரப் பன்மயமத்திற்கான அடிப்படை என்று உருவாக்குவது.

பெரும்பகுதி உணவுப் பொருளாதாரம் ஒற்றை ஆதிக்கமாக, ஒற்றைக் கலாசாரமாக இருக்கிறது. முக்கியப் பயிர்களான சோளம், சோயா, அரிசி, கோதுமை ஆகியவவை தொழில்மய, உலகமயத்தின் பிடியில் இருந்து வினியோகம் ஆகின்றன. அது உலகின் மக்கள் ஒரு பில்லியன் தொகையினரை பட்டினிக்குள் தள்ளிவிட்டிருக்கிறது. 2 பில்லியன் மக்களுக்கு மிகு உணவை அளித்துக்கொண்டிருக்கிறது. அது உலகின் அரிய உயிரினங்களையும், விவசாயிகளையும் கொன்று குவித்துக்கொண்டிருக்கிறது. இந்தியாவின் நூற்றி ஐம்பதினாயிரம் விவசாயிகளை தற்கொலைக்குள் தள்ளி இருக்கிறது. காரணம் அவர்களின் இடுபொருள்கள் விலை தாங்கமுடியாத அளவிற்கு ஆண்டிற்காண்டு உயர்ந்துகொண்டே போயின. வேளாண் வர்த்தக நிறுவனங்களான மான்சாண்டோ போன்றவைகள் தங்களது காப்புரிமையைக் கொண்டு விவசாயிகளை சக்கையாக உறிஞ்சினார்கள்.

நவ்தான்யா விதைவங்கி விதைகள் மரணத்திற்குப் பதிலாக வாழ்வை அளித்துக்கொண்டு இருக்கின்றன. நாம் அவநம்பிக்கையின் இடத்தில், மறைவின் இடத்தில் நம்பிக்கையை விதைக்கிறோம். நாம் அடிமைத்தனத்திற்குப் பதிலாக, தற்கொலைக்குப் பதிலாக, விடுதலைக்கான விதைகளை விதைக்கிறோம்.

2004 சுனாமிக்குப் பின்னர் உப்பு நீர் ஏறிய நிலங்களுக்கு நாம் அளித்த உப்புத்தாங்கு திறன் கொண்ட விதைநெல் தமிழ்நாட்டு விவசாயிகளின் நிலங்களை மீட்டளித்திருக்கிறது. நமது டேரடூன் பாஸ்மதி வகை, காப்புரிமை பெற்ற டெக்ஸாஸின் ரைஸ்டெக் வகையை எதிர்த்து நிற்கும் வலிமை உடையது. மான்சாண்டோவின் மட்டரகமான கோதுமை காப்புரிமை பெறவிருந்த நேரத்தில் அதைத்தடுப்பதற்கான வலிமையை நமது கோதுமை விதை நமக்கு அளித்தது.

நமது விதைகள் நமக்கு பன்மயத்தையும், ஜனநாயகத்தையும் கற்பித்தன. நமது விதையில் இருந்து நாம் தாவரப்பன்மய விடுதலையின் விளக்கம் பெற்றோம். உலகமய ஒற்றைக்கலாசார ஆதிக்கச்சூழலில், கார்ப்பரேட்டுகளின் ஏகாதிபத்திய தொழில்நுட்ப ஆதிக்கப் பிடியில் இருந்து விவசாயிகளை எப்படி விடுவிப்பது என்பதற்கான பாடத்தை நமது விதைகளில் இருந்து கற்றோம்.

பருவநிலை மாற்றத்தை எதிர்கொள்ள மரபுப்பொறியமைவு முயற்சிகள் மேற்கொள்ள வேண்டி இருப்பதாக தவறான யூகங்கள் வளர்ந்து கொண்டிருக்கின்றன.

அந்தத் தவறுகளுக்கு பலகாரணங்கள் உண்டு. முதலாவதாக விவசாயிகள் இயற்கையுடன் இயைந்து செயலாற்ற வேண்டும். அது நீடித்து இருக்க வேண்டும். வெள்ளத்தையும், வறட்சியையும், உப்பு ஏறலையும் எதிர்த்து நின்று தாக்குப்பிடிப்பதற்கு நம்மிடம் ஏராளமான தாவரவகைகள் இருக்கின்றன.

நவ்தான்யாவின் சமூக விதை வங்கியில் கடுமையான வறட்சியைத் தாங்கிப் பலன் தரக்கூடிய தினைவகை உள்ளது. நம்மிடம் பதினெட்டடி உயரம் வளரும் நெல்வகை உள்ளது. இது கங்கை நதிப்படுகையில் வெள்ளத்தைத்தாங்கி வளரும். நம்மிடம் உள்ள ஒருவகை நெல் நிலத்தில் உப்புத்தன்மை ஏறிய நிலையில் வளர்ந்து பயன் தருவதோடல்லாமல் நிலத்தில் இருந்து உப்பை அகற்றவும் செய்கிறது. இதை ஒரிசாவில் புயல் வெள்ளம், சுனாமி தாக்கிய பின்னர் விவசாயிகளுக்கு அளித்துள்ளோம். உப்புத்தாங்கி வகைகளான காளம்பாங்க், கரிடிபட்னி, சாகாக்கி, தாறாபட்னி, லீலாவதி, லுனா போன்றவகை நெல்கள் நமது சேமிப்பில் இருந்து விவசாயிகளுக்கு வழங்கப்பட்டுள்ளது. ஜலஜி, பெரேகா, அபிமான், புட்னா, சாடாடெபா, சாடாபன்குல், ஜலகலாஸ், பகாடா, பெட்னா, புண்டி, சம்பி, இண்டிரஜிபா, மேடியா, மற்ற முகலாபெகடா வகைகள் வெள்ளத்தைத் தாங்கி வளரக்கூடியவை. அடிக்கடி வெள்ளம் ஏற்படும் பகுதிகளிலும், புயல்தாக்கத்தில் கடல் நீர் உட்புகுந்து நிலத்தில் உப்புத்தன்மை ஏறிய நிலத்தில் இவ்வகைப் பயிர்கள் பருவநிலையை எதிர்கொண்டு உணவுப்பாதுகாப்பை வழங்குகின்றன.

எனவே நெல் என்பது நல்ல நீர்ப்பாசனம் உள்ள பகுதிகளில் தான் வேளாண்மை செய்யமுடியும் என்ற கருத்து ஒரு மாயைதான். நாம் நூற்றுக்கணக்கான வறட்சி தாங்கும் நெல்வகைகளைச் சேமித்து வைத்துளோம். பாட்கலோன், சைனா, கியார்சு, ஜுும்கா, ராம்ஜாவைன் உக்ரி, அஸன் லிஜா, புட்மோனி, கயா, லோகா, கோரா, நாடா, ராஜா மாணிக் போன்ற வகைகள் அவற்றுள் சில. நல்ல மானாவரிப்படுகையில் இவற்றிற்குப் பாசனம் தேவையில்லை. நம்மிடம் உள்ள வேறுசில வகைகள் நீர்ப்பற்றாக்குறையத் தாங்கி வளர்வனவாக இருக்கின்றன. வறட்சியைத் தாங்கிப் பயன்தரும் உள்ளூர் கோதுமை மற்றும் சில ராகி, சாமை, குதிரைவாளி, கம்பு போன்ற தானியங்கள் நம் நினைவில் இருந்து மறைந்து விட்டன. ஆனால் இனி அவைதான் எதிர்காலத்திற்கான உணவாக இருக்கும்.

இரண்டாம் தலைமுறை மரபு பொறியமைவிற்கு கார்ப்பரேட்டுகள் எடுத்துக் கொள்வதற்கு பொருத்தமான விதைகளாக மேற்சொன்ன தானியங்கள் தான் இருக்கின்றன. இந்த தானியங்களைக் காலங்காலமாகப் பயன்படுத்திப் பாதுகாத்து வைத்துள்ள நமது விவசாயிகள் இதற்கான காப்பு வெகுமதியை ஒன்றும் கனமாகப் பெற்றுக் கொண்டதில்லை. கார்ப்பரேட்டுகள் தங்கள் ஆய்வகங்களில் வறட்சிக்கும், வெள்ளத்திற்கும் தாக்குப்பிடிக்கும் தானிய வகைகளை ஆராய்ந்து கண்டுபிடிக்கப் போவதில்லை. அவர்கள் வெறுமனே ஒன்றிலிருந்து ஒன்று கலப்பான வகைகளை மட்டுமே உருவாக்க அனுமதிப்பார்கள்.

நவ்தான்யாவின் சமூக விதைவங்கியில் பருவநிலை நெருக்கடியான காலங்களுக்குப் பயன்படும் நிறைய வகைகள் உள்ளன. எனவே பருவ நிலைச்சிக்கலை எதிர்கொள்ளும் சமூகங்கள் அவற்றை எதிர்கொண்டு தாக்குப்பிடிக்க முடியும். பன்மய மற்றும் பொதுப்பண்புள்ள இரண்டு வகைகள் நமக்கு எதிர்பாராத சூழலை சமாளிக்கவும், நிலையற்ற பருவநிலையை எதிர்கொள்ளவும் என இரண்டு வகையான காப்பீடுகளை வழங்குகின்றன. பன்மயம் மாறிவரும் சூழலுக்கு நம்மை இணக்கமாக மாற்றிக்கொள்ள உதவும். பருவநிலை மாற்றம் என்பது ஒரே சீரான போக்குஅல்ல. அவை எங்கும் சிக்கலை உருவாக்கும் அல்லது அதிக மழையோ குறைவான மழையோ அளிக்கும். இந்த ஏற்றத்தாழ்வான போக்குகளை நாம் பருவப்பேரிடர் என்று அழைப்பதைவிட பருவநிலை மாற்றங்கள் அல்லது புவிவெப்பம் என்று அழைப்பதே பொருத்தமாக இருக்கும். நம்முடைய சமூக விதைவங்கி மிகவும் முக்கியத்துவம் பெற்றுவருகிறது. மரபணுப் பெருமுதலைகளான மான்சாண்டோ, டூபாண், சைன்ஜெண்டா, டோவ் போன்றவைகள் வறட்சியை எதிர்த்து நிற்கும், வெள்ளத்தைத் தாக்குபிடிக்கும் சிலகூறுகளின் காப்புரிமைக்கு விண்ணப்பித்துள்ளன.

பருவநிலை மாற்ற, பன்மயக் கருத்தாக்கம் தகவமைத்துக் கொள்வதை அடிப்படையாகக் கொண்டிருக்கிறது. ஒற்றைத்தன்மையும், ஒரு சீர்த்தன்மையும் பருவநிலையில் இருந்து நம்மை முரண்படப் போதிக்கிறது. சூழலியல் அளவில் பருவ இடர்களை எதிர்கொள்ள நமக்குப் பன்மயம் அவசியமானதாகவும் சமூகப் பொருளாதார அரசியல் அளவில் பொதுமைப்பண்பு அவசியமாகவும் இருக்கிறது. ஆதாரவளங்கள் சிலருடைய கைகளுக்குள் குவிவதும், ஏக உரிமையும் பருவநிலைத் தாக்கத்தை அதிகரிக்கச் செய்வதாக இருக்கும்.

மரபணு பொறியமைவு, அறிவுச்சொத்துடைமை விதைகள் மீதான காப்புரிமை, உணவு முறையின் மீதான உலகமய கார்ப்பரேட்டுகளின் கட்டுப்பாடு இவை அனைத்தும் இயந்திரவியப் போக்கினை அடிப்படையாகக் கொண்டது. அதுதான் பருவநிலை மாற்றத்தைக் கொண்டுவந்தது. எனவே இயந்திரவியப்போக்கு பருவநிலை மாற்றத்திற்கு நம்மைத் தகவமைத்துக் கொள்ளவோ, அதனுடன் இணைந்து இயங்கவோ உதவப்போவதில்லை. ஐன்ஸ்டின் கூறுகிறார் ‘பிரச்சனையை உருவாக்கிய சிந்தனை எதுவோ அதே மனப்போக்கில் இருந்து அதற்கான தீர்வைக் கண்டுவிட முடியாது.’ உலகின் வளமான பன்மயத்தைக் காப்பதற்கு நாம் ஒற்றைத் தன்மையைக் கடந்தாக வேண்டும். அதுதான் பருவநிலை மாற்றத்தை எதிர்கொள்ளவும் உதவும்.

மனிதகுல பரிணாம வளர்ச்சிப்போக்கில் அது 80000க்கும் அதிகமான உணவுத்தாவரங்களை விழுங்கிவிட்டது. இன்னும் மிச்சமிருப்பது 3000க்கும் சற்று மேலான வகைகளே. அதிலும்கூட எட்டு வகையான தாவர உணவையே இந்த உலகின் 75 சதமான மக்கள் உண்கின்றனர். ஒற்றை வேளாண்முறை பன்மயத்தை, நமது ஆரோக்கியத்தை, பன்மய உணவின் தரத்தைச் சீரழித்து விட்டது. தொழில்மய, உலகமய விவசாயத்திற்கு தேவையான கூறுகளை மட்டுமே ஒற்றை வேளாண்மை முன்வைத்தது. உண்மையில் அவர்கள் அதிகமான உணவையும் உற்பத்தி செய்துவிடவில்லை. அவர்கள் உணவின் வழியாக மான்சாண்டோ, கார்கில், ஏடிஎம் போன்றவர்கள் அதிக லாபம் குவிப்பதற்கானக் கட்டுப்பாடுகளை அதிகமாகக் கொண்டுவந்தனர். அவர்கள் உள்ளூர் உணவுக் கலாசாரத்தையும் உள்ளூர் உற்பத்தி முறையையும் பன்மயத்தையும் சீரழித்துவிட்டு போலித்தனமான உபரி உற்பத்தியும் நிஜத்தில் அதிகமான பற்றாக்குறையும் கொண்டுவந்தார்கள்.

இந்தியாவில் கடுகு, தேங்காய், எள், கடலை, ஆளிவிதை போன்றவற்றில் இருந்து செக்குமூலமாக எண்ணெய் பிழியப்பட்டு வந்தது. குளிர்வு எண்ணெய்ப்பிழிவு ஆலைகளை 1998இல் உணவுப்பாதுகாப்பு என்ற பெயரில் தடைசெய்தார்கள். அதேசமயம் சோயா எண்ணெய் இறக்குமதி மீதான தடை நீக்கப்பட்டது. எண்ணெய் சார்ந்த தொழிலுடன் தொடர்புடைய 10 மில்லியன் மக்களின் வாழ்வாதாரம் அச்சுறுத்தலுக்குள்ளாகியது. கிராமப் புறங்களில் இருந்த பத்துலட்சம் எண்ணெய் ஆலைகள் மூடப்பட்டன. இந்திய சந்தைக்குள் சோயா எண்ணெய்க்குவிப்பை எதிர்த்துப் போராடிய 20 விவசாயிகள் கொல்லப்பட்டனர். இது உள்ளூர் எண்ணெய் வித்துக்கள் விலையில் பெரும் வீழ்ச்சியை ஏற்படுத்தியது. மரபணு மாற்று சோயா எண்ணெய் இந்தியாவில் செயற்கையான விலைக்குறைப்பில் மில்லியன் கணக்கான டன்கள் கொண்டுவந்து இறக்கப்பட்டது.

டெல்லியின் குடிசைவாழ் மக்கள், பெண்கள் சோயாபீன்சுக்கு எதிராக, மீண்டும் கடுகு எண்ணெய் வேண்டும் என்று போராட்டம் நடத்தினார்கள். (சார்சோன் பச்சோவ், சோயாபீன் மச்சோவ்) சோயாவேண்டாம். கடுகு எண்ணெய் வேண்டும் என்று தெருக்களில் முழக்கம் எழுப்பினார்கள். நமது சத்தியாகிரகத்தின் மூலம் மீண்டும் கடுகு எண்ணெயைக்கொண்டு வந்தோம்.

உலகப் பருவநிலைக்கு இதயமாகவும், நுரையீரலாகவும், ஈரலாகவும் இருக்கும் இயற்கையின் அரிய சொத்தாகிய அமேசான் காடுகளை எரித்து, அழித்து மில்லியன் கணக்கான ஏக்கர் நிலத்தில் ஏற்றுமதிக்காக சோயாபீன்ஸை விளைவித்த அதே ஏடிஎம்மும், கார்கில்லும்தான் இந்தியாவில் சோயாபீன்ஸை இறக்குமதி செய்தன. ஆயுதந்தாங்கிய கொலைக்கும்பல் அடிமைகளைக் கொண்டு சோயாபயிர் விளைவிக்கும் வேலைகளைச் செய்தது. டோரோதி ஸ்டான்ங் போன்ற சகோதரிகள் அமேசான காடுகள் அழிப்பிற்கு எதிராகப்போராடிய போது அவர்கள் மீது வன்முறை கட்டவிழ்த்து விடப்பட்டது. பலர் கொல்லப்பட்டனர்.

ஒற்றைப்பயிர் வளர்ப்பு முறையால் இந்தியாவிலும் பிரேசிலிலும் மக்கள் ஒரே நேரத்தில் ஒரே அடிப்படையில் பாதிகப்பட்டுள்ளனர். ஆனால் அமெரிக்க மக்களும் ஐரோப்பிய மக்களும் கூட நெருக்கடியில்தான் இருக்கின்றனர். 80சதவீத சோயா மலிவான இறைச்சி உற்பத்தித் தயாரிப்பிற்காக பயன்படுத்தப்படுகிறது. மலிவான இறைச்சி என்றால் எந்தச் சத்தும் அற்ற சக்கை தான் மலிவாக சந்தைக்கு வருகிறது. அது ஏழை மக்களின் அமேசான் மழைக் காடுகளையும் அழித்தது. பணக்கார நாட்டு மக்களின் ஆரோக்கியத்தையும் அழிக்கிறது. உணவுப்பயிர் உற்பத்தி என்ற பெயரால் விவசாய நிலங்களும் அதைச்சார்ந்த வாழ்வாதாரமும் கொள்ளை அடிக்கப்பட்டதால் ஒரு பில்லியன் மக்கள் பட்டினிக்குள் தள்ளப்பட்டுள்ளனர். மற்றொரு புறத்தில் 1.7 பில்லியன் மக்கள் மிகை உணவால் நோய்க்குள் தள்ளப்பட்டுள்ளனர். குறைவுணவானாலும் சரி, மிகைவுணவானாலும் சரி மொத்தத்தில் மக்கள் ஒற்றைப்பயிர் முறையினால் சத்துப் பற்றாக்குறைக்குள் தள்ளப்பட்டுள்ளனர்.

கார்ப்பரேட் வர்த்தகம் நம்மை சோதிக்கப்படாத மரபீற்று உணவை உண்ணுமாறு நிர்பந்திக்கிறது. சோயபீனில் செய்யப்படுகிற உணவில் 60 சதவீதம் பதப்படுத்தப்பட்ட உணவாக இருக்கின்றன. சோயாவில் மிகைநார்த்தன்மையும் புளிப்புத்தன்மையும் அதிகமாக இருப்பதால் செரிமான ஹார்மோன் சுரப்பிகளில் நிரந்தர ஏற்றத்தாழ்வை உருவாக்கும். பாரம்பரியமாக சீனாவிலும், ஜப்பான், சில கிழக்காசிய நாடுகளிலும் சோயாவை நொதிக்கச்செய்து உண்பதால் அதற்கு இளக்கமான

தன்மை உண்டாகும். பெரிய உடல்நலப்பாதிப்பு ஏற்படாது. உணவில் சோயா பயன்பாட்டை அதிகரிப்பதற்காக பெரும் ஆய்வு முயற்சிகள் மேற்கொள்வதற்காக அமெரிக்கா அரசு 1998க்கும் இடையில் 2004க்கும் 13 பில்லியன் மானியத்திற்காகச் செலவிட்டது. அமெரிக்கா சோயா தொழில்களுக்கு ஆண்டிற்கு 80 மில்லியன் மானியத்தொகை வழங்குகிறது. சோயாவினால் இயற்கை, மக்களின் கலாசாரம், ஆரோக்கியம் அனைத்தும் பாதிப்பிற்குள்ளாகிறது. நமது உணவுக்கலாசாரத்தில் சோயாவிற்கு மாற்றாக பல்வேறுபட்ட வளமான உணவு உள்ளன. நம்முடைய உணவில் புரதம் தரும் ஆயிரக்கணக்கான தானியங்களும் பயிறு வகைகளும் இருக்கின்றன. மணிப்பயிறு, பச்சைப்பயிறு, காராமணி, துவரை, கொண்டைக்கடலை, மொச்சை, கொள்ளுப்பயிறு, காணப்பயிறு என எண்ணிலடங்காதவை இருக்கின்றன. அதேபோல எண்ணெய் வித்துக்கள் எள், கடுகு, ஆளிவிதை, சூரியகாந்தி, நிலக்கடலை இன்னும் அரிய காட்டு வகைகளும் இருக்கின்றன.

ஒற்றைப் பயிர்முறை பரவலும், உள்ளூர் உணவு முறை அழிப்பையும் தொடர்ந்து நமது உணவு எரிஎண்ணெய் சுமந்து, செயற்கை உரங்களில் விளைவித்து, பெரும் இயந்திரங்களுக்குள் புகுந்து, நெடுந்தொலைவு கடந்து வரவேண்டியதாக இருக்கிறது. நாம் உணவு உண்பதை விட அதிகம் எரி எண்ணெய் குடித்துக் கொண்டிருக்கிறோம். அது ஆரோக்கியத்திற்கும், உலகின் சூழலுக்கும் கேடு விளைவிக்கும்.

ஒற்றைக் கலாசாரத்தை கடந்த மனது ஏற்றத்தாழ்வான உணவு முறையைச் சீர்செய்ய முயலும். பனமயத்தாவர விவசாய முறை சிறு விவசாயிகளுக்கு நல்ல விளைச்சலும் வருமானமும் தரக்கூடியதாக இருக்கும். பன்மய உணவு அதிக ருசியுள்ளதாகவும், அதிக சத்தானதாகவும் இருக்கும்.

பன்மயத்தை நோக்கிப் போவதென்றால் அதன் ஒவ்வொரு அடியும் சிறு பண்ணைகளை நோக்கியே நகரவேண்டும். கார்ப்பரேட்டுகள் ஒற்றை கலாசாரத்தில் தள்ளக்கூடியவை. மக்களின் உணவுச் சுதந்திரம் பன்மயக் கலாசாரத்தில் இருக்கிறது. மனிதகுல சுதந்திரம் பிற உயிரினங்களின் சுதந்திரத்தை உள்ளடக்கியுள்ளது. அது தனித்து வெளியில் இல்லை.

உள்ளூர்ச் சமூக மீள்கட்டமைப்பு

உலகமய உணவுமுறை ஒவ்வொரு மட்டத்திலும் அழிவிற்குக் காரணியாக இருக்கிறது. சோயா, சோளம் போன்றவைகளின் ஒற்றைத்தாவர முறைக்காக பன்மயத்தாவர முறை சிதைக்கப்படுகிறது. பிறநுகர்வுப் பண்டத்திற்காக

உணவு குறைக்கப்படுகிறது. பண்டம் காராக ஓடுகிறது. கார்கள் ஆலை வடிவத்தில் ஊட்டப்படுகின்றன. சிறப்பம்சம், தனித்தன்மை, தரம், சத்துக்கள், ருசி இதுபோன்ற சொற்கள் இனி அனைவருக்கும் சமமானதாக இருக்காது.

பண்ணைப் பொருட்களின் விலை கார்ப்பரேட் நிறுவனங்களின் ஏகபோக உரிமையாக மானிய விலையில் வாங்குவதற்காக விலைஇறக்கம் செய்யப்படுகின்றன. அதனால் விவசாயிகள் அழிக்கப்படுகின்றனர். ஆனால் அதேசமயத்தில் உணவுப் பொருட்களின் விலை ஏழைகளால் வாங்கப்பட முடியாத அளவிற்கு ஏறிக்கொண்டே போகிறது. பட்டினியின் எண்ணிக்கை உயர்ந்துகொண்டே இருக்கிறது. உணவுப்பொருட்களை தொலைதூரம் எடுத்துச்செல்ல போக்குவரத்தில் பயன்படுத்தப்படும் எரிஎண்ணெய் வெளியேற்றும் கார்பன் டை ஆக்ஸைடு வளிமண்டலத்தை மாசுபடுத்துகிறது. உலகமயத்தால் கார்ப்பரேட்டுகள் தவிர வேறுயாரும் லாபமடைவது இல்லை. உள்ளூர்மய உணவு உற்பத்தி உணவுத் தொலைவையும், பருவநிலை ஏற்றத்தாழ்வையும் குறைக்கிறது. உணவு இறையாண்மையையும் மனிதகுல உரிமையும் அளித்து பாரபட்சத்தைக் குறைக்கிறது. மெய்யான துடிப்புள்ள உள்ளூர்மய உணவுப் பொருளாதாரத்தில் தான் சிறுவிவசாயிகளுக்கு வாழ்க்கை இருக்கிறது.

உள்ளூர்மயப்படுதல் உணவுப் பாதுகாப்பையும் அளிக்கிறது. உணவுச்சங்கிலியின் தொலைவு குறைவாக இருந்தால்தான் வழங்கல் முறையில் ஜனநாயகம் உத்திரவாதப்படும். கலாசாரப் பன்மயத்துடன், உணவு புத்தம் புதியதாக, தரமானதாக இருக்கும். இந்தியாவில் உதிரி ஜனநாயகம்தான் உள்ளூர்ச் சந்தையை மெய்யான உயிர்ப்புடன் வைத்திருக்கும். உலகமெங்கும் விவசாயிகளுக்கான சந்தை புத்துயிர்ப்பு பெற்றுள்ளது. உள்ளூர் சார்ந்த உணவுத்தேடல் உணவுத் தொலைவைக் குறைக்கிறது. உணவு முறையை நெருக்கமானதாக ஆக்குகிறது. இயற்கை சார்ந்த உள்ளூர் சார்ந்த புதிய கவர்ச்சிப் போக்கினை உருவாக்கியுள்ளது. என்னுடைய பார்வையில் இது ஒரு தவறான கவர்ச்சி. இயற்கை சார்பென்றால் முற்று முழுக்க இயற்கை சார்ந்ததாக வேண்டும். இயற்கை சார்ந்த உணவு உங்கள் காலுக்கு எட்டும் தொலைவில் கூட விளைந்து வரலாம் ஆனால் அதன் விதை பல பத்தாயிரம் மைல்கள் கடந்து வந்திருக்கும். இது இயற்கை சார்பானதென்ற சூழலியல் தரத்தில் அடங்காது. நாம் நமது உணவில் கழிவம்சங்களைத் தவிர்க்க முயற்சித்தால், அத்துடன் சூழலியல் கழிவு குறித்த அக்கறையும் இருக்க வேண்டும். சூழலியல் சிதைவிற்கு இரண்டு பக்கங்கள் இருக்கின்றன. உணவு அகிம்சா பூர்வமானதாக இருக்க வேண்டும். முழுமையான உணவு முறையில் அதற்கான இடம் இருக்க வேண்டும். பல மைல்கள் தொலைவு உடைய உணவு முழுமையான

இயற்கை உணவு அல்ல. நம் முகமறியாத ஒரு அந்நியரின் நிலத்தில் விளைந்த ஒன்று நிஜத்தில் இயற்கையானதல்ல.

மைக்கேல் போலன் தனது தி ஓம்னிவர்ஸ் டைலோமா புத்தகத்தில்:

> *இயற்கை உணவு குறித்த முக்கியமான கண்டுபிடிப்பு உணவின் உற்பத்தியாளருக்கும், நுகர்வோருக்கும் இடையிலான சங்கிலி குறித்தத் தகவல்களை அளிக்கிறது. இந்தச்சங்கிலிக் கண்ணிகள் ஊடாக எண்ணற்ற பறிமுதல்கள் தொக்கி நிற்கின்றன. ஒரு உணவு தயாரிக்கப்பட்ட கதையை அதன்மீது உள்ள சிறுகுறிப்பு சொல்லிவிடும். உணவின் உறையில் உள்ள முத்திரை பூச்சிமருந்து அடிக்கப்படாத மதிப்பு மிகுந்த உருளைக் கிழங்கு அல்லது உங்கள் குழந்தை குடித்த அந்தப்பால் ஊக்கமருந்து செலுத்தப்படாத பசுவில் இருந்த கறந்த பால் என்ற கதையை சொல்லிவிடும். இன்று இயற்கை உணவு என்ற ஆதாரம் மிகவும் முக்கிய சக்தி வாய்ந்த ஒன்றாக சூப்பர் மார்க்கெட்டில் உலவிக் கொண்டிருக்கிறது. அரசாங்கத்தின் உதவி இல்லாமல் விவசாயியும் நுகர்வோரும் தங்களுக்குள் புரிதலை வளர்த்துக்கொண்டு இயங்கும் இந்தத்துறையில் 11 பில்லியன் டாலர் வர்த்தகம் நடைபெறுகிறது. உணவுப்பொருளாதாரத்தில் மிகவும் வேகமாக வளர்ந்து வரும் ஒன்றாகவும் இருக்கிறது.*
>
> *இப்போது சூப்பர் மார்க்கெட்டில் ஒவ்வொருவருக்கும் இயற்கை உணவு என்ற முத்திரை தேவைப்படுகிறது. அது உண்மையில் நேரடி அவதானிப்பில்கூட சரியான இயற்கை உணவுதானா என்பதைக் கண்டுபிடித்து விடமுடியாது. இதில் உள்ள எதார்த்த பலவீனம் என்னவென்றால் இன்றைய தொழில்மய சமூகத்தில் பதினையாயிரம் மைல்களுக்கு அப்பால் விளையும் ஒரு உணவை அதன் உறையில் குறிப்பிட்ட முகவரி வழியாகத் தேடிப்பிடித்து, அப்படியே தேடிப்பிடித்தாலும் அது இயற்கை உணவு தயாரிக்க பொருத்தமான பண்ணை தானா? என்றெல்லாம் சரிபார்த்துக் கொண்டிருக்க முடியாது. அந்த இயற்கை உணவில் முத்திரை பதிக்கும் சான்றாளருக்கும் நமக்கும் இடையே ஒருபாலம், நமது கற்பனைக்குள் அடங்குவதாக, எளிமையாக அந்த உணவு உற்பத்தியாகும் பண்ணையின் படம் அதில் பொறிக்கப்படலாம்.ஆனால் மீண்டும் அது தொழில்மயத் தன்மைக்குள் போய்விடும். நம்முடைய கேள்வி என்னவென்றால் அந்தப் பண்ணையைப் பற்றிய குறிப்பு என்ன? அது சொல்லக்கூடிய கதைக்குள் எவ்வளவு தூரம் பொருந்திப் போகிறது? என்பதுதான். இவற்றையெல்லாம் நாம் கவனத்தில் கொள்ள வேண்டியதாக இருக்கிறது.*

இயற்கை விவசாயப் பண்ணையின் உற்பத்தி முறைகள் சூழலியல் வேளாண்மைக்கோட்பாட்டு அடிப்படையிலானது. அதில் வேலைசெய்யும் ஊழியர்களும் முழுமனதான ஒத்துழைப்புடன் வேலை செய்ய வேண்டும். கண்ணியமாகவும் சுதந்திரமாகவும் அவர்கள் நடத்தப்பட வேண்டும் என்பது அடிப்படை அம்சங்களில் ஒன்று.

வேதிய தொழில்முறை விவசாயத்திற்கும், இயற்கை விவசாயத்திற்கும் இடையே பழைய முரண்பாடு ஒன்று உண்டு. இப்போது புதிய முரண்பாடு முளைத்திருக்கிறது. சிறிய பண்ணையில் தாவரப்பன்மயச் சூழலில் விளைவிக்கப்படுகிற அதிகாரப்பூர்வமான ஒன்றா அல்லது சந்தை ஏற்றுமதிக்காக பெரிய அளவில் ஒற்றைப்பயிர் முறையில் செய்யப்பட்ட போலி இயற்கை உணவா என்ற கேள்வியும் எழுகிறது. அதிகாரப்பூர்வ இயற்கை உணவு என்பது நமது அருகாமைப்பகுதியில், சிறிய பண்ணையில் தாவரப்பன்மயச் சூழலில் உள்ளூர்ச்சந்தையில் நியாயமான வர்த்தகம் செய்யப்பட்டதாக இருக்க வேண்டும். தொழில் மய வேளாண்மைக்கு மாற்றாக குறிப்பிட்ட ஒழுங்கு முறையில் சில இயற்கை விவசாயம் செய்வதாகச் சொல்லபடுவது உண்டு. அது தாவரப்பன்மயத்தை அழித்து, விவசாயிகளை நிலத்தில் இருந்து அகற்றி உள்ளூர்ச்சந்தைகளைக் கணக்கில் எடுக்காமல் அரசாங்க மானியத்துடன் வெகுதொலைவில் இருந்து கொண்டுவரப்படுவது. இதெல்லாம் இயற்கை உணவு என்ற தரத்திற்குள் வராது.

ஏற்றுமதி நோக்குடன் சிறிய விவசாயிகளை அவர்களது நிலத்தில் இருந்து அகற்றிவிட்டு, விவசாயிகளை அவர்களது உற்பத்திச் சுதந்திரத்தைப் பறித்து கூலிக்காரர்களாகவும் அடிமைகளாகவும் நடத்திக் கொண்டு பெரிய அளவில் பண்ணையம் செய்வது போலி இயற்கை விவசாயம். போலி இயற்கை விவசாயம் தாவரப்பன்மயத்தை அழிப்பதை, ஒற்றைப்பயிர் வேளாண்மையை அடிப்படையாகக் கொண்டது. அதுத் தன்னை சூழலியல் கடப்பாடுகளிற்கு உட்படுத்திக்கொள்ளாது. மண்ணின் வளத்தை, நீரின் பெருக்கத்தை தாவரப்பன்மயத்தை மீளுற்பத்தி செய்வது குறித்த அக்கறை அதற்குக் கிடையாது. அது வெறுமனே வேதிஉள்ளீடுகள் இடுவதற்குப் பதிலாக, இயற்கை உள்ளீடுகளை இடுகிறது. அது உள்ளீட்டளவில் மட்டும் மாற்றாக இருக்குமேயொழிய சூழலியல் மாற்றாக இருக்காது.

இயற்கை வேளாண்மை சூழலியல் அறிவியலை அடிப்படையாகக் கொண்டது. அதுதான் அதிகாரப்பூர்வமான இயற்கை வேளாண்மை. அதிகாரப்பூர்வமான இயற்கை வேளாண்மை பண்புகள் சுயமான இயற்கை ஒருங்கிணைப்புகளை உடையது. பண்ணையில் இடப்படும் இயற்கை விதையில் துவங்கி வளிமண்டலத்திற்கு அனுப்பும் ஆக்ஸிஜன் வரை

சமூகச் சூழலியல் சார்ந்து இயங்குவது. சுய ஒருங்கிணைப்பு என்றால் நுண்ணுயிரிகள் மூலமாக இயற்கைச்சுழற்சியில் மண்ணின் வளத்தை மீட்டெடுப்பது. தாவரங்களின் பூச்சி எதிர்ப்பு சக்தி மூலமாக பூச்சிகளை நெருங்கவிடாமல் தடுப்பது, நீரைக்குறைந்த அளவில் செலவிடுதல், பன்மயத்தைப் புதுப்பித்தல். விதைக்கப்படும் விதை மூலமாக மண்புழுக்களை உயிர்பெறச்செய்தல் அதன்மூலமாக மண்ணின் வளத்தை மீட்டெடுத்தல் இவையெல்லாம் சுய ஒருங்கிணைப்பின் உதாரணங்கள். சுய ஒருங்கிணைப்பு இயற்கையின் ஆற்றல். இயற்கையுடன் வாழும் முறை. அது விவசாயத்தை நீடிக்கச்செய்வதை அடிப்படையாகக் கொண்டது.

சமூகரீதியான, சுய ஒருங்கிணைப்பு காந்தியின் சுயராஜ்ஜியத்தின் சுருக்கம். (சுய விதிகள், சுய ஆளுகை, சுய ஒருங்கிணைப்பு) இதுதான் உணவு இறையாண்மையின் அடிப்படை. உணவு தயாரிப்பதற்கான சுதந்திரம். சமூக, சூழலிய ஒருங்கிணைப்பு ஒவ்வொருவருக்குள்ளும் இருக்கவேண்டும். சூழலிய ஒருங்கிணைப்பிற்குரிய மண்ணுடன் இயைந்து பணியாற்றுதல், தாவரங்களுக்குத் தேவையானதை கவனத்துடன் அக்கறையாக செய்தல் என்ற இயற்கைச் சூழலிய ஒருங்கிணைப்பை சிறிய விவசாயிகள் மட்டுமே செய்கின்றனர். உணவு இறையாண்மை சூழலிய வேளாண்மையில் புதைந்திருக்கிறது. சுய ஒருங்கமைவு உற்பத்தி முறையிலும், சுய ஒருங்கமைவு உற்பத்தி முறையிலும் சூழலிய வேளாண்மையின் கொள்கைகளாக உள்ளடங்கி இருக்கிறது. சுய ஒருங்கமைவு வழங்கல் முறை உள்ளூர் மயப்படுதல், உள்ளூர் நுகர்வின் மூலமாக உள்ளூர்ச்சந்தையின் அடிப்படைக் கொள்கையாக இருக்கிறது. இந்த விதமாக சுய ஒருங்கமைவுப் பொருளாதாரம் உள்ளூர் உணவுத்தேவையை ஈடுசெய்வதாகவும், உள்ளூர் உணவுப்பாதுகாப்பை உறுதி செய்வதாகவும் வாழ்வாதாரத்திற்கு வலிமை சேர்ப்பதாகவும், சத்துக்குறைவை, பட்டினியை, வேலையின்மையைத் தடுப்பதாகவும் இருக்கிறது. அது வேளாண்முறையில் உள்ள தாவரப் பன்மயத்தின் ஒத்துழைப்புடன் உணவின் வழியாக கலாசார பன்மயத்திற்கான களத்தை அளிக்கிறது.

மனித சமூகத்தின், சூழலியல் வேளாண் முறைமையின் சுய ஒருங்கிணைப்புத் திறனைச் சிதைத்துவிட்டு அதன் மீது போலி இயற்கை வேளாண்மை கட்டப்படுகிறது. விவசாயிகளை நிலத்தில் இருந்து அகற்றிவிட்டு, மக்களின் உணவுப் பாதுகாப்பையும், சுதந்திரத்தையும் காலில் போட்டு மிதித்துவிட்டு ஏற்றுமதிக்காக தொழில் வேளாண்மை இயற்கை விவசாயம் என்று தந்திரஜாலம் செய்து கொண்டிருக்கிறது. மிகப்பெரிய அளவில் பண்ணைகளில் ஏற்றுமதியைக் குறிவைத்து நடத்தப்படும் போலி இயற்கை வேளாண்மை பெரும் கார்ப்பரேட்

நிறுவனங்களால் நடத்தப்படுகிறது. நிலத்தின் ஆரோக்கியத்தை, பன்மய உயிரியை உள்ளூர் சமூகத்தைச் செலவளித்து சுயலாபம் பார்த்துக்கொண்டிருக்கிறது. முழுக்க முழுக்க பன்னாட்டு நிறுவனங்களின் இயற்கை வேளாண்மை, பணக்காரர்களுக்கான நிலச்சீர்திருத்தத்தின் அடிப்படையில் நடைபெறுகிறது. அது விளிம்பு நிலை மக்களின், சிறு விவசாயிகளின் நிலங்களைப் பறிக்கிறது. இயற்கை விவசாயப் பழங்களை, காய்கறிகளை ஏற்றுமதி செய்வதற்காக பன்னாட்டு நிறுவனங்களுக்காக அரசாங்கம் ஏழைமக்களின் நிலத்தை எடுத்து வழங்கியது. இதுதான் பஞ்சாபில் நடந்தது. வேதியியல் முறையில் உருவாக்கப்பட்ட மரபீனி விதைகள் மக்களை கடனுக்குள்ளும் தற்கொலைக்குள்ளும் தள்ளி விடுவது ஒருபுறம் நடந்து கொண்டிருக்க, மறுபுறத்தில் இயற்கை வேளாண்மை என்ற பெயரில் நடக்கும் நிலஅபகரிப்பு மக்களின் உணவு, வாழ்வாதாரத்தைப் பறித்துக்கொண்டு இருக்கிறது.

இயற்கை உணவு என்ற முத்திரையுடன் தரமற்ற உணவு உள்ளூர் மக்களை உணவில்லாமல் நிலத்தில் இருந்து வெளியேற்றிக்கொண்டு இருக்கிறது. தாவரப்பன்மயத்தைச் சிதைக்கிறது. உள்ளூர் விவசாயிகளை நிலத்தில் இருந்து அகற்றுகிறது. இயற்கை வேளாண்மை என்பது அடிப்படையில் நீதி உடையது. பன்னாட்டு நிறுவனங்கள் கிராமப் புறங்களுக்குள் புகுந்து விவசாயிகளைப் புதைகுழிக்குள் தள்ளுவதை இயற்கை விவசாயம் என்று கூறமுடியாது. இயற்கை என்பது வாழ்வை வழங்கக்கூடியது. போலி இயற்கை விவசாயம் மக்களின் வாழ்விற்கு முடிவு கட்டுவது. மெய்யான இயற்கை விவசாயம் தாவரப்பன்மயம் கொண்டிருக்க வேண்டும். அதன் ஆழத்தில் உணவுச்சுதந்திரத்தை அளிப்பதாக இருக்க வேண்டும்.

நவ்தான்யாவில் நாங்கள் கீழ்க்காணும் கோட்பாடுகளுடன் உள்ளூர் சமூகத்துடன் இயற்கை விவசாயம் செய்கிறோம்.

★ மண்ணுக்கும் அவளது மில்லியன் கணக்கான நுண்ணுயிரிகளுக்கும் உணவு.

மண்ணில் உள்ள மில்லியன் கணக்கான உயிரிகளுக்கு உணவளித்துப் பாதுகாப்பதுதான் இயற்கை. உணவு தானியத்தை வளர்க்கும் மண்ணுக்கு ஈடாகத் திருப்பித்தருவதை விதியாகக் கொண்டிக்க வேண்டும். வெறுமனே மண்ணில் இருந்து சந்தைக்கு அள்ளிக்கொண்டு போவதுடன் முடிந்து விடக்கூடாது. தொழில்மய வேளாண்மை என்பது மண்ணின் செலவீனத்தின் மூலமாக பண்டங்களின் உற்பத்தியை உயர்த்துவதைத்தான் வளர்ச்சி என்கிறது. வேதி

உரங்களைத் தின்னும் குட்டைரகத்தாவர பசுமைப்புரட்சி, மண்ணின் நுண்உயிர்களைக் கொன்றுபோடும் பண்பு உடையது. மண்ணுக்கு நுண்ணுயிர் எதையும் திருப்பி அளிப்பதில்லை. மரபீற்று முறையில் பொறியமைவு செய்யப்பட்ட சோயா, மக்காச்சோளம போன்ற தாவரங்கள் மண்ணுக்கு உயிரளிக்கும் மூலகங்களை முற்றாக அழித்து விடுகிறது. சந்தைக்கு ஊட்டம் அளிக்கும் வேளையில் மண்ணைப் பட்டினி போடுகிறது. மண்ணை பாலை நிலமாக்குகிறது. நம் மண்ணை நாம் ஊட்டி வளர்த்தால் அதுமக்களை ஊட்டி வளர்க்கும். அதன் உற்பத்தியிலும் தரம் இருக்கும்.

⋆ விவசாயம் செய்யும் குடும்பங்களுக்கு உணவும் சத்துக்களும்.

தொழில்மய, உலகமய விவசாயத்தின் முக்கியமான துயரம், சந்தையில் பொருட்களைக் கொண்டு குவிக்கிற அதே வேளையில் அதை உற்பத்தி செய்த மக்களைப் பட்டினி போடுகிறது. அவர்களில் பெரும்பாலானவர்கள் கிராமப்புறங்களில் இருந்து வந்தவர்கள். பலர் உணவு உற்பத்தி செய்து வந்தவர்கள். அவர்களுக்கு உணவு மறுக்கப்பட்டிருக்கிறது. காரணம் ஒன்று அவர்களது மண் பாலையாகி விட்டது அல்லது அவர்களால் நிலத்திற்குப் போடுவதற்கான வேதியல் உரம், வாங்குவதற்கு மிகவும் விலை உயர்ந்ததாக இருக்கிறது. பருத்தி, காபி போன்ற விளை பொருட்களுக்கு உலகமயத்தினால் விலை வீழ்ந்து விட்டது. உலகிற்கு உணவு வழங்கும் அன்னதாதாக்களாகிய விவசாயிகளை பட்டினி போடுவது குற்றச்செயல். ஆகையால்தான் நவ்தான்யாவில் உணவு உற்பத்தியில் ஈடுபடுகிற விவசாயிகளுக்கு முதலில் சத்தான, ஆரோக்கியமான உணவை உத்திரவாதப்படுத்துகிறோம். அதுபோக மீந்த பொருட்கள்தான் சந்தைக்கு அனுப்பப்படுகின்றன.

⋆ கிராமச் சமூகத்திற்கு உணவு

ஒவ்வொருவருக்கும் உண்டாக்க வேண்டும். உள்ளூரில் உணவுப்பொருட்கள் விளைவிக்கவில்லை என்றால், அல்லது விளைவித்து ஏற்றுமதி செய்து விடுவார்களேயானால் அவர்களது உணவிற்கு நெடுந்தூரத்தில் இருந்து இறக்குமதி செய்யப்படுவதற்காகக் காத்திருக்க வேண்டும். அப்படி வருவவை நாட்பட்டதாகவும், கெட்டுப்போனதாகவும், பாதுகாப்புக் குறைவானதாகவும் இருக்கும். உள்ளூர்ச்சமூகம் உள்ளூர் விளைச்சலை உண்பதைக் கலாசாரமாகக் கொள்ளவில்லை என்றால் விளைபொருளின் பன்மயம் காணாமற்போகும். உணவில் பன்மயம் இல்லை என்றால் நிலமும் அதில் இருப்பவர்களும் வறுமைக்குள் தள்ளப்படுவார்கள். உண்பதில் பன்மயம் இல்லை

என்றால் வாழ்வியல் கலாசாரத்தில் பன்பயம் இல்லாதொழியும்.

★ தொலைதூர வர்த்தகத்திற்கான, ஏற்றுமதிக்கான விசேச உற்பத்தி

உலகின் ஒவ்வொரு பகுதியும் உற்பத்தின் திறன் உள்ளவை தான். ஒவ்வொரு நிலப்பரப்பில் இருப்பவர்களும் அப்பகுதியின் விளைபொருளுக்கு, சூழலியல் முறைக்குத் தகவமைக்கப்பட்டிருக்கிறார்கள். எனவே கூடுமான வரையிலும் உண்பதில் உள்ளூர் பொருளையே நுகரவேண்டும். அங்கு உற்பத்தியாவது சூழலுக்குப் பொருந்துவதாகவும், மக்கள் கலாசாரத்திற்கு ஏற்றதாகவும் இருக்கும்.

உள்ளூரில் விளையாத உணவுப்பொருளை வர்த்தகமாக்குவதைக் கட்டுப்படுத்த வேண்டும். உணவின் மீதான கட்டுப்பாடுகள் இரண்டு விதங்களில் இருக்க வேண்டும், அதிக விலை உள்ளதையும், குறைவான சூழலியல் இடையூறு விளைவிப்பதையும் அதாவது நிலம், நீர் இரண்டையும் குறைவாகப் பயன்படுத்த வேண்டும் என்ற கட்டுப்பாடு கொண்டுவர வேண்டும்.

விதவிதமான காய்களும், பழங்களும் வெவ்வேறு பருவச்சூழலில் வளரும். தண்மையான சூழலில் வளரவேண்டிய காய்களை வெப்ப மண்டலத்தில் விளைவிப்பதும், அங்கிருந்து பணக்கார நாடுகளுக்கு எடுத்துக்கொண்டு பறப்பதும் தவறானது. இது விவசாயிகளை நிலத்தைவிட்டு அகற்றுகிறது. அவர்களைப்பசியிலும் வறுமையிலும் தள்ளுகிறது. உள்ளூரின் வேளாண் தாவரப்பன்மயத்தைச் சிதைக்கிறது. இறக்குமதியின் மூலம் அந்நாடுகளின் உள்ளூர்மய ஆற்றலை வெளிக்கொண்டு வருவதையும் தடுக்கிறது. அதன் புதுக்கறுக்குக் குறையாமல் நெடுந்தொலைவு கொண்டுபோய்ச்சேர்ப்பதில் நிறைய சக்தி விரயமாகிறது. அது பருவநிலை மாற்றத்திலும் பங்கு வகிக்கிறது.

மாம்பழத்தின் பூர்வ நிலம் இந்தியாதான். இங்கு அல்போன்சா விளையும் நிலப்பகுதியான மகாராஷ்டிரா, கோவாவில் தான் வர்த்தகம் செய்யவும் விற்கவும் படுகிறது. வட இந்தியப்பகுதிகளில் விளையும் தாசரி வகை இங்கு விளைவித்து உண்ணப்படுகிறது.

உலக வர்த்தகம் மலர்ச்சியுடன் இயங்குவதற்காக பழங்களில், காய்கறிகளில் இருந்த பன்மயம் சிதைக்கப்படுகிறது. ஒருமுனையில் விளைந்த சிக்குய்டா வாழைப்பழமும், இன்னொரு முனையில் விளைந்த வாசிங்டன் ஆப்பிளும் நமது உணவு மேசையில் வந்தமர்ந்து இருக்கிறது. உள்ளூரில் விளைந்த உள்ளூர் பண்டங்களே பன்மயப் பாதுகாப்பிற்கு, சுவைக்கு, தரத்திற்கு சிறந்தது.

நெடுந்தூரப் பயணத்திற்கு பொருத்தமானவை மசாலாக்கள் தாம். மிகச்சிறிய அளவு உணவிற்கு மணம் கூட்ட சுவை கூட்டப் பயன்படும். மசாலாப்பொருட்கள் குறிப்பிட்ட சூழல் அமைப்பில் தான் விளையும். அவற்றை எல்லா இடங்களிலும் வளர்க்க முடியாது. அவற்றின் குறைவான அளவு அதிகமான விலையுடையதாய் இருக்கும். அதனை விளைவிப்பவருக்கும் நல்ல பலன்தரக்கூடியதாக இருக்கும். கர்நாடகாவில் மசாலாப் பொருட்கள் விளைவிப்பவர்கள் தங்கள் நிலத்தில் பத்து சதவீத இடம் ஒதுக்கி அதில் மிளகுக் கொடி, பட்டை, கிராம்பு, ஏலக்காய் போன்றவற்றை விளைவிக்கிறார்கள். பத்து சதவீத நிலத்தில் நெல் விளைவித்து தமது சொந்த தேவைகளை நிறைவு செய்து கொள்கின்றனர். அவர்களது பண்ணைகள் நூற்றாண்டுகளாக அங்கேயே அப்படியே இருக்கின்றன. அவர்களின் பணத்தேவையை மசாலாக்களும், உணவுத்தேவையை நெல்லும் ஈடுசெய்வது போன்ற பண்ணைகளாக இருக்கின்றன. வர்த்தகம் விவசாயத்திற்கு உதவுகிறது, விவசாயத்தை அது அழிப்பதில்லை.

'மசாலாக்கள் வாழ்விற்கான வர்த்தகம்'. அளிப்பவருக்கும் வாங்குபவருக்கும் பரஸ்பர பலன்தரும்போது அது நியாயமான ஒன்றாக இருக்கிறது.

நமது உணவு முறையில் மாற்றம் செய்யும்போது அதில் சூழலிய சமூக ஏற்றத்தாழ்வுகள் உருவாகின்றன. எண்ணெய் விளிம்பு குறித்த சிந்தனையாளர் ரிச்சர்டு ஹெய்ன்பர்க் வேளாண்மையில் இருந்து இயந்திரங்களை அகற்றவேண்டும் என்கிறார். நான் கூறும் இயந்திர நீக்கம் என்பது புரிந்து கொள்வதற்கு மிகவும் எளிமையானது. வேளாண் உள்ளீட்டில் புரட்சிகரமான அளவில் எரி எண்ணெய்ப் பயன்பாட்டைக் குறைப்பது. அதற்கு ஈடாக மனித உழைப்பை அளிப்பது. போக்குவரத்துகளைக் குறைப்பது. உற்பத்தியாவதில் உள்ளூர்ப் பயன்பாட்டிற்கு முன்னுரிமை அளிப்பது. எண்ணெய் தீர்ந்துபோகிற நாளில் கிட்டத்தட்ட இவையெல்லாம் நடந்துவிடும். ஆனால் நாம் இயந்திர நீக்கம் செய்யவில்லை என்றால் விளைவுகள் பயங்கரமானதாக மாறிவிடும்.

மாறிவரும் கலாசார இயக்கம் ஆற்றலுக்கு எதிரான திட்டங்களை நிறைய வழங்குகிறது. அல்லது எரிஎண்ணெய்ப் பயன்பாட்டின் சக்திக் குறைப்பிற்கு வழிசெய்கிறது. வாழ்க்கைத் தரத்தின் மூலமாக ஆற்றலை உயர்த்துகிறது என்கிறார் ராப்ஹோப்பின்ஸ்.

ஆற்றல் எதிர்திட்டத்தின் சாரம் என்னவென்றால் அது எதிர்

காலத்தில் மிகமிகக் குறைவான ஆற்றல் செலவில் வாழ்வதற்கான பார்வையைத் தருகிறது. எண்ணெய்ப் பயன்பாட்டில் இருந்து மாறும்போது எதிர்பாராத இலக்கிற்கு இட்டுச்செல்கிறது. அதேசமயம் நல்ல திசையில் பயணிப்பதற்கான வீரியத்தையும் சமூகத்திற்கு அளிக்கிறது. இயற்கையுடன் அதிகமாக பிணைக்கிறது. அர்த்தமுள்ள ஆரோக்கியமான வேலைகளைச் செய்கிறது. சத்தான உணவு கிடைப்பதற்கு வகைசெய்யும். சமூக மூலதனத்தை உயர்த்தும். கூட்டுறவை வளர்க்கும்.

பருவநிலை மாற்றமும் இரண்டு கார்பன் பொருளாதாரமும் புதைவு எண்ணெயைச் சந்திக்கும் தாவரப் பன்மயம்

தற்கால மனித மனதில் குறைப்பிய உணர்வு தோன்றுவதைக்காண முடிகிறது. கார்பன் பொருளாதாரப் பின்னணியில் பருவநிலை மாற்றம் குறித்த பேச்சு நம்மிடையே அதிகரித்துள்ளது. நாம் பூஜ்ஜியக் கார்பன் என்றும் கார்பன் இன்மை குறித்தும் கார்பன் இருக்குமானால் அது புதைவடிவத்தில் பூமிக்குள் நிலைத்திருப்பது பற்றித்தான் பேசினோம். ஆனால் கார்பனின் வேறுசில வடிவங்களை நாம் மறந்து விட்டோம். தாவரங்களின் முக்கியக் கூறான செல்லுலோஸ் கார்பன். மண்ணிற்குள் மக்கிய தழைகள் பெரும்பாலும் கார்பன். காடுகளில் உள்ள தாவரங்கள் பெரும்பாலும் கார்பன். இவையெல்லாம் உயிர்க்கார்பன். நம் வாழ்க்கைச்சுழற்சியில் ஒருபகுதி.

கார்பன் அல்ல இங்கு பிரச்சனை. ஆனால் மில்லியன் கணக்கான ஆண்டுகளாக பூமிக்குள் புதைந்துள்ள கார்பனை பயன்படுத்துதல் நாளுக்கு நாள் அதிகரித்துக் கொண்டு போவதுதான் பிரச்சனை. இன்றைய உலகம் 400 ஆண்டுகளாகத் தேக்க உயிரிப் பண்புகளை ஆண்டுதோறும் எரித்துக் கரியாக்குகிறது. இது 1956இல் பயன்படுத்தியதைவிட மூன்று நான்கு மடங்கு அதிகம். தாவரங்களின் மீளாற்றல் நம்மிடம் இருக்கும்போது நாம் புதைவுக் கார்பனை நமது நோக்கமாகக் கொள்ளவேண்டியதே இல்லை. பூமி நமக்கு வழங்கிய எண்ணெய், நிலக்கரி ஆகியவற்றை மீண்டும் உருவாக்க வேண்டுமானால் நாம் இன்னும் மில்லியன் கணக்கான ஆண்டுகள் காத்திருக்க வேண்டும்.

தொழிற்புரட்சிக்கு முன்னர் வளிமண்டலத்தில் 580 பில்லியன் டன் கார்பன் இருந்தது. இன்று அது 750 பில்லியன் டன்னாக இருக்கிறது. இப்படித் தேங்கியிருப்பதற்குக் காரணம் புதைஎண்ணெய் எரிப்புதான்,

அதுதான் பருவநிலை நெருக்கடிக்குக் காரணமாக இருக்கிறது. மனித குலம் வாழ வேண்டுமானால் இந்த நெருக்கடிகளைத் தீர்க்க வேண்டிய கட்டாயம் அதற்கு இருக்கிறது. மற்றொரு கார்பன் பொருளாதாரம் உண்டு. மீட்கத்தகுந்த கார்பன் தாவரப் பன்மத்தினுள் அடங்கியுள்ளது. அது நமக்கானத் தீர்வினை வழங்குகிறது.

நாம் புதைவு எண்ணெயைச் சார்ந்திருப்பதால் இயற்கையின் மீட்புக் கார்பன் சுழற்சி முறிந்து கொண்டிருக்கிறது. புதைவு எண்ணெய் சார்ந்த சிந்தனை நம்மைப் புதைத்துக் கொண்டிருக்கிறது.

தாவரப்பன்மயம் புதைவுக் கார்பனுக்கு மாற்றாக இருக்கும். தாவரப்பன்மய ஆட்சியில் பெட்ரோ வேதி ஒவ்வொன்றிற்கும் மாற்று கிடைக்கும். செயற்கை உரங்கள், பூச்சி மருந்துகள், வேதி அச்சுக்கள், ஓடும் ஆற்றல் போன்ற அனைத்திற்கும் தாவர, விலங்குகள் உலகில் நிலைத்த மாற்று உண்டு. நைட்ரஜன் உரத்திற்குப் பதிலாக பயிறுத் தாவரங்களால் நிலத்தினுள் நைட்ரஜன் நுண்ணுயிரிகளால் உருவாக்கப்படும் மண்புழுக்கள் தரும் உயிர்சுழற்சி. அல்லது மக்கிய கம்போசிட் உரம். செயற்கை அச்சு வண்ணங்களுக்குப் பதிலாக தாவர அச்சுக்கள். தானியங்கிகளுக்குப் பதிலாக நம்மிடம் ஒட்டகம், குதிரை, எருதுகள், கழுதைகள், யானை, சைக்கிள்கள் உண்டு.

புதுப்பிக்கத்தகுந்த கார்பன் பொருளாதாரத்தில் இருந்து புதைவு எண்ணெய் பொருளாதாரத்திற்கு மாறியதன் விளைவுதான் இன்றைய பருவநிலை நெருக்கடிக்குக் காரணம். இந்த இயற்கைக்கு எதிரான மாற்றத்தைத்தான் தொழிற்புரட்சி என்று அழைக்கிறார்கள்.

பருவநிலை மாற்ற நெருக்கடியோடு மலிவு விலை எண்ணெயும் முடிவிற்கு வந்துவிட்டது. சூழலியல் ஏற்றத்தாழ்வு எண்ணெயற்ற, புதைவு எண்ணெயற்ற, தொழிற்சாலை பொருளாதாரமற்ற உலகை உருவாக்குகிறது. எண்ணெயற்ற காலத்திற்குச் செல்வதற்குரிய பாதையை தொழிற்சாலை சூத்திரம்தான் வழிநடத்துகிறது.

அதற்குக் காரணம் தொழிற்சாலைப் பெருக்கத்தில்தான் மனிதகுல வளர்ச்சி என்ற கலாசார வாய்ப்பாடு உருவாக்கப்பட்டுள்ளது. எண்ணெய்ப் பயன்பாட்டிற்குப் பின்னரான உலகம் நமக்கு வேண்டும். ஆனால் தொழில்களற்ற உலகை எதிர்கொள்ளும் தைரியம் நமக்கு இல்லை. எரி எண்ணெய் ஆற்றல் பொருளாதார உள்கட்டுமானத்தில் நாம் சிக்கிக்கொண்டதின் விளைவால் அதற்கு மாற்றாக தாவர எண்ணெய், அணு ஆற்றல் ஆகியவற்றைக் கொண்டு உலகத்தை இயக்குவதற்கு நாம் முயற்சிக்கிறோம். ஆனால் அதிகமான குப்பையை அதுவும் ஆபத்தான

குப்பையை வெளித்தள்ளும் அணு ஆற்றல் தூய்மையான ஆற்றல் என்று சொல்லப்படுகிறது. நிலைத்த உற்பத்தி தராத தாவர டீசலும், தாவர எண்ணெயும் பசுமை ஆற்றலாக வரவேற்கப்படுகிறது.

மனித குலம் தனக்குள்ளும் இந்தப் பூமியினுள்ளும் வித்தைகள் செய்வதற்கு முயற்சிக்கிறது. காரணம் அது தொழிற் சூத்திரத்தினுள் மாட்டிக்கொண்டு விட்டது. நல்ல வாழ்க்கை என்றால் அது உற்பத்தி செய்து அதை நுகர்வது. அதற்கு எரி எண்ணெயின் தூண்டுதல் வேண்டும் என்பதுதான் நமது சிந்தனை. இந்த வடிவத்திற்குள் உண்மையின் எதிரொலி இல்லாமல் ஐம்பதாண்டு காலத்தை மனித குலம் ஒப்பேற்றி விட்டது. மேலும் ஒரு ஐம்பதாண்டு காலத்தை மில்லியன் கணக்கான உயிரினங்களை அழித்து தானும் நெருக்கடிக்குள் சிக்கிக் கழித்துக் கொண்டிருக்கிறது. மனித குலம் வாழ்வது மட்டுமே நலமான வாழ்வென்றால், துல்லியமாகக் கணக்கிட்டால் இன்னும் ஒரு ஐம்பதுஆண்டுகள் வாழலாம். நமது எதிர்கால சந்ததிக்காக பிற உயிரினங்களை பலிகொடுத்துக் கொண்டிருக்கிறோம்.

எண்ணெயற்ற உலகத்தைக் கடப்பதென்றால் மனிதகுல வளர்ச்சி, மனிதனின் நலவாழ்வு என்ற போதையில் இருந்து தெளிவு பெற வேண்டும். எண்ணெயற்ற உலகைச்சந்திக்க வேண்டுமானால் நாம் மற்ற உயிரினங்கள் நமது பங்காளிகள் என்பதை மறுஉறுதி செய்ய வேண்டும். எண்ணெயற்ற காலத்தைக் கடக்க வேண்டுமானால் உயிர்க் கார்பன் பொருளாதாரத்திற்கு, தாவரப்பன்மயத்தை அடிப்படையாகக் கொண்ட புதுப்பிக்கத்தகுந்த பொருளாதாரத்தை நாம் நிறுவ வேண்டும்.

புதுப்பிக்கவல்ல கார்பனும், தாவரப் பன்மயமும்தான் வளர்ச்சி என்று மறுவிளக்கம் பெறவேண்டும். அந்த மறுவிளக்கமே ஒரு வளர்ச்சி. அதுதான் வளர்ந்தது. இனி எதிர்காலத்தில் அதுதான் வளர இருக்கிறது. அது புதைவு எண்ணெய்ச் சூத்திரத்தின் வளர்ச்சி இன்மை. புதைவு எண்ணெய் சூத்திரத்தில் வளர்ச்சி என்றால் தொழில்கள் வளர வேண்டும். தொழில்மயப்பட்ட உணவு, தொழில்மயப்பட்ட உடை, இருப்பிடம், போக்குவரத்து, வேலையில் இருந்து அகற்றப்பட்ட சமூக விலையை கணக்கில் இருந்து புறக்கணிக்க வேண்டும். சூழலை மாசுபடுத்திய விலையை கணக்கில் கொள்ளக்கூடாது. பருவநிலையைச் சிதைத்ததைப் பொருட்படுத்தக் கூடாது. உற்பத்தி, நமது உணவு, உடை, இருப்பிடம் மற்றும் போக்குவரத்து ஆகியவற்றை எண்ணெய்ச் செலவு இல்லாத முறையில் செய்தால் அது எரி எண்ணெய்ச் சூத்திரத்தில் வளர்ச்சி இன்மை என்று பொருள்படும்.

தாவரப்பன்மய சூத்திரத்தில் வளர்ச்சி என்றால் அதில் பிற உயிரினங்களுக்கு

அவற்றிற்குரிய வெளி இருக்க வேண்டும். அனைத்து மக்களுக்கும் இனி வருங்கால சமூகத்திற்கும் வளர்ச்சியில் இடம் இருக்க வேண்டும். அதன் வளர்ச்சி இன்மை என்பது சூழலியல் வெளியை மற்ற உயிரினங்களின் இடத்தை பிற சமூகங்களின் இடத்தைக் கைப்பற்றுவது. வளி மண்டலத்தை மாசுபடுத்துவது பூமண்டலத்தை அச்சுறுத்தலுக்குள்ளாக்குவது.

உலகத்தை மாற்றுவது என்று புறப்படுவதற்கு முன்னால் நாம் நமது மனதை மாற்றிக்கொள்ள வேண்டும். கலாசார மாற்றம் என்பது நம் மனதை எண்ணெய் கடந்த யுகத்தின் ஆற்றலுக்குத் தயார்படுத்திக் கொள்வது. கலாசார சூத்திரத்தில் மாற்றத்திற்குத் தடையாய் இருப்பது தொழில்மயம்தான். முன்னேற்றம், அதுதான் உற்பத்தித் திறனுடன் இயங்குகிறது என்று நம் மனதில் ஏற்றி வைக்கப்பட்டுள்ளது. அதிகமான உணவு உற்பத்திக்கு நமது விவசாயத்தைத் தொழில்மயப்படுத்த வேண்டும் என்று நம்ப வைக்கப்பட்டுள்ளோம். அது உண்மை இல்லை. வேதியல் விவசாயத்தை விட சூழலியல் தாவரப்பன்மய விவசாயம் அதிக உணவை, அதிக தரமானதை உற்பத்தி செய்ய முடியும். மிகவும் அதிகமான, திறமான, வேகமான போக்குவரத்திற்கு தானியங்கி மோட்டார்கள் தான் வசதியானது. அதற்காகத்தான் நமது நகரங்கள் வடிவமைக்கப்பட வேண்டும் என்று தவறாக நம்ப வைக்கப்பட்டிருக்கிறோம். ஆக்கப்பூர்வமான இயக்கத்திற்கு நகரங்கள் சைக்கிளில் செல்வோருக்காகவும், கால்நடையாகச் செல்வோருக்காகவும் வடிவமைக்கப்பட வேண்டும்.

அர்த்தமற்ற விருப்பங்களால் கார்கள் விற்பவர்களும், உரம், டீசல், வண்டிகள் விற்பவர்களும் லாபம் சம்பாதித்துக்கொண்டுள்ளனர். அவர்கள் நம்மை வேதியல் உரங்களும், கார்களும் தான் வளர்ச்சி என்று மூளைச்சலவை செய்து வைத்துள்ளனர். சமூகத்தின் பிற உயிரினங்களின் சூழலின் பங்காளிகள் நாம். இந்த பிரபஞ்ச ஜீவிகள் என்பதில் இருந்து அவர்களது நிலைக்காத உற்பத்திகளை வாங்குபவர்களாக நம்மைச் சுருக்கிவிட்டார்கள்.

எண்ணெய்ப் பொருளாதாரத்தை விட தாவரப்பன்மயப் பொருளாதாரம் நிலைத்த மாற்றாக இருக்கும். எண்ணெய் ஆற்றலில் இருந்து தாவரப்பன்மய இயக்கத்திற்கு மாறுவது குறைவான கார்பன் வெளியிடும், கார்பனை உட்கவரும் முறைக்கு ஆதரவானதாக இருக்கும். அனைத்தையும் வைத்துப்பார்க்கும்போது வளிமண்டல மாசுபாட்டின் தாக்கம் இன்னும் தொடர்ந்து நீடிக்கும். நாம் வெளியிடும் மாசுபாட்டைக் குறைத்துக் கொள்வதாக இருந்தால், சூழலியல் தாவரப்பன்மய பொருளாதாரத்தை உருவாக்கிக்கொள்ள வேண்டி உள்ளது. அது ஒன்றே மாறும் பருவநிலைக்கு நம்மை இணக்கமானவர்களாக பொருத்துவதற்கு ஏற்றது. தாவரப்பன்மய

மாற்று ஒன்றே அனைவருக்கும் ஏற்றதாக இருக்கிறது. கார்பனை இயற்கையான சுழற்சியில் புதுப்பிக்கும் தாவரப்பன்மய முறைக்குத் திரும்பவேண்டி உள்ளது. அனைவருக்குமான கார்பன் ஜனநாயகத்தை உருவாக்கினால் அனைத்து உயிர்களும் பயனுள்ள கார்பனை பகிர்ந்து கொள்ளலாம். கார்பன் மாசுபாட்டினால் உண்டான பருவநிலைத் தாக்கத்தின் சுமையை நாம் அனைவரும் அனாவசியமாகச் சுமக்க வேண்டியதில்லை.

முடிவுரை

மாற்றத்திற்கான நமது வலிமை நமது பொங்கிவரும் சக்தி

பருவநிலை மாற்றம், எண்ணெய் விளிம்பு, உணவுப்பற்றாக்குறை என்ற மூன்று நெருக்கடிகளும் விவசாய நெருக்கடியை உருவாக்கி மாற்றத்தைத் தவிர்க்க முடியாததாக, எண்ணெயற்ற யுகத்திற்கு மாற்றிக்கொள்ள வேண்டிய கட்டாயத்தை உருவாக்கியுள்ளன.

இதேபோக்கில் மாற்றங்கள் செய்யப்படுமானால், தற்போதைய பருவநிலை நெருக்கடியை உருவாக்கிய சக்திகள் மீண்டும் சூழலியலில் நிலையற்ற, சமூகப் பொருளாதார அநீதிகளையே நிலைநிறுத்தும். தொழில்மய உள்கட்டுமானத்தை இயக்குவதற்காக நமது உணவை எரிபொருளாகத் திருப்பிவிடும். ஏழை மக்களின் நிலங்கள் எண்ணெய் வயல்களாக மாறும். ஆனால் அதற்கும் நிற்காமல் அதிகரித்துக் கொண்டுள்ள கார்களின் எண்ணிக்கைக்கு, உயிர்ந்து கொண்டுள்ள ஆற்றல் தேவைக்கு இப்போதுள்ள நிலம் போதாது.

ஏழைகளின் உரிமையை கணக்கில் எடுத்துக்கொண்டு பார்த்தால் - நாம் முன்னோக்கிச்செல்வதற்கான ஒரேவழி - பணக்காரர்களின், நீடிக்காத உற்பத்தி வடிவத்தை, தொழில்மய, உலகமயத்தின் நுகர்வியப்

போக்கிற்கான ஆற்றல் தேவையைக் குறைப்பதுதான்.

சக்தி வாய்ந்த நிறுவனங்களும், அரசாங்கமும், மேட்டுக்குடியினரும் குறைப்பு முயற்சி என்றால் ஆற்றல் செலவு, லாபம் ஆகியவற்றைக் குறைப்பதற்குப் பதிலாக நேரடியாக சம்பள வெட்டில்தான் இறங்குவார்கள். நிலைத்தன்மை என்றால் மேலிருந்து கீழ் நோக்கிய பார்வையின் விளைவு போலி நிலைத்தன்மை, சூழலிய ஏகாதிபத்தியம். கீழிருந்து மேல் நோக்கிய பார்வையில் நிலைத்தன்மைக்கான தேடலில் இருந்தால் அது உயிர்ப்பான பொருளாதாரத்தை அடிப்படையாகக் கொண்ட புவிஜனநாயகத்தை உருவாக்கும். பொங்கும் உயிர்ப்பு ஆற்றல் மூலமாக மறைந்திருக்கும் ஆற்றல் மூலமாக புதிய பொருளாதார, அரசியல் சாத்தியங்களை உருவாக்கிக்கொள்ள முடியும். ஆனால் அச்சாத்தியங்களுக்கு உலகைப் பார்க்கும் இயந்திரவிய நோக்கில், இயந்திரமுறையின் எல்லையில், இயந்திரவியல் ஆற்றல் வகைகளைக் கட்டுப்படுத்தும் சிந்தனைப் போக்கில் மாற்றம் அவசியம். எண்ணெயற்ற யுகத்திற்குப் பிந்தைய மாற்றத்திற்கு உயிர்ப்பு ஆற்றல் மீது கவனம் தேவையாக இருக்கிறது. நமது ஆற்றல் உயிர்ப்பு ஜனநாயகத்தை உயிர்ப்பான பொருளாதாரத்தை உருவாக்குவதாக இருக்க வேண்டும்.

புதைவு எண்ணெய் ஆற்றலில் இயங்கும் இயந்திரவியல் தொழில்மய பிரபஞ்ச யுகம் பில்லியன் கணக்கானவர்களை இடமாற்றம் செய்திருக்கிறது. ஏதுமற்றவர்களாகத் தூக்கி எறிந்திருக்கிறது. இறுதியாக இக்கோளத்தின் பரிணாமமாக மனிதனையே இடம்பெயரச் செய்திருக்கிறது.

பருவநிலை மாற்றம் பற்றிய விவாதம் வளர்ச்சி, தொழிற்பரவல் என்ற இரண்டு விசேச அம்சங்கள் மீது மட்டுமே கட்டமைக்கப்படுகிறது. இவை இரண்டும் செயற்கையாக குறுக்கப்படுகிறது. இயந்திரவியல் சூத்திரம் வறுமை ஒழிக்கப்பட வேண்டுமானால் வளர்ச்சி அவசியம் என்கிறது. தெற்கு நாடுகளின் வாழ்க்கைத்தரம் பணக்கார வடக்கு நாடுகள் அளவிற்கு உயர வேண்டுமானால் தொழில் வளர்ச்சி அவசியம் என்கிறது. பொருளாதார வளர்ச்சிக்காக இரண்டுபகுதி மக்களும் இயற்கையும் பாதிக்கப்பட்டுள்ளதை இப்புத்தகத்தின் உதாரணங்கள் காட்டுகின்றன. இந்தியா கண்டுள்ள 9 சதவீத வளர்ச்சி ஏழை விவசாயிகளை தற்கொலைக்குத் தள்ளியிருக்கிறது. கனிமச் சுரங்கங்களுக்காக, ஆலைகளுக்காக ஆதிவாசி மக்களின் வேர்களைப் பறித்துள்ளது. சிறப்புப் பொருளாதார மண்டலங்களுக்காக மக்களின் வாழ்வாதாரத்தைப் பறித்துள்ளது. ஆறுகளின் ஒவ்வொரு அங்குலமும் அணைக்கட்டாக மாற்றப்பட்டுள்ளது. இயற்கையின் அளவீட்டின்படி, மக்கள் அளவீட்டின்படி வளர்ச்சி என்பது அழிமானங்களாகப் பதிவாகி இருக்கிறது. இந்தக் கோளத்தில் அடுத்த தலைமுறை வாழவேண்டுமானால்,

ஏழைமக்களின் வாழ்வுரிமை பாதுகாக்கப்பட வேண்டுமானால் நாம் இயந்திரவிய, தொழில்மய போக்கிலான பார்வையை மாற்றிக்கொள்ள வேண்டி இருக்கிறது.

ஏழைகளின் வறுமையை ஒழிக்கப் புறப்பட்ட ஆயுதங்கள் ஒவ்வொன்றும் மக்களை மேலும் மேலும் அச்சுறுத்துவதாகவே முடிந்தன. இயந்திரத்தொழில் உற்பத்திமுறை மக்களை ஆற்றல் அற்றவர்களாக எதற்கும் லாயக்கற்றவர்களாக இந்தப்பூமியின் கடைக்கோடி கிராமத்தில் இருந்தும் தூக்கி வீசுகிறது. அது தன் கோரக்கரங்களை மலையின் உச்சிவரை நீட்டி இருக்கிறது. உலகமயப் பொருளாதாரம் தான் உருவாக்கிய மாசுபாட்டை ஏழைமக்களின் தலையில் சுமையாக இறக்கி வைத்ததுதான் அவர்கள் விரும்பிய வளர்ச்சி. ஆற்றல் மாற்றம், பருவநிலை மாற்றம் குறித்து நாம் பேசும்போது அது மக்கள் மீது, இந்த மண்ணின் மீது நடத்தியுள்ள மாற்றங்கள் குறித்து பார்க்கவேண்டும்.

வாழும் முறை உயிர்ப்பு ஆற்றல்

பொதுப்புத்தியில் ஆற்றல் என்றால் நிலத்தை வெகு ஆழத்திற்குத் தோண்டி எடுத்த நிலக்கரியை, எண்ணெயை ஆயிரக்கணக்கான மைல்கள் கப்பலில் சுமந்து வந்து மின்சாரமாக மாற்றி நியான் விளக்காக எரிக்க வேண்டும் அல்லது கார்களாக ஓட்ட வேண்டும். ஆற்றலுக்கு வேறுவடிங்கள் உண்டு என்பதை நாம் நினைவிற்கொள்ள வேண்டும். பிரபஞ்சத்தை இயக்கும் ஆற்றல் நமது வாழ்விற்குரிய சக்தியான சூரிய சக்தியாக, அளவற்ற மழைபெய்து நீர்சக்தியாக, வெள்ளமாக, சுனாமியாக, மேகங்களை இழுத்துக்கொண்டு ஓடும் காற்றாக, பருவங்களை உருவாக்குகிறதாக இருக்கிறது. ஆற்றல் என்பது வெறும் எண்ணெயாக, எரிவாயுவாக மட்டும் இல்லை. ஆற்றல் வாழ்க்கையை இயக்கும் அனைத்துக்கூறுகளிலும் இருக்கிறது.

ஆற்றலின் போக்கை விரித்துக்கொண்டு போனால் அது மனிதகுலத்தின் வாய்ப்புகளை அதிகரித்துக்கொண்டே இருக்கும். புதைவு எண்ணெய் நமது கற்பனையை, நமது வீரியத்தை, நமது புத்தாக்கத்திறனைப் புதைத்து விட்டது. நாம் அந்தப்புதைவில் இருந்து மீண்டுவர வேண்டும். நமது வாழ்க்கையைத் தேர்வு செய்வதற்கு, நமது பாதையை, நமது உயிர் இனங்களை, நமது புவிக்கோளத்தை மேம்படுத்திக் கொள்வதற்கு பழைய சிந்தனைகளில் இருந்து மீண்டுவர வேண்டும்.

இயந்திரவியல் போக்கு நமது சிந்தனைச் சுதந்திரத்தை, ஆக்கத்திறனை

கொள்ளையடித்துவிட்டது. உயிர்ப்பாற்றலின் வெற்றிடத்தை எரிஎண்ணெயால் இட்டு நிரப்பியுள்ளது. இயற்கையின் மூலமாக, மக்களின் மூலமாகப் பெற்ற செல்வவளத்தை மூலதனமாக இட்டு நிரப்பியிருக்கிறது. மக்களின், சமூகத்தின் சுதந்திரத்தை கார்ப்பரேட் அதிகாரத்தால் வன்மமாகப் பறித்துக் கொண்டு மூலதனத்தின் விதியாக நமது வாழ்க்கையின் ஒவ்வொரு கோணத்திலும் - நாம் எப்படிச் சிந்திக்க வேண்டும், எப்படி உண்ண வேண்டும், எந்த வடிவத்திற்குள் நம்மை அடைத்துக்கொள்ள வேண்டும் என்று ஆதிக்கம் செலுத்திக்கொண்டே இருக்கிறது. உலகமயமும், பருவநிலை நெருக்கடியும் நம்மை வாழ்வா? சாவா? என்ற சிக்கலுக்குள் கொண்டுவந்து நிறுத்தியுள்ள இக்காலகட்டத்தில் எண்ணெயற்ற பொருளாதாரத்தை உருவாக்குவதற்காக நமது மறைந்துள்ள ஆற்றலை வெளிக்கொண்டு வரவேண்டும். ஜனநாயகத்தை மீட்டெடுக்க வேண்டும். புதுப்பிக்கத்தகுந்த பொருளாதாரத்தை சமூகத்தின் சுதந்திரமான சுய ஒருங்கிணைப்பு கொண்ட குடிமக்களின் புதுப்பிக்கத்தகுந்த ஆற்றலில் இருந்து மட்டுமே கட்டமைக்க முடியும். எண்ணெயற்ற யுகத்திற்கான மாற்றம் வெறும் தொழில்நுட்ப மாற்றம் அல்ல. அது அனைத்து வகைகளிலும் ஒரு அரசியல் மாற்றம். எங்கே நாம் வெறும் பார்வையாளர்களாக நிறுத்தி வைக்கப்பட்டிருக்கிறோமோ அங்கே நமது சக்தியை, ஆற்றலை, மாற்றத்தை உருவாக்க முடியும் என்று புரிந்து கொண்டவர்களாக செயலாற்றும் திறனாளர்களாகும் மாற்றம்.

வாழ்க்கை என்பது செல்லில் இருந்து பிரபஞ்ச வெளிக்கு, சமூகத்தில் இருந்து நாடுகளுக்கு ஆற்றலை ஒருங்கிணைப்பு செய்து கொள்வதை அடிப்படையாகக் கொண்டது. வேதியல் மற்றும் ஆற்றல் ஓட்டத்தின், மாற்றத்தின் வலைப்பின்னல் தான் நமது உயிர்ப்பு முறை. அந்த வகையில் வாழ்க்கையே ஆற்றல். எரிஎண்ணெய் ஆற்றல் அல்ல.

அளவற்ற இயந்திரவியலும் தொழில்நுட்பமும் சந்தைப்பொருளாதாரமும் மற்றெதையும்விட பற்றாக்குறையை உணவு, நீர்ப்பற்றாக்குறையை, வேலை மற்றும் ஆற்றல் பற்றாக்குறையை, மகிழ்ச்சியில் பற்றாக்குறையை உருவாக்கியுள்ளது. மனிதனைச் சார்ந்த ஆற்றலுக்குப் பதிலாக எண்ணெய்ச் சார்பையே அதிகமாக உருவாக்கினார்கள். அது தன் செயல்போக்கில் பூமியின் மீதான வாழ்க்கையின் அர்த்தத்தைச் சிதைத்தது. அனைவருக்குமான வேலைத்திறனை அழித்தது. வளர்ச்சி என்பதற்குத் தவறான சித்திரத்தை உருவாக்கி பணக்காரர்களை மேலும் பணக்காரர்களாக இந்த உலகத்தின் வளங்கள் அனைத்தையும், மனிதகுலத்தின் வாழ்வின் மகிழ்வை அவர்கள் உறிஞ்சிவாழ அனுமதித்தது.

இயந்திர அறிவியலின் குறுகிய கண்ணோட்டம் தனக்குள் கண்மூடித்தனமாக

வாழ்க்கைச் சுழற்சியுடனும், வாழ்க்கைப் பராமரிப்புடனும் தொடர்புறுத்தி பற்றாக்குறையை உருவாக்கிக் கொண்டுள்ளது. ஆற்றல் ஓட்டம் சுய ஒருங்கிணைப்பை அடிப்படையாகக்கொண்டது. தொழில்நுட்பம் தனது அகோரப்பசிக்கு எப்போதும இல்லாத அளவிற்கு ஆற்றல்களைப் பயன்படுத்தி சமூக, சூழலியல் விலைக்கும் விரிவுபடுத்தியதால் பற்றாக்குறையை உருவாக்கி உள்ளது. மக்கள் ஆற்றலுக்குப் பதிலாக எரி எண்ணெயைப் பயன்படுத்துவதால் தொழில்நுட்பம் வேலையிலும், நலவாழ்விலும் பற்றாக்குறையை உருவாக்கியுள்ளது.

சந்தைப் பொருளாதாரம் நுகர்வியத்தை ஊக்குவித்ததன் மூலம் பற்றாக்குறையை உருவாக்கியுள்ளது. ஏழைமக்களைக் கொள்ளையடித்து ஆற்றலை அதீதமாகச் சுரண்டுவது, வாழ்க்கையின் பிற வடிவங்களை, எதிர்காலச் சந்ததியினருக்கான மூலவளங்களை, ஆற்றல்களை அதீதமாக நுகர்வது என்பதைத் தனது அடிப்படைப் பண்பாகக் கொண்டுள்ளது. அந்தப் பார்வையின் அடிப்படைதான் முடிவற்ற வளர்ச்சி என்ற பிரமையை உருவாக்கியுள்ளது. முடிவற்ற வளர்ச்சிக்கு முடிவின்றி ஆற்றலை உறிஞ்ச வேண்டும் என்பதையும், முடிவில்லாமல் தலைமுறையை விரயமாக்க வேண்டியுள்ளது என்பதையும் அவர்கள் ஒப்புக்கொள்ளப் போவதில்லை.

சக்தி - பிரபஞ்ச சுய ஒருங்கிணைப்பின் புத்தாக்க ஆற்றல்

புத்தாக்கத்தின் ஆதிசக்தி, சுயஒருங்கிணைப்பு, சுய உற்பத்தி, பிரபஞ்சப் பெண்வடிவமான சுய புதுப்பிப்பின் புத்தாக்க ஆற்றல் - அதுவே ஆற்றல் எனும் சக்தி. சக் எனும் வேர்ச்சொல்லில் இருந்து சக்தி பிறக்கிறது. சக்தி என்றால் இயங்குவதற்குரிய ஆதாரம், திறன் பெற்றிருத்தல். சக்தி என்றால் திறன். சக்தி என்றால் விசை. சக்தி என்றால் ஆதி ஆற்றலின் திரட்சி. தெய்வாம்சத்தின் பிரபஞ்சப் பரிணாமத்தின் ஆதாரம். அத்துடன் இயற்கையின் அனைத்து விசைகளையும், அனைத்து வீச்சினையும் கட்டுக்குள் கொண்டிருக்கும் ஆதாரம். சக்தியின் வெளிப்பாடே பிரபஞ்சம். ஆற்றலின் வற்றாத தேக்கம்.

இந்தியாவின் புராதன பிரதிகள், பிரபஞ்சத்தின் புத்தாக்க ஆற்றலைப் பாடலாக்கி இருக்கின்றன. சக்தி எனும் ஆற்றல் எல்லாவற்றிலும் நிறைந்து இருக்கின்றன என்று தேவிபாகவத புராணம் கூறுகிறது. யாருடைய கட்டுப்பாட்டில் இந்த பிரபஞ்சம் இருக்கிறதோ அவள் இந்த உலகத்தைத் தான் விரும்பியபடி இயங்கச் செய்கிறாள். ‘என்னில் இணைவதற்கு ஒன்றும் இல்லை, நானே ஒவ்வொன்றினுள்ளும் சக்தியாக இருக்கிறேன்’ என்கிறது தேவி பாகவத புராணம்.

பின்ஜெனைச் சேர்ந்த சகோதரி ஹில்டேகார்ட், 12 ஆம் நூற்றாண்டின் முன்னோடி, எழுத்தாளர், இசைவல்லுனர் மாறுபட்ட கண்ணோட்டத்தில் எழுதுகிறார்:

நான் அனைத்திலும் மேலானவள். தீயின் விசை. ஒவ்வொரு உயிர்ப்பொறிக்கும் அன்பு செலுத்துகிறேன். எதையும் இறக்கவிடாமல் சுவாசிக்கிறேன், என்றாலும் நானே அதைவிட்டு வைத்திருக்கிறேன். நானே கடவுளின் சாரமான தீயின் வாழ்க்கை. நான் வயல்களின் அழகின் தீப்பிழம்பாக இருக்கிறேன். நான் நீரில் ஒளிர்கிறேன். நான் சூரியனில், சந்திரனில், நட்சத்திரங்களில் எரிந்து கொண்டிருக்கிறேன். காற்றின் விசையில் கண்ணில்படாத உயிர்ப்பாக இருந்து செலுத்துகிறேன். யாவற்றிலும் நிலைத்த வாழ்வாய் இருக்கிறேன். காற்று உயிர்த்திருக்க பூக்களை மலரச்செய்கிறேன். நீர் உயிர்த்திருப்பதற்காக அதனை ஓடச்செய்கிறேன். சூரியன் தன் ஒளியால் வாழ்கிறான். தான் எப்போதும் புதிதாக உயிர்த்திருக்க சூரியனிடமிருந்து பெற்ற ஒளியால் சந்திரன் தோன்றி மறுஅன்பு செய்கிறான்.

நாம் ஆற்றலை சக்தி என்று கருதினால் நம்மை பிரபஞ்சத்தின் விதிக்குள் பொருத்திக்கொள்வோம். பருவநிலைப் பேரிடர்களைத் தடுக்கும் புரட்சிகரமான மாற்றங்களுக்காக நமது உள்ஆற்றல்களையும் வெளிஆற்றல்களையும் வெளிப்படுத்துவோம்.

இந்திய தத்துவத்தின்படி நமது ஆற்றல்களை மூன்று விதமாகப் புரிந்து கொண்டுள்ளோம். ஒன்று சாத்வீக குணம், இரண்டு ரஜோ குணம், மூன்று தாமச குணம். நம்முடைய ஆற்றல் உண்ணும் உணவின் தரத்தில் இருந்து ஆளுமையாக மாறுகிறது. மூன்று ஆற்றல்கள் மூன்று தரத்தில் வெளிப்படுகின்றன. வினோத் வர்மா எழுதுகிறார்:

சாத்வ குணம் என்பது உண்மையின் தரம். மெய்மையையும், சமநிலையும் குறிக்கிறது. ரஜஸ் என்பது முன்னோக்கிப் பாயும் விசை, தூண்டு விசை. தமஸ் என்பது அடங்கி இருத்தல் உட்கலந்து இருத்தல் இயக்கத்தைக் கட்டுப்படுத்துதல். அதன் உடற்கூறியலில் தமஸ், ரஜஸ், சாத்வீக குணங்கள் மனிதனின் உடல், ஆழ்மன, ஆத்மீக இருப்பின் கூறுகளாக இருக்கின்றன. பிரபஞ்ச நோக்கில் ரஜோ குணம் பிரபஞ்சத்தை புத்தாக்கம் செய்யும் கோட்பாடாகவும், தமஸ் அழித்தல் கோட்பாடாகவும், சாத்வீகம் வாழ்வின் ஆற்றல் கோட்பாடாகவும் உள்ளன.

ரெஸர்ஜென்ஸ் பத்திரிகை ஆசிரியர் ஜைன துறவி, இங்கிலாந்தில் உள்ள சூக்மாச்சார் கல்லூரி நிறுவனர் சத்தீஷ் குமார் ஸ்பிரிட்சுவல் காம்பஸ்:

த த்ரீ குவாலிட்டீஸ் ஆப் லைப் என்ற நூலை எழுதியுள்ளார். அவர் மேற்படி இம்மூன்று குணங்களையும் முறைப்படுத்தி எழுதியுள்ளார். அவை இந்த உலக வாழ்க்கைப் பயணத்தை எளிமையாக்குகின்றன. அவர் சாத்வீகத்தை கம்பீரம், எளிமை, இயற்கை, எதார்த்தம் ஆகியவற்றை நமது ஆழ்மனத்தில் இருந்து துடித்துக்கொண்டே இருக்கின்றன என்றும் ரஜோ குணத்தை கூடுதலானவை என்றும் ஊதாரமானவை என்றும், தாமஸ குணத்தை அடர்தன்மை உடையதாகவும், அழுத்தம் என்றும் குறிப்பிடுகிறார்.

மனித குலம் அழித்தல் தாமஸ குணத்தால் தன்மனதைக் கடந்து அதை வாழ்க்கை முறையாக மாற்றிக்கொண்டு விட்டது. நமது நுகர்வும் உற்பத்தி முறையும் இந்தக்கோளத்தை அழித்தலுக்கு இட்டுச்செல்கிறது. இந்தத் தொடர்ச்சியான பின்னோக்கிய பாதை மனித குலத்தை நெருக்கடியில் கொண்டுவந்து நிறுத்தியுள்ளது. நீர்மத்துடிப்பு நிலையில் உள்ள ஆற்றல் விதியின்படி இயற்கையாக மேல் அமைப்பு நிலையில் இருந்து கீழ் அமைப்பு நோக்கி வருவதாக இருக்கவேண்டும். எதிர்த்திசையில் கீழிருந்து மேல் நோக்கிப் போவதென்றால் அதிக ஆற்றல் தேவைப்படுவதாக இருக்கும். சாத்வீக குணத்தின் ஆற்றல் கீழ்நிலை சுய ஒருங்கிணைப்பில் இருந்து மேல்நிலை சுய ஒருங்கிணைப்பிற்கு எடுத்துச்செல்ல வேண்டும். சூழலியல் பின்னடைவில் இருந்து சூழிலியல் புதுப்பித்தலுக்கு எடுத்துச்செல்ல வேண்டும்.

பொருளாதார உயிர்ப்பிற்கான புத்தாக்க வேலைகள்

வேலை என்பது ஆற்றல். நம் காலத்தின் இரண்டு நெருக்கடிகளான பருவநிலை மாற்றமும், வேலையின்மையும் ஒன்றுடன் ஒன்று பின்னிப் பிணைந்திருக்கின்றன. நாம் இவை இரண்டையும் இதுவரை தனித்தனியாகவே பார்க்கிறோம். இரண்டையும் நாம் தீர்க்கவும் இல்லை. பருவநிலை நெருக்கடி சாதாரணமாக பேசப்படுகிறது. அறிவியல் ரீதியாக ஆராயப்படுகிறது. தீர்வு பொருளாதார ரீதியாக இருக்கிறது. என்றாலும் பருவநிலை நெருக்கடியும் ஒரு விற்பனைப்பொருள் சூத்திரத்தில் உலகமயச் சந்தையின் பொருளாதாரத் தீர்வையே முன்வைக்கிறது. அதன் மிகச்சமீபத்திய உதாரணம் ஸ்டெர்ன் அறிக்கை. அதில் எங்கும் மக்களைக் கணக்கில் எடுத்துக்கொள்ளவில்லை. மனிதர்கள் செய்யவேண்டிய வேலைகளை எண்ணெயால் இயங்கும் இயந்திரத்தைக் கொண்டு செய்வதால் வளிமண்டலத்தில் கார்பன் அளவு அதிகரித்திருப்பதால் பருவநிலை நெருக்கடி உண்டானது. எனவே இயந்திரங்களைக்கொண்டு

செய்கிற வேலையை மனிதர்களைக்கொண்டு செய்தால் குறிப்பிட்ட அளவு தீர்வை நோக்கி நகர்வதாக இருக்கும். வேலையின்மையில் மக்களைப் புறக்கணிக்கும் நெருக்கடிக்கும் தீர்வு கிடைக்கும்.

பெட்ரோல் பொருளாதார வளர்ச்சியில் அது மனித ஆற்றலுக்கு பதிலீடாக வைக்கப்பட்டது. ஒருபுறத்தில் உற்பத்தி நிறுவனங்களின் பொருளாதாரம் மனிதர்களை தனக்குத் தேவையற்ற ஒன்று என்று ஒதுக்கித்தள்ளியது. இந்த ஒதுக்குதல் சமூகத்தில் மனிதர்களை வேலையற்றவர்களாகவும், வறுமைப்பட்டவர்களாகவும், நோய்ப்பட்டவர்களாகவும், சாரமற்றவர்களாகவும் தூக்கி வீசியது. மறுபுறத்தில் பெட்ரோல் கழிவுகள் கரியமில மாசுப் பிரச்சனைக்கு வழிகோலியது. இப்புவிக்கோளம் தனது சுழற்சியில் தயாரித்துக்கொள்ள முடியாத அளவிற்கு தொழிற்சாலைகளின் இயக்கம் கார்பனை வெளியேற்றிக் கொண்டிருக்கும்போது, மனிதர்கள் பன்ம உயிரிகளின், தாவரங்களின் புதுப்பித்தலில் தாக்குப்பிடிக்க வேண்டி இருக்கிறது.

தொழில்மயம் மீட்கத்தகுந்த ஆற்றல்களை உற்பத்தித் துறையில் இருந்து அகற்றிவிட்டு அதற்குப் பதிலாக மீட்க இயலாத ஆதார ஆற்றல்களை (நிலக்கரி, பெட்ரோல்) விழுங்கிக் கொண்டுள்ளது. இயந்திரமய உற்பத்தி மனிதனுக்கு அளிப்பதினும் கூடுதலான ஆற்றல்களை விழுங்கிக் கொண்டிருந்தாலும் அது திறன்வாய்ந்த ஒன்று என்று பம்மாத்து பண்ணிக் கொண்டிருக்கிறது.

அறிவியல் தொழில்நுட்ப முன்னேற்றம் உற்பத்தித் திறன் என்பதற்கு குறுகிய கண்ணோட்டத்தில் வழிநடத்திக் கொண்டிருக்கிறது. இயந்திரங்களுக்கு உள்ளீடாக இடப்படும் சமூக வாழ்வாதாரச் சிதைவின் மதிப்பை, சூழலியல் சிதைவின் மதிப்பை கணக்கில் கொள்வதில்லை.

பொருளாதாரக் கொள்கைகள் தொழிற்பரவலுக்கு, பெட்ரோல் செலவீனத்தை தனக்குத் துணையாக வைத்துக் கொள்கிறது. இரசாயன உரங்கள் விவசாயத்தை இயந்திரப்படுத்தலின் ஆதாரத்தில் நிற்கிறது. ஏற்றுமதி உலக உணவுமுறையின் பலத்தில் ஆதரவில் ஓடிக்கொண்டிருக்கிறது. பெட்ரோ இரசாயனத்திற்கு ஆதரவு தேவை.நிலக்கரிக்கும், பெட்ரோலுக்கும் வேறு சிலவற்றின் ஆதாரங்கள் தேவை. இத்துடன் நேரடி நிதியாதாரம் மறைமுக நிதியாதாரத்தில் நிற்கிறது.மறைமுக நிதியாதாரம் விரிந்த உள்கட்டுமானத்தின் ஆதாரத்தில் நிற்கிறது. உள்கட்டுமானத்திற்கு பெட்ரோலும், பெருவழிச்சாலைகளும் ஆதாரங்களாக நிற்கின்றன. பெட்ரோல் பொருளாதாரத்திற்கு, அது குழாய்போட்டு பெட்ரோல் உறிஞ்சுவதற்கு (எண்ணெய்வள நாடுகளில் - மொ-ர்) இறுதியாதாரமாக

ராணுவத்தின் கால்கள் அவசியமாக இருக்கிறது. மிகச்சரியான உதாரணம் சமீபத்திய எண்ணெய்ப் போர்கள். சமூகரீதியாக, சூழலியல் ரீதியாக, பொருளாதார ரீதியாக ஏகப்பட்ட செலவீனங்களைக் கொண்டு தயாரிக்கப்படும் உணவு உற்பத்தியும், ஆற்றல் உற்பத்தியும், வாகனப்போக்குவரத்தும் மலினமான செலவில் நடப்பதான தோற்றம் செயற்கையாக ஏற்படுத்தப்படுகிறது. உலகமயத்திற்கு ஆதாரமாக உள்ளூர் உணவு உற்பத்தியை இந்திரமயமாக்கியதால் மெய்யான மூல (ஆர்கானிக்) உணவு அதிக விலையுடையதாகத் தோற்றமளிக்கிறது. தனியார் கார்களை வாங்க வேண்டும் என்பதற்காகப் பொதுப்போக்குவரத்தான ரயில் பயணமும், பஸ் பயணமும் கூடுதல் செலவு பிடிக்கிற ஒன்றாக, சிக்கல் மிகுந்ததாக மாற்றம், தோற்றம் உருவாக்கப்படுகிறது. அரசுகளின் ஆதரவுடன் சூப்பர் மார்க்கெட்டுகள் மலினமானதாக மாற்றம் பெற்று உள்ளூர்க் கடைகள் செலவீனம் கொண்டது போன்று தோன்றுகிறது.

பொருளாதாரத்திரிபு சமூகக் கலாசார திரிபிற்கு இட்டுச் சென்றுள்ளது. படைப்பூக்கமும், உற்பத்தித் திறனும் கொண்ட மனித இனம் சக்கையானதாக மாற்றப்பட்டுள்ளது. மனிதனின் படைப்பூக்கம் முற்றிலும் இரண்டாம் தரமான ஒன்றாக மாற்றப்பட்டுவிட்டது. கிராமப்புற விற்பன்னர்கள், கைவினைஞர்கள் பெட்ரோல் உற்பத்தியான இயந்திரமய உற்பத்திக்காக மறைந்தொழிய வேண்டும் என்று எதிர்நோக்கப்பட்டார்கள். உற்பத்தியில் இருந்து அவர்கள் மறைந்ததும் அவர்களுடன் படைப்புத்திறனும், அதன் ஞானமும் மறைந்தது. இப்பொழுது நாம் எண்ணெய் கடந்த பொருளாதாரத்திற்கு அந்தத் திறனை வடிவமைக்க வேண்டியுள்ளது.

நமது பாதையில் இருந்து நாம் மாற வேண்டியிருக்கிறது. உடல் உழைப்பைப் புரிந்து கொள்ளவும், பின்பற்றவும் வேண்டியுள்ளது. மக்களை உழைப்பில் இருந்து வெளியேற்றுவது அவர்களுக்கு அளிக்கப்படும் சுதந்திரம் என்று புரிந்து கொள்ளப்பட்டிருக்கிறது. உடல் உழைப்பு தரக்குறைவாக, கேவலமானதாக கருதப்படுகிறது. மனிதர்கள் கையால் இழுக்கும ரிக்ஷாக்களை ஒழிப்பதற்கு மேற்கு வங்க அரசு சட்டம் கொண்டு வந்தபோது அதில் நியாயப்படுத்தும் விதமாக குறிப்பிட்டிருந்தார்கள். கேவலான உழைப்பிற்கு முடிவு கட்டப்பட்டுள்ளது என்று. அந்தத் தொழிலைச் செய்துவந்தவர்கள் அச்சட்டத்திற்கு எதிராக ஒன்று திரண்டார்கள். அவர்கள் கூறியது, உடலால் உழைப்பதை நாங்கள் கேவலமாகக் கருதவில்லை. சொல்லப்போனால் வேலை இல்லாமல் இருப்பதுதான் கேவலமானது. மான்சாண்டோ தனது களைக்கொல்லியை அறிமுகப்படுத்தும்போது ‘இதைச்சுற்றி வளரும் பச்சையான எதும் கொல்லப்படும்’ என்று கூறியது. அதாவது களையில் இருந்து விடுதலையாம். வேலையைப் பறிப்பவர்கள்,

வேலைவாய்ப்பைப் பறிப்பவர்கள், எப்போதும் நாங்கள் வேலையில் சுதந்திரம் அளிக்கிறோம் என்று கூறிக்கொள்கிறார்கள். உண்மையில் அது சுதந்திரம் அல்ல, ஒருவரின் திறமையை உழைப்பை மறுப்பது ஒருவகையில் திருட்டு ஆகும். ஒருவரை எதுவுமற்றவராகத் தூக்கி எறிவது கௌரவம் ஆகாது.

எண்ணெயற்ற நிலைக்கு மாறிய பின்னர் ஆற்றலை உருவாக்க, மீண்டும் மக்களைப் பொருளாதாரத்திற்குள் கொண்டுவர வேண்டும். மக்களின் உழைப்பாற்றலை உற்பத்திக்குள் கொண்டுவர வேண்டும். உடல் உழைப்பை மதிக்க வேண்டும். உடலால் உழைப்பவர்களுக்கு கண்ணியமளிக்க வேண்டும். எரிஎண்ணெய், சூழலியல் ரீதியாக நிலைத்த தன்மை உடையதல்ல என்றும் அதனிடத்தில் மக்கள் ஆற்றலைப் பயன்படுத்த வேண்டும் என்றும் பருவநிலை நெருக்கடி நமக்கு போதிய எச்சரிக்கைகளைக் கொடுத்திருக்கிறது. அதுபோலவே மக்களை உழைப்பிலிருந்து அகற்றியதால் ஏற்பட்டுள்ள சமூக நிலையின்மையை ஒரு கலாசாரப் பின்னடைவாக நாம் கருத வேண்டும்.

மனித விதியை மாற்றுவதற்குச் சமமான ஆற்றல்களை மீண்டும் கொண்டுவருவதற்காக பலமடங்கு மனித உழைப்பை வேலையில் ஈடுபடுத்த வேண்டியுள்ளது. முதலாவதாக ஆத்மீக, கலாசார, உணர்வு நுட்ப, அறிவான்மை, உடலியல் என அனைத்து கோணங்களிலும் இருக்கும் மனிதகுலத்தின் உள்ளாற்றல் வெளிக்கொணரப்படுமானால், அதுமிகப்பெரிய இதுவரை பயன்படுத்தப்படாத, மீண்டும் மீண்டும் பெறத்தகுந்த, எப்போதும் விரித்துக் கொள்ளக்கூடிய ஆற்றலாக இருக்கும். மனித ஆற்றல் சூரியனின், தாவரங்களின், விலங்குகளின், காற்றின், புயலின், கடலின், மண்ணின், நிலத்தின் ஆற்றல்களுடன் இணைந்த ஆற்றலாகும். உழைப்பு, வாழ்வாதாரம் இரண்டையும் அடிப்படையாகக் கொண்ட நீடித்த, புதுப்பிக்கத்தகுந்த ஆற்றலாக இருக்கும்.

இயற்கை அழிவின் விதியும் எழுச்சிக்கான கோட்பாடும்

விரிந்த சூழலியல் கண்ணோட்டத்தில் இயந்திரப் பொறியியலை அடிப்படையாகக்கொண்ட இயந்திரவியல் வளர்ச்சி லோகாயதத்துறை, ஆத்மீகத்துறை இரண்டிலும் வடுவை உருவாக்கியுள்ளது. மறைவாற்றலின் வளர்ச்சி - வளர்ச்சி விரயங்களையும், மாசுபாட்டையும அதிகரித்துள்ளது. மாசுபாடு அதிகரித்ததன், மறைவாற்றல் அதிகரித்ததன் விளைவாக பருவநிலை மாறியுள்ளது.

த என்ட்ராபி அண்ட் த எக்கானமிக் பிராசஸ் என்ற நூலை எழுதியவரும் வெந்தர்பில்ட் பல்கலைக்கழகத்தின் முன்னாள் பேராசிரியரும், சூழல் பொருளியல் நிபுணர்களிடம் மிகுந்த தாக்கத்தை ஏற்படுத்தியவருமான நிக்கோலஸ் ஜியார்ஜெஸ்க்-ரோகன் எழுதுகிறார்:

> *புதிய செவ்வியல் பொருளாதாரம் என்பது இயந்திரவியம்தான். இயந்திரவியமே செவ்வியத்தன்மை பெற்றுவிட்டதுபோல் இருக்கிறது. அது இயற்கை நீடித்திருப்பதில் ஏற்படும் மாற்றத்தைக் கணக்கில் எடுத்துக் கொள்ளவில்லை. அல்லது ஜனநாயகத்தின் இருப்பையும் ஏற்றுக் கொள்வதில்லை. பொருளாதாரத் துறையோ, தொழில்மயத் துறையோ இயற்கையை முற்றிலும் கணக்கில் கொள்வதில்லை. புதிய செவ்வியல் இயற்கையை கணக்கில் கொள்ளாததற்குக் காரணம் அது ஒன்றும் தனது பணத்தை பொருளாதாரத்தில் முதலீடு செய்யவில்லை. எதுவும் லாபம் பெறாதபோது அது எப்படி வணிகவியக் கணக்கிற்குள் வரமுடியும். பணம் ஒருகையில் இருந்து இன்னொருவர் கைக்கு மாறிக்கொண்டே இருப்பதை எல்லா இடத்திலும் ஒருவன் பார்க்கமுடியும். எனவே ஒருவன் பணத்தின் வழியாகத்தான் பார்க்கப்படுகிறான். ஏதாவது துயரமான விபத்து நடந்தால் ஒழிய பொருளாதாரச் செயல்பாடுகளையும் யாரும் திரும்பிப் பார்க்கப் போவதில்லை. புதிய பொருளாதாரம் வளர்ச்சி அடையவும், மலர்ச்சி பெறவும் தனது மூலப்பொருளை வழங்கிய நாடுகூட ஒரு நெருக்கடியில் சிக்கிக்கொண்டாலும் வேறுசில நெருக்கடியான காரணங்களால் அந்நாடு கண்டுகொள்ளப்படாது. இந்த உலகின் மூலவளங்களுக்காக அந்த நாடுகள் சண்டையிட்டுக் கொள்ளவில்லை என்றால்தான் பொருளாதாரம் தனது ஆழ்ந்த தூக்கத்தில் இருந்து கண்திறந்து பார்க்கும்.*

இயந்திரவிய உலகியல் நோக்கில் வளங்கள் அதிகமாக உறிஞ்சப்படுவதும், அதீத நுகர்வும் தொழில்மய வளர்ச்சிக்காக வரவேற்கப்படுகிறது. இயந்திரவிய ஆற்றல் பயன்பாட்டில் ஒருபுறம் கழிவு விரயங்களையும், மாசுபாட்டையும் பெருக்கிக்கொண்டே போனாலும் லாபம் குவிப்பது தான் அதன் நோக்கம். இந்த லாப நோக்கு ஒன்றிற்கொன்று தொடர்பான மூன்று விளைவுகளை உருவாக்கியுள்ளது. இயற்கையின மூலவளங்கள் தீர்ந்து போவது. மாசுபாட்டின் அளவு அதிகரித்து வருவது. மக்களின், சமூகத்தின் கலாசாரம் சிதைந்துகொண்டே வருவது.

கழிவுகளைக் குவித்துக்கொண்டு வருகிற மனிதகுல நடவடிக்கையால் இயற்கையின் விதி முடிவிற்கு வருவதை ஆதிக்கப்பண்பு கண்டுகொள்வதில்லை. இயற்கையின் விதி முடிவிற்கு வரும் என்ற பார்வையை ஜெர்மன்

மருத்துவர் ருடால் க்ளுசியஸ் 100 வருடங்களுக்கு முன்னதாகவே அறிமுகப்படுத்தினார். இயற்கையின் போக்கில் ஏற்படும் குறுக்கீட்டைக் குறிப்பிட்டுக்காட்டினார்.

ஜியார்ஜெஸ்க் ரோகன் இயற்கையின் விதி முடிவதை ரயில் என்ஜினில் பயன்படுத்தப்படும் நிலக்கரியை ஒரு எளிய உதாரணமாகக் கொண்டு விளக்கிக் காட்டினார். எரியும் கரி ஆவியை உருவாக்குகிறது. ஆவி என்ஜினை இயக்க ரயில் நகர்கிறது. கரி ஒருபுறம் நகர்வாக மாற்றப்படும் அதேநேரம் மறுபுறத்தில் கரியின் சாம்பல் குவிந்து கொண்டிருக்கிறது. இந்த விசயம்தான் அனல் விசையின், ஆற்றல் பாதுகாப்பு அம்சத்தின் முதல் விதி. இதில் இன்னொரு அம்சமும் அடங்குகிறது. இயற்கையின் விதியை முடிவிற்குக் கொண்டுவரும் செயற்பண்பான இரண்டாவது விதி பற்றி ஜியார்ஜெஸ்க் ரோகன் எழுதுகிறார்:

> *எரிப்பு நடவடிக்கை துவங்குவதற்கு முன்னர், நிலக்கரியின் வேதி ஆற்றல் உறைந்த நிலையில் இருக்கிறது. அதாவது இயந்திரவியப் பயன்பாட்டிற்குத் தயாராக இருக்கிறது. எரிப்பு நடவடிக்கையின் மூலம் நிலக்கரி தனது ஆற்றலைக் கொஞ்சம் கொஞ்சமாக இழந்து விட்டது. இறுதியாக மொத்த நிலக்கரியும் தனது ஆற்றல் பண்பை இழந்து மீண்டும் நாம் அதைப்பயன்படுத்த முடியாத நிலைக்கு வந்துவிட்டது.*

இயற்கையின் முடிவு ஆற்றல் இழந்த முறையை அளவிடுகிறது. ஆற்றல் இழப்பின் இறுதிக் கட்டத்தில் அனைத்து ஆற்றல்களும் பயன்படுத்தப்பட்டு கழிவாக குவிக்கப்படுகிறது. முடிவிற்கு வந்த ஆற்றல் எதிர் உண்மையாக மாறுகிறது. அதாவது தனது ஆற்றல் பண்பை இழந்துவிட்ட உலோகக்கூறு தனது இயல்பான தன்மையில், தரத்தில் இல்லாமல் இருப்பதால் எதிர்வினை ஆற்றுகிறது. ஒரு மூலகம் தனது இயல்பான, இயற்கையான தன்மையில் இருந்தால் பிரபஞ்ச இயக்கத்துடன் இணைந்து வினையாற்றும். தனது இயல்பு நீக்கப்பட்டால் எதிர்வினை சீரான கட்டுப்பாடு இல்லாமல் ஒழுங்கற்ற நிலையில் பிரபஞ்ச இயக்கத்திற்கு இடையூறாகவும், பேரிழப்பாகவும் முடியும்.

இந்த எதிர் நடவடிக்கைகளை சந்திக்கும் வாழ்க்கைக்கான திறன் ஒரு அளவிற்குள்தான் இருக்கும். சொல்லப்போனால் வாழ்க்கை பிரபஞ்ச விதிகளுக்குக் கட்டுப்பட்டு இயங்க முடியும். உறைந்த ஆற்றலுக்குள் மட்டுமே சுதந்திரமாக இயங்க முடியும். (உதாரணமாக - நீரோட்டத்தின் போக்கில் படகை ஓரளவு கட்டுப்பாட்டிற்குள் வைத்து செலுத்த முடியும். நீரோட்டத்தின் எதிர்த்திசையில் படகைச் செலுத்துவதானால் தனது

கட்டுப்பாட்டை இழந்து எந்த நிமிடத்திலும் ஆபத்தைச் சந்திக்கலாம்
- மொ-ர்)

ஜியார்ஜெஸ்க் ரோகன் மேலிருந்து கீழ்நோக்கிய இயக்கத்திற்குள் தான் வாழ்க்கையின் சாத்தியங்கள் அடங்கியிருக்கிறது என்கிறார். இயற்கையின் முடிவுறலில் ஊடாடும் அச்சம் குறித்து கூறுகையில், உயிர்ப்படைப்புகள் யாவும் தனது முடிவைக்குறித்த அச்சம் இல்லாமல் இருக்க முடியாது. மேலிருந்து கீழ்நோக்கிய இயற்கையின் விதிக்கு எதிர்ச்சாத்தியங்கள் இல்லை. மேற்கூறிய எல்லாவற்றையும் வைத்துப்பார்க்கும் போது உயிர் வடிவங்களுக்குள் எதிர்வினையைத் திணிக்க முடியாது. சூழலியலுக்குள் இயங்கும் பன்ம உயிர்களான பாக்டீரியா, எலும்பில்லா மீன்கள், வண்ணத்துப்பூச்சி, கடற்பாசி என பட்டியலில் நீளும் இந்த உயிரினங்கள் சூழலை எதிர்த்து வாழமுடியாது.

ஜியார்ஜெஸ்க் ரோகன் வாழ்க்கை புதிய வடிவங்களை அனுமதிக்கும் கோட்பாட்டை 'கலவையின் புதுமை ஏற்புக் கோட்பாடு' என்று அழைக்கிறார். இயந்திரவியல் ஆற்றலால் இயற்கை சிதைவுறும் என்ற அனுமானத்தை உயிர் ஆற்றலால் தடுக்க முடியும். அவை சூழலியலுக்கு இடையூறு அளிக்காமலேயே மனித குலத்தின் நலவாழ்விற்கான லௌகீக சாத்தியங்களை அளிக்கும். இயற்கையின் புத்தாக்கத்தில், தன்னைப் புதுப்பித்துக் கொள்ளுதலில் நாம் அதனுடன் இணைந்த கூட்டுறவாளராக, சக உற்பத்தியாளராக மாறவேண்டும்.

இயற்கை தன் செயல்பாட்டில் கண்ணுக்குப் புலப்படாத, புரிந்து கொள்ள முடியாத, எதிர்பாராத புத்தாக்கத் திறனை வெளிப்படுத்தும். அதில் குறைப்பியத்திற்கு இடமில்லை. ஒழுங்கு சிதைந்த கழிவுக் கூறுகளில் இருந்து வெளிப்படும் எதிர்பாராத பேரிடர்களை நாம் அறிவோம். பிரபலமாக வளரும் தாவரவியலாளர் பைரோன் குட்வின் கூறுவது:

பேரழிவுக்கூறுகள் இயற்கையில் மிக விரிந்த அளவில் நிறைந்திருப்பது இப்போது தெரியவருகிறது. குறிப்பாக உயிரியின் இயங்குமுறையில். அவற்றில் பல வாழ்க்கையின் குணப்போக்கையே மாற்றியுள்ளன. அந்த வகையில் கூட்டு மூலகங்களின் பரஸ்பர வினையாற்றலில் பலசெல்கள் தன் முதிர்விற்கு வளராமல் (அபூர்வ சகோதரர்கள் அப்புவாக - மொ-ர்) இருக்கின்றன. அல்லது சில உயிரினங்களின் வடிவங்கள் பரிணாமக் கட்டத்திலேயே எதிர்பாராத கூட்டுவினையை சிக்கலான முறையில் நிகழ்த்தி நின்று விடுகின்றன.

இப்படி உயிரிமுறை அனைத்தும் அழிவுறும் பண்பாகி விட்டது.

ஒருசமூகம் தனது குடிமக்களின் உயிர் ஆற்றலின் அடிப்படையில் கட்டப்படும்போது, அதன் ஜனநாயகம் உயிர்ப்பானதாக உதித்தெழும் போக்கு நிகழும். அசாத்தியங்கள் எல்லாம் சாத்தியங்கள் ஆகும். நம்பிக்கையின்மைகள் எல்லாம் நம்பிக்கைகளாக உருவெடுக்கும். சூழலியல் சமூகவியல் அழிவுகளுக்கு மத்தியில் இருந்தும் புத்தாக்க ஆற்றல் மடைதிறந்து பாயும்.

மனித குலமும் உயிரினங்களும் இரண்டு சாத்தியங்களுக்கு இடையில் நிற்கிறது. ஒரு வாய்ப்பு அழிவை நோக்கியது. மற்றொன்று உதித்தெழும் வாய்ப்பு. இதில் முன்னையது நம்மை இயந்திரவியல் உலகப்பார்வையில், இயந்திரவியல் அடிப்படையில், இயந்திரவியல் உற்பத்தியில், இயந்திரவியல் பொருளாதாரத்தில் சிக்கவைக்கும். அதன் மரபான வளர்ச்சி எனும் மாயம் மரணத்திற்கு, அழிவிற்கு, பிளவிற்கு இட்டுச்செல்லும். பிந்தைய எழுச்சி சூழலியல் அறிவியல், சூழலியல் உற்பத்தி, சூழலியலின் உயிர்ப்பான பொருளாதாரத்திற்கு வழிவிடும். அது தாவரப்பன்மய, கலாசாரப் பன்மயத்தின் மூலமாக மனித குலத்திற்குப் புதுஊக்கம் அளித்து புதிய தளங்களுக்கு இட்டுச்செல்லும். இந்த உலகில் பிற உயிரினங்களோடு நாமும் ஓர் இனம் என்ற உணர்வுடன் வாழ இருக்கிறோமா இல்லையா என்பதைத் தீர்மானிக்கும் வாய்ப்பு நம்கையில் இருக்கிறது. தற்போதைய வாய்ப்புச்சூழலில் நமது சமூகத்திற்கு கட்டுப்பாடற்ற சாத்தியங்கள் முன்வைக்கப்பட்டுள்ளன. எழுச்சிக்கான கூறுகள் புதிய கூட்டிணைவின் மூலமாக, புதிய வலைப்பின்னல் மூலமாக புதிய விடுதலை உணர்வின் மூலமாக கற்பனைக்கு எட்டாத வடிவங்களில் அளிக்கக் காத்திருக்கின்றன.

பேரழிவை நோக்கிய பயணத்தில் வளர்ச்சி, முன்னேற்றம் குறித்த பிரமையில் மனிதகுலத்திற்கு எதிர்காலம் இல்லை. இப்போது நாம் நிற்கும் இந்தப்பாதையில் இருந்து ஒரு மாற்றத்தைச் செய்தாக வேண்டும். இப்போது கொண்டுள்ள இலக்கிலிருந்து பார்வையை மாற்ற வேண்டும். அந்த இலக்கு அழிவு அறிவியலில், தொழில்நுட்பத்தில், புதிய பொருளாதாரத்தின் அடிப்படையில் நிர்ணயம் செய்யப்பட்டதாக இருக்கக் கூடாது. அது குறுகிய பொருளாதார, நுகர்வியக் கண்ணோட்டம் கொண்டதாக இருக்கக்கூடாது. அந்த இலக்கு பூமியைக் காப்பதாக, அவளின் பன்ம உயிர்களைக் காப்பதாக, எதிர்கால சந்ததியைக் காப்பதாக இருக்க வேண்டும்.

நேரப்பணம், நேர வங்கியை உருவாக்கிய எட்கர் கான் எழுதுகிறார்:

மனித குலத்தின் வசிப்பிடம் இந்தப்புவிக்கோளம் தான். நமக்கு வேறெந்தக் கோளமும் இத்தனை விரிந்த வாய்ப்புகளை வழங்காது. நாம் அனைவரும் ஒரு பொதுமைப்பண்பிற்குள் வரவேண்டும். நமது முன்னோர்கள் தாம் காலங்காலமாகத் தேக்கிய அறிவார்ந்த கண்டுபிடிப்புகள் மூலம் பாரம்பரியமாகவே நாம் திறனுள்ள உயர்ந்த இனம் என்பதைப் பறைசாற்றி இருக்கிறார்கள். நமது சூழலியல் முறையும் நமக்குத் தேவையான அளவில்லாத பொருட்களையும், சேவைகளையும் வேண்டிய அளவிற்கு வழங்கியுள்ளது. அதை உணர்கிற நம்முடைய சக்திதான் அடுத்த பல்லாயிரம் ஆண்டுகளுக்கு, நாம் அதை சுரண்டுவதையும், அழிப்பதையும் சார்ந்திருக்கிறோமா அல்லது இந்தக் கோளத்தின் மீது நம்பிக்கை வைத்து அதைப்பாதுகாத்து, மேம்படுத்தி.... என்பதைப் பொருத்துதான் இருக்கிறது.

நம் மனித குலத்தின் முன்னுள்ள சவால் ஆரோக்கியமான சூழலியல் குடியிருப்பை உருவாக்கிக் கொள்வது, சமூகத்தைப்பேணி வளர்ப்பது, சூழல் வெளியை கழிவில்லாமல் வைத்திருப்பது, இயற்கையுடன் கொள்ளும் பரிமாற்றம் அழிவைத்தராததாக வைத்துக்கொள்வது மட்டுமல்ல, அதனுடன் கொள்ளும் உறவு அன்புணர்வுடன் இருத்தல் வேண்டும். பரிமாற்ற வலிமை புதுப்பிக்கத்தகுந்த ஆற்றலில் இருந்து பெற்றதாக இருக்க வேண்டும். கம்பீர உயர்வை அளிப்பதாக இருக்க வேண்டும்.

பெருகும் நெருக்கடிகளான பருவநிலை பாதுகாப்பின்மை, ஆற்றல் பாதுகாப்பின்மை, உணவுப்பாதுகாப்பின்மை போன்றவை நமது வாய்ப்புகளின் எல்லையைச் சுருக்கியுள்ளது. இயந்திரவிய, தொழில்மய, முதலாளித்துவ சிந்தானமுறை பூமியின் வளத்தைப் பெறுவதை ஒருசீராக சுருக்கி வளங்களை அனுபவிப்பதில் ஏற்றத்தாழ்வை உருவாக்கியுள்ளது.

இன்று உலகத்தில் ஆதிக்கம் செலுத்திக் கொண்டிருக்கும் பன்னாட்டு நிறுவனங்கள் நெருக்கடிகளில் இருந்து மீள்வதற்கான பாதையை தெளிவாக வரையறுத்துத்தரவில்லை. சொல்லப்போனால் நெருக்கடிக்கான பொறுப்பை, மனித குலத்திற்கும் இயற்கைக்கும் குற்றம் இழைத்த பொறுப்பை அது ஏற்றாக வேண்டும். விவசாயத்தை, உணவை தொழில்மயப்படுத்தியதால் மனிதகுலம் இன்று சுய அழிவின், சுய விலகலின் சறுக்குப் பாதையில் நிற்கிறது. தாவரப்பன்மயத்திற்கான, சூழலியலுக்கான, உள்ளூர் உணவு முறைக்கான இயக்கம் கட்டப்படும்போது அது பருவநிலை, ஆற்றல், உணவு என அனைத்து நெருக்கடிகளையும் தீர்ப்பதாக இருக்கும். இவை

அனைத்தும் மக்களை மீண்டும் வேளாண்மைக்குள் கொண்டுவருகிறது. சத்தான உணவையும், அடிப்படை ஆற்றல்களையும் கோருகிறது. புதிய கோணத்தில் சிந்திக்கும் முறை, செயல்படும் முறை, இருத்தல், நடைமுறை அனைத்தும் புத்தாக்க மாற்றத்திலிருந்து, சிறிய சமூகமாக உழைப்பதிலிருந்து, சிறிய பண்ணைகளிலிருந்து, சிறிய நகரங்களிலிருந்து எழுந்து வரவேண்டும்.